மதமும் சமூகமும்

தேவி பிரசாத் சட்டோபாத்தியாயா

தமிழாக்கம்:
இரா.சிசுபாலன்

நியூ செஞ்சுரி புக் ஹவுஸ் (பி) லிட்.,
41-பி, சிட்கோ இண்டஸ்டிரியல் எஸ்டேட்,
அம்பத்தூர், சென்னை - 600 050.
☎ : 044 - 26251968, 26258410, 48601884

Language: Tamil
Madhamum Samoogamum
(Religion and Society)

Author: **Devi Prasad Chattopadhyaya**

Translation: **R.Sisubalan**

First Edition: June, 2009
Second Edition: February, 2013
Revised Third Edition: October, 2019
Copyright: Publisher
No.of Pages: 210

Publisher:
New Century Book House Pvt. Ltd.,
41-B, SIDCO Industrial Estate,
Ambattur, Chennai - 600 050.
Tamilnadu State, India.
Email: info@ncbh.in
Online: www.ncbhpublisher.in

ISBN. 978 - 81 - 2341 - 566 - 6

Code No. A 1961

₹ 175/-

Branches

Ambattur (H.O.) 044 - 26359906 **Spenzer Plaza (Chennai)** 044-28490027
Trichy 0431-2700885 **Pudukkottai** 04322- 227773 **Tanjore** 04362-231371
Tirunelveli 0462-4210990, 2323990 **Madurai** 0452 2344106, 4374106
Dindigul 0451-2432172 **Coimbatore** 0422-2380554 **Erode** 0424-2256667
Salem 0427-2450817 **Hosur** 04344-245726 **Krishnagiri** 0434-3234387
Ooty 0423 2441743 **Vellore** 0416-2234495 **Villupuram** 04146-227800
Pondicherry 0413-2280101 **Thiruvannamalai** 04175-223449

மதமும் சமூகமும்

ஆசிரியர்: டாக்டர் தேவி பிரசாத் சட்டோபாத்தியாயா

தமிழில்: இரா.சிசுபாலன்

முதல் பதிப்பு: ஜூன், 2009
இரண்டாம் பதிப்பு: பிப்ரவரி, 2013
திருத்திய மூன்றாம் பதிப்பு: அக்டோபர், 2019

அச்சிட்டோர்: பாவை பிரிண்டர்ஸ் (பி) லிட்.,
16 (142), ஜானி ஜான் கான் சாலை, இராயப்பேட்டை, சென்னை - 14
☎: 044-28482441

All rights reserved. No part of this book may be reprinted or reproduced or utilised in any form or by any electronic, mechanical, or other means, now known or hereafter invented, including photocopying and recording, or in any information storage or retrieval system, without permission in writing from the publishers.

பதிப்புரை

மார்க்சியப் பேரறிஞர் தேவி பிரசாத் சட்டோபாத்தியாயா அவர்கள் கல்கத்தா பல்கலைக்கழகத்தில் 1981-ஆம் ஆண்டு ஆற்றிய பேருரையின் தமிழாக்கம் தற்போது வெளியிடப்படுகிறது. ஆங்கிலத்தில் இது 1987-ஆம் ஆண்டு மா-லே-பிரகாஷனா (பெங்களூர்) பதிப்பகத் தாரால் வெளியிடப்பட்டது.

மதம் பற்றிய ஆய்வுகளுக்கான அடிப்படை நூல்களில் ஒன்றாக இது திகழ்கிறது. மார்க்சிய வழிமுறையைப் பின்பற்றி பொதுவாக மதங்களின் தோற்றத்தைப் பற்றியும் - குறிப்பாக, இந்து மதம் என்று நாம் இன்று அழைக்கும் மதம் எவ்வாறு தோன்றியது என்பதைப் பற்றியுமான மிகச்சிறந்த நூல் இது.

அனாதிகாலம் தொட்டே இந்து மதம் உலகுக்கு ஆன்மீகத்தை அளித்தது என்ற புரட்டை - புனிதமுலாம் பூசப்பட்ட மடமையை - நமது பேராசிரியர் உடைத்து நொறுக்குகிறார். இந்திய ஆதி பொருள் முதல் வாதத்தில் இருந்து ஆன்மிகக் கற்பனைகள் எவ்வாறு தோன்றின? ஏன் தோன்றின? என்பன போன்ற கேள்விகளுக்கு வரலாற்றுப் பூர்வமாகவும் - தத்துவ அடிப்படையிலும் விளக்கி மதத்தின் முறிவு சமதர்ம சமூக உருவாக்கக் கட்டத்தில் சர்வ நிச்சயம் என உறுதிபட உரைக்கிறார்.

காலனி ஆட்சியாளர்கள் இந்தியாவை அடிமைப்படுத்தியதை எதிர்த்த விடுதலைக்கான போர் இந்திய தேசியத்தை அனைத்துத் துறைகளிலும் கட்டமைக்க வேண்டிய பணியை தேசிய இயக்கத்துக்கு வழங்கியது. இந்திய தேசியத்தின் இருப்புக்கான நியாயங்களை அது வழங்க வேண்டி வந்தது. தத்துவத் துறையிலும், வரலாற்றுத் துறையிலும் 20-ஆம் நூற்றாண்டின் ஆரம்ப ஆண்டுகளில் இது பெரிதும் நிறைவேற்றப்பட்டது. இந்திய தேசியத்தின் பெருமிதங்களை முன்வைத்தபோது ஆன்மிகம் அதன் பெருமைகளில் ஒன்றாக முன்னிறுத்தப்பட்டது. சர்வ பள்ளி ராதாகிருஷ்ணன், தாஸ்குப்தா போன்ற அறிஞர்கள் தத்துவத் துறையில் இதனை நிலைநாட்டப் பாடுபட்டனர். இயல்பாகவே, அவர்களுடைய முயற்சிகள் இந்திய அறிவியல் மரபுக்கும், பொருள்முதல் வாத மரபுக்கும் (நாத்திக மரபு) எதிரானவையாகவே முடிந்தன. குடும்பம், ஒழுக்க நெறிகள், பண்பாடு போன்றவற்றில் காணப்படும் இந்தியத் தன்மைக்கு ஆன்மிகமே

அடிப்படை எனவும், நாத்திகம் அவற்றுக்கெல்லாம் எதிரானது எனவும் மதவெறிக் கூச்சல் அதனையொட்டிப் பரப்பப்பட்டது.

இந்தியத் தத்துவஞானத்தின் வரலாற்றில் கருத்துமுதல் வாதத்துக்கும் - பொருள்முதல் வாதத்துக்கும் இடையிலான போர் - ஆன்மிகத்துக்கும் நாத்திகத்துக்கும் இடையிலான ஓய்வறியாப் போர் நடந்துவந்த வரலாற்றை எடுத்துரைத்து இந்தியப் பொருள்முதல் வாதத்தின் மேன்மையை நிலைநாட்ட வேண்டிய அவசியம் எழுந்தது.

அதனைத் தத்துவஞானத் துறையில் பேராசிரியர் தேவி பிரசாத் சட்டோபாத்தியாயா தனியராய் நின்று சாதித்தார். இந்திய மார்க்சியத்தை வளப்படுத்தினார். இந்தியப் பகுத்தறிவு இயக்கத்துக்கு மகத்தான பங்களிப்பைச் செய்தார். வரலாற்றுத் துறையில் டி.டி.கோசாம்பி, ஆர்.எஸ்.சர்மா, இர்பான் ஹபீப் போன்ற மார்க்சிய அறிஞர்கள் அனைவரும் ஆற்றிய சாதனைகளுக்கு ஈடானது அது.

டாக்டர் தேவி பிரசாத் சட்டோபாத்தியாயா (பிறப்பு: 19-11-1918; மறைவு: 8-5-1993) இந்திய அறிவியல் வரலாற்றுக்கும், தத்துவ ஞானத் துக்கும் அளித்த மேதமை மிகுந்த பங்களிப்பு இல்லாமல் முற்போக்கு இயக்கம் தனக்கான கருத்தியல் கருவியை வளப்படுத்திக்கொள்ள இயலாது.

பேராசிரியர் சட்டோபாத்தியாயா இருபது ஆண்டு காலம் கல்கத்தா பல்கலைக்கழகத்தில் தத்துவஞானம் போதிக்கும் பணியில் இருந்தார். 1944-ல் இந்தியக் கம்யூனிஸ்ட் கட்சியில் சேர்ந்து வாழ்நாள் முழுவதும் கட்சியின் பெருமைக்குரிய செல்வமாய்த் திகழ்ந்தார்.

இந்தியத் தத்துவஞானம் வேத அடிப்படைகளை ஒப்புக் கொண்டவை; ஆன்மிக நெறி சார்ந்தவை என்ற பிரசாரத்தின் பொய்மை களை மார்க்சியத்தின் துணை கொண்டு அம்பலப் படுத்துவதில் தேவி பிரசாத் போற்றத்தகுந்த வெற்றிகளை அடைந்தார்.

லோகாயதா, இந்திய நாத்திகம், இந்தியத் தத்துவத்தில் மறைந்தனவும் நிலைத்திருப்பனவும், இந்தியத் தத்துவ ஞானம் போன்ற பல நூல்கள் மூலம் இந்தியப் பொருள்முதல் வாதத்தின் வரலாற்று வளர்ச்சி அவரால் சிறப்பான முறையில் எடுத்துரைக்கப் பட்டது.

உற்பத்திச் சக்திகளின் வளர்ச்சிக்கும், உற்பத்தி உறவுகளின் வரலாற்று இயல்புகளுக்கும் இடையிலான உறவாக - விளைவாக தத்துவத்தை விளக்குவதில் அவர் வெற்றி பெற்றார். உலகெங்கும் நடத்தப்பட்ட தத்துவப் போராட்டம் இந்த அடிப்படையிலேயே

நடைபெற்றது. இந்தியாவிலும் அதுதான் நடைபெற்றது. கி.மு. ஏழாம் நூற்றாண்டில் கிரேக்க நாட்டு தேல்ஸின் அணுக்கொள்கை உருவானதற்கு முன்னரே உத்தாலக ஆருணியின் பிரபஞ்சம் பற்றிய அணுக்கொள்கை உருப்பெற்றுவிட்டது. உத்தாலகர் அவரது வரலாற்று நிலைமைகள் அனுமதித்த அளவுக்கு மனிதன் மற்றும் இயற்கை பற்றிய பரிசோதனைகளை மேற்கொண்டார். உத்தாலகர் தொடங்கி ஆயுர்வேத அறிஞர்கள் வரை இந்தியப் பொருள் முதல் வாதிகள் பிரம்மம் - ஆன்மா பற்றிய கருத்துமுதல் வாதிகளாலும், சனாதன சாதிய உயர்குடியினராலும் வேட்டையாடப்பட்டு ஒடுக்கப்பட்டனர். மிகச் சிறந்த வேத எதிர்ப்பு நூல்கள் கூட வேதாந்த வியாக்யானங்களுக்கு உட்படுத்தப்பட்டுச் சிதைக்கப்பட்டன.

இதன் காரணமாக இந்தியத் தத்துவஞானத்தின் வளமான, அங்கமான பொருள்முதல் வாதம் கிரேக்கத் தத்துவத்தில் கிடைப்பது போன்ற தெளிவுடன் நமக்குக் கிடைக்கவில்லை. பொருள்முதல் வாதப் பிரிவுகள் பலவற்றின் மூலநூல்கள் நமக்குக் கிடைக்கவில்லை. மேலும் முற்போக்கான தத்துவஞானிகள்கூட பழமையோடு கூட்டுறவு கொண்டே தமது பொருள்முதல் வாத அமைப்புகளை வளர்த்தனர். அதே சமயம், தத்துவத்திலிருந்து மதத்தைப் பிரித்து அணுகும் முறை இந்தியாவில் வளராததால் மதம் என்ற போர்வைக்குள்தான் தத்துவப் போராட்டம் நடத்தப்பட்டது.

மதம் குறித்த மார்க்சிய அணுகுமுறை மிகுந்த அறிவியல் தன்மை யுடையது. மதத்தை வரலாற்றுப் பூர்வமாகவும், தத்துவ அடிப்படை யிலும் மார்க்சியம் விளக்கியது. மடமைக்கு எதிரான வெறும் அறிவுப் பிரசாரத்தால் மட்டும் மதத்தை வீழ்த்திவிட முடியாது; மதம் இருப்பதற்கான வாழ்நிலைகள் மாற்றப்படவேண்டும் என்ற முடிவை மார்க்சியம் வழங்குகிறது. பொருள்முதல் வாதத் தத்துவ அறிவும் - உணர்வு நிலையும் வளர்வதற்கு சமூக சக்திகளின் வரலாற்று வளர்ச்சியைக் கணக்கில் எடுத்துக்கொள்ள வேண்டும் என அது வலியுறுத்துகிறது. மார்க்சியம் 'அந்த அபினி' குறித்த பிரகடனங்களை மட்டும் செய்து கொண்டிருக்கச் சொல்லவில்லை; மதமற்ற சமூக ஆக்கம் ஒன்றுக்காக செயல்படச் சொல்கிறது. அதற்கான வேலைத் திட்டத்தையும் வழங்குகிறது. இது நம்பிக்கையாளர்களுக்கு எதிரான சாடல்களாக முடிந்துவிடக்கூடாது. நம்பிக்கையாளர்கள் குறித்த மார்க்சியத்தின் அணுகுமுறை மிகுந்த ஆக்கப்பூர்வமானது. வரலாறு உருவாக்கிய பிடியிலிருந்து அவர்கள் விடுவிக்கப் படுவதற்கான நீண்ட யுத்தம் ஒன்றை - இனியும் நூற்றாண்டுகளுக்கு 'உணர்வு' அரங்கில் நடத்தவேண்டிய யுத்தம் ஒன்றை மார்க்சியம் முன்மொழிகிறது. அது

சமூக மாற்றத்துக்கான - சமதர்மத்துக்கான வர்க்கப் போராட்டத்தின் பிரிக்கமுடியாத அங்கம் ஆகும்; சமூகத்தின் மிகப் பெரும் பகுதியான உழைக்கும் வர்க்கங்களின் உணர்வுநிலை மேம்படுவது பற்றிய 'வர்க்க/ சமூக' இயக்கத்தின் அங்கம் ஆகும்.

இந்திய நிலைகளில் இது நடத்தப்படுவது சிக்கலான தன்மைகள் பலவற்றைக் கொண்டுள்ளது. நாத்திகத்தையும் கூட தனது அமைப்புக்குள் கெட்டிக்காரத்தனமாகச் சேர்த்துக் கொள்ளத் தேர்ச்சி பெற்றுவிட்ட இந்துமதம் தத்துவநிலையில் முறியடிக்கப்பட வேண்டும். தத்துவார்த்தப் பொருள்முதல் வாதம் என்ற ஆயுதம் இல்லாத பொது அறிவின் அடிப்படையிலான பகுத்தறிவு நாத்திகம் (அது நிராகரிக்க முடியாத அவசியம் என்றாலும்) மட்டும் போதுமானதன்று. அறிவியல் துறைகளின் வளர்ச்சி இன்று பொருள்முதல் வாதத் தத்துவத்தின் இயக்கவியல் அடிப்படைகளைப் பலப்படுத்தியுள்ள நிலையில் அதற்கான தத்துவமாக மார்க்சியம் மிகுந்த வீரியத்துடன் திகழ்கிறது. இன்றைய அறிவுச் சமூகத்தின் தத்துவமாக மார்க்சியம் மட்டுமே இருக்கமுடியும்.

அந்த வகையில், '**மதமும் சமூகமும்**' என்ற இந்த நூல் மிகுந்த முக்கியத்துவத்தைப் பெறுகிறது.

மதம் குறித்த மார்க்சியத்தின் அணுகுமுறை, இந்திய மதம்/ மதங்கள் தோன்றியதற்கான சமூக - பொருளியல் மற்றும் கருத்தியல் அடிப்படைகள், வேத மதம் பற்றிய மாயை, ஆதி பொருள்முதல் வாதத்தின் அழிவுக்கும் - ஆன்மிகத்தின் எழுச்சிக்குமான பொருளாயத, வரலாற்றுக் காரணிகள், மீமாம்சம்/பௌத்தம் போன்றவை ஆன்மிக வாதத்துக்குள் கொண்டு வரப்பட்டதன் வரலாறு முதலிய பலவும் இந்த நூலில் மிக எளிமையாக - ஒரு சாதாரண வாசகன் புரிந்து கொள்ளும் வரையில் 'உரையாடல்' மொழியில் சொல்லப்படுகிறது.

இந்த நூலைப் பயில்வதற்கு உதவியாக சில குறிப்புகளை இங்குத் தரவேண்டிய அவசியம் உள்ளது. தத்துவம் மட்டுமல்லாது தொல்லியல், மானுடவியல் போன்ற துறைகளின் துணையோடு இந்த நூல் எழுதப் பட்டுள்ளதால் அத்துறை சார்ந்த சொல் வழக்குகளை அத்துறைகளின் சொல் வழக்குகளாகப் புரிந்துகொண்டு பயில்வது அவசியமாகும். அதேபோல, மாயை, மாய வித்தை போன்ற சொற்களை அவற்றின் இன்றைய புரிதல் அடிப்படையில் அல்லாது குறிப்பிட்ட வரலாற்றுக் காலத்தின் தத்துவப் புரிதல் அடிப்படையில் புரிந்துகொண்டு பயில்வது மிகவும் அவசியமாகும். இல்லையேல், மதம் குறித்த இந்த உரையாடலைக் கொச்சைப்படுத்திப் புரிந்துகொள்ளும் அபாயம் ஏற்படும். இந்தப் பொருளைப் பற்றி மேலும் பயில்வதற்கான நூல்

பட்டியலாகவே கடைசியில் இணைக்கப்பட்டுள்ள நூல் பட்டியலைப் புரிந்துகொள்ள வேண்டும். அந்த நூல்களைப் பயில்வது மதம் குறித்த மார்க்சிய அறிதலுக்கு மேலும் துணை புரிவதாக அமையும்.

இந்த நூலை மிகச் சிறப்பான முறையில் தோழர் இரா.சிசுபாலன் தமிழாக்கம் செய்துள்ளார். இளம் வயதில் இத்தகைய மதம்/தத்துவம் குறித்த நூலை நல்ல தமிழில் மொழிபெயர்த்ததற்காக அவருக்கு நமது பாராட்டுகள். அவரது பணி தொடர வாழ்த்துகள்.

இந்நூல் தமிழகத்துக்குக் கிடைத்துள்ள சிறந்த வரவாகும். பகுத்தறிவாளருக்கும், மார்க்சியருக்கும் இது மிகச் சிறந்த ஆயுதம். எனவே, தமிழுலகம் இதனை வரவேற்று ஆதரிக்க வேண்டுகிறோம். **நியூ செஞ்சரி புத்தக நிறுவனத்தின்** புகழ்மிக்க மரபுக்கு ஒப்ப இந்த நூல் தமிழ் மக்களுக்கு வழங்கப்படுகிறது.

-தேவ.பேரின்பன்

முன்னுரை

1986-ஆம் ஆண்டு ஜுலை மாதம் கல்கத்தா பல்கலைக்கழகம் சார்பில் கல்கத்தா தேசிய நூலகத்தில் நடைபெற்ற நிகழ்ச்சியில் நான் ஆற்றிய, 'ஸ்டீபனோ நிர்மலேந்து கோஷ் சொற்பொழிவை' உள்ளடக்கி யதாக இந்நூல் அமைந்துள்ளது. இங்கு உரை நிகழ்த்துவதற்கான அனைத்து ஏற்பாடுகளையும் மேற்கொண்டதற்காக மட்டுமல்லாமல், எனது உரையை முழுமையாகக் கவனிப்பதற்குத் தனிப்பட்ட ஆர்வம் காட்டியதற்காகவும் தேசிய நூலகத்தின் இயக்குநர் டாக்டர் அசின்தாஸ் குப்தா அவர்களுக்கு அவசியம் நான் நன்றி கூறியாக வேண்டும். என் மீது கொண்ட தனித்த ஈடுபாட்டின் காரணமாக என்னைப் பற்றியும், எனது பணிகள் குறித்தும் மிகப் பெருமையாகப் பார்வையாளர் மத்தியில் அறிமுகப்படுத்தி வைத்து, கருத்தரங்கைத் துவக்கி வைத்த பேராசிரியர் ஏ.டபிள்யூ.முகமது அவர்களுக்கும் நான் பெரிதும் நன்றி பாராட்டக் கடமைப்பட்டிருக்கிறேன். கருத்தரங்கை ஏற்பாடு செய்யவும், இந்த உரையினை நூலாக வெளியிட பல்கலைக் கழகத்தின் அனுமதியினைப் பெறவும் பல்வேறு பணிகளுக்கு மத்தியிலும் முழு ஈடுபாடு காட்டிய பல்கலைக்கழகத்தின் சார்பதிவாளர் டாக்டர் சந்தோஷ்குமார் முகர்ஜி அவர்களுக்கு நன்றி சொல்ல உண்மையில் என்னிடம் வார்த்தைகள் இல்லை.

* * *

நிகழ்த்தப்பட்ட உரையானது அதே வடிவத்தில் இங்கு முழுமை யாக வெளியிடப்படவில்லை. பல இடங்களில் அவசியமான சில திருத்தங்களைச் செய்திருக்கிறேன், ஒவ்வோர் உரையையும் நேரம் கருதி சுருக்கமாகப் பேசியிருந்தேன். ஆனால், இந்நூலில் எனது உரை முழுமையாக வெளியிடப்படுவதற்கு வாய்ப்புக் கிட்டியது. நான் உரையாற்றியதைக் காட்டிலும் சில அம்சங்களை இங்கு என்னால் முழுமையாக விளக்க முடிந்திருக்கிறது.

இந்த முன்னுரையில் ஓர் அம்சம் குறித்து - குறிப்பாக விவாதிக்க முயன்றுள்ளேன். உரையின் மையப்பொருளாக அது இருந்தபோதிலும் திட்டமிட்டபடி நான் ஆற்றிய உரையில் அதனைச் சொல்ல இயல வில்லை.

இந்த உரைக்கு நிதியுதவி அளித்த ராய்பகதூர் ஜி.சி.கோஷ் ஓர் அம்சத்தில் தெளிவாகவும், தீர்க்கமாகவும் இருந்தார். மனிதனுக்குத்

தேவையான சிறந்த, உன்னதமானவை அனைத்தும் தெய்வீகத் தன்மையிலிருந்தும், மதத்திலிருந்தும் கிடைக்கின்றன என அவர் மிகுந்த நம்பிக்கையுடன் இருந்தார். எனவே இந்த உரையானது மதத்தைப் பாதுகாக்கும் தன்மை கொண்டதாக - இன்னும் சொல்லப் போனால் மதப் பிரசாரமாக இருக்கும் என்ற நோக்கம் அவருக்கு இருந்தது. இந்நூலின் இறுதிப் பகுதியில் இந்த அடிப்படையான அம்சம் குறித்து மீண்டும் குறிப்பிட்டுள்ளேன். அதில் சமகால உலக நிலைமைகள் குறித்து விவாதத்திற்கும், பரிசீலனைக்கும் எடுத்துக் கொண்டுள்ளேன். இந்த முன்னுரையில் வேறோர் அம்சத்திற்கு அழுத்தம் கொடுக்க முயன்றுள்ளேன். மதத்தின் உயரிய மதிப்புகள் கிறித்தவத்தில் மிகவும் தெளிவாக விளக்கப்படுவதாக ராய் பகதூர் ஜி.சி.கோஷ் மேலும் நம்புகிறார். சுருக்கமாகக் கூறினால், அவர் தானே ஒரு விசுவாசமிக்க கிறித்தவர்தான். அதனடிப்படையில் தான் - இளம் வயதில் மரணமுற்ற தனது மகனின் நினைவாக இந்தச் சொற்பொழிவு ஏற்பாடு செய்யப்பட்டிருந்த போதிலும் - கிறித்தவத்தில் உள்ள உயரிய மதிப்புகளைப் பிரசாரம் செய்யவேண்டும் என்ற விருப்பத்தின்பேரில் அவர் செயல் பட்டுள்ளார். 1919 ஆகஸ்டிலிருந்து 1939 நவம்பர் வரை இந்த நன்கொடையாளர் பல்கலைக்கழக நிர்வாகத்துடன் கொண்டிருந்த தொடர்பை 1956ஆம் ஆண்டின் பல்கலைக்கழகக் குறிப்பின் மூலம் அறிய முடிந்தது. 1921ஆம் ஆண்டு பேராசிரியர் ஏ.ஏ.மெக்டொனால் முதலாமாண்டு நினைவு தின உரையாற்றி இருக்கிறார் என்பதைக் குறிப்பிடுவது சாலப் பொருத்தமாக இருக்கும். நினைவு தின உரைகள் தொடர்ந்து நடைபெற்று வந்துள்ள போதிலும் நன்கொடையாளர் தான் விரும்பும் தலைப்பில் குறிப்பான ஆர்வம் காட்டுவது ஏன் என்பதை அக்குறிப்பைக் கொண்டு நம்மால் யூகிப்பது கடினமாக உள்ளது. எவ்வாறு இருப்பினும் 1924, செப்டம்பர், 24-ல் எழுதப்பட்டு, சிண்டிகேட் ஆலோசனையின் பேரில் 1939, நவம்பர், 29-ல் திருத்தப் பட்ட கடிதத்தைப் பல்கலைக்கழகக் குறிப்பேட்டில் நான் படித்தேன்.

‘கடவுளின் படைப்பில் கிறித்து உன்னதமான ஒருவர். எனவே கிறித்தவமே மனிதனின் மனதில் கடவுளைப் பற்றி உள்ள உயர்வான கருத்து. ஒரு மனிதன் கிறித்துவை ஏற்றுக்கொண்டால் அவன் வாழ்வதற்கும், சக மனிதர்களுக்காகத் தியாகம் செய்யவும், அன்பாக சேவையாற்றவும், இறுதியில் உயர்ந்த முன்னேற்றத்தையும், மிகப் பெரும் மகிழ்ச்சியும் அடையவும் இயேசுவின் ஆவி உதவும்!’

நன்கொடையாளர் தீவிரக் கிறித்தவப் பக்தராக இருப்பதால் நான் மேற்கண்டவற்றுக்கு அழுத்தம் கொடுத்துள்ளேன். கிறித்துவைப் பற்றி அவர் குறிப்பிட்டுள்ளவற்றையே கிறித்தவர்கள் காலங்காலமாக ஏற்று வந்துள்ளனர். ஆனால் வரலாற்று நாயகர் கிறித்து அல்லது ஆரம்ப

கால நாசரேத் இயேசுவைப் பற்றி நேர்மையான வரலாற்று ஆசிரியர்கள் வேறுவிதமாகக் குறிப்பிடுகின்றனர். அதாவது, அமைப்பு ரீதியான அரசு மதமாக மாறிய கான்ஸ்டான்டின் காலத்திலிருந்து இதனுடைய வடிவத்தில் மாறுதல் ஏற்பட்டுள்ளது. இருப்பினும், இங்கு நான் காட்ட முயலும் அம்சம் பலருக்குப் புதிய ஒன்றாகத் தோன்றலாம். 'மனிதன் கிறித்துவை ஏற்றுக்கொண்டால் அவனது வாழ்க்கைக்கும், அன்பு செலுத்தவும், தியாகம் புரியவும் இயேசுவின் ஆவியினால் இயலும்' என ஜி.சி.கோஷ் குறிப்பிட்டது வர்க்க உணர்வுமிக்க புரட்சிகரவாதிகள் உள்ளிட்ட மதிப்புமிக்க வரலாற்று ஆசிரியர்களால் ஏற்றுக்கொள்ளத் தக்கதாக இருக்கவேண்டுமெனில், கோஷ் புரிந்து கொண்டதிலிருந்து தீவிர மாறுதலைக் கொண்டுவர வேண்டியது அவசியமாகும்.

ஆரம்பகாலக் கிறித்தவம் ஒடுக்கப்பட்ட மக்களையும், சுரண்டப் பட்ட வர்க்கங்களையும் விடுதலை பெறச் செய்வதை லட்சியமாகக் கொண்ட புரட்சிகர இயக்கமாக இருந்தது. அதன் தலைவர், வரலாற்று நாயகரான இயேசுபிரான், சுரண்டும் வர்க்கத்துக்கு எதிராக ஆயுதம் தாங்கிய புரட்சியை வழி நடத்தினார் என்பதால் ஆளும் வர்க்கத் தினரால் சித்திரவதை செய்யப்பட்டுப் படுகொலை செய்யப்பட்டார் என்ற அடிப்படையில் அந்த மாறுதல் இருக்க வேண்டும். அத்தகைய நிலையில் தற்காலக் கம்யூனிஸ்டு ஒருவர்கூட இயேசுவை உண்மையான அர்த்தத்தில் ஏற்றுக்கொள்ள இயலும். 'சேவையை விரும்பவும், சக மனிதர்களுக்காகத் தியாகம் செய்யவும்' கோரும் வெற்று வார்த்தை களுக்கு மாறாக, அவரது கருத்துகளின் சாரம் மெய்யான உண்மை களைக் கொண்டதாக இருக்கும்.

பிரெடெரிக் ஏங்கல்ஸ், ஆர்சிபால்ட் ராபர்ட்சன், பர்ரோஸ் டன்ஹம் ஆகியோரின் நூல்களிலிருந்து இதனை நான் தெளிவுபடுத்த விரும்புகின்றேன். பல நூற்றாண்டுகளாக இருந்து வந்த இறையியல் குறித்த அம்சங்களைப் பற்றிய அவர்களது குறிப்புகள் அபத்தமானதாகப் பலருக்குத் தோன்றும். எனவே, இந்த எழுத்தாளர்கள் கூறியவற்றை அவர்களது வார்த்தைகளிலேயே குறிப்பிட்டு விடுவதால் எனது பணிகள் எளிதாக உள்ளன.

புரூனோ பௌளர் *(1809-1882)* எழுதிய **'பைபிள் மீதான ஜெர்மன் விமர்சனம்'** என்ற நூலிலிருந்து ஏங்கல்ஸ் தொடங்குகிறார். ஏங்கல்ஸ் கருத்தின்படி, இந்நூலில் பைபிள் வசனங்கள் மற்றும் கடிதங்கள் மீது கடுமையான விமர்சனங்கள் முன்வைக்கப்பட்டுள்ளன. இது கூடுதலான ஒன்றாகும். ஆனால் இது பைபிளின் மீதான மயக்கங்களை உடைப் பதற்குப் பெரிதும் துணைபுரிந்துள்ளது. ஏங்கல்ஸ் குறிப்பிடுகிறார்:

'சீடர்களின் பைபிள் வசனங்கள் மற்றும் கடிதங்கள் மீதான ஈவிரக்கமற்ற விமர்சனம் மட்டுமல்ல, யூதர்களும், கிரேக்க அலெக்

சாண்டிரியர்களும் பற்றிய கூறுகள் குறித்தும் (புரூனோபௌவர்) பகுப்பாய்வு மேற்கொள்கிறார். இத்தகைய கிரேக்க மற்றும் கிரேக்க - ரோமானியக் கூறுகளே கிறித்துவத்தை உலகளாவிய ஒரு மதமாக்கப் பெரிதும் துணை புரிந்துள்ளன. யூத மதத்திலிருந்து முழுமை பெற்று உருவான கிறித்தவ மதம் பாலஸ்தீனத்தில் துவங்கி, உலகை வென்றது என்ற மாயை புரூனோ பௌருக்குப் பிறகு சாத்தியமில்லாமல் போய் விட்டது. இனிமேல் அத்தகைய மாயை இறையியல் துறையிலும், அறிவியலைத் தியாகம் செய்தாவது, மக்களுக்காக மதத்தைக் காக்க வேண்டும் என விரும்புபவர்களிடமும் மட்டுமே செல்லுபடியாகும். அலெக்சாண்டிரியாவின் பிலினோயிக் சிந்தனை முறை, கிரேக்க - ரோமானியத்தின் அருவருப்பான தத்துவம் ஆகியனவும், பிளாட்டோனிய - ஸ்டோயிசக் கூறுகள் கிறித்துவ மதத்தின் மீது பெரும் தாக்கம் செலுத்தின. இது மிகத் தெளிவான குறிப்புகளுடன் விளக்கப்பட வில்லை. எனினும், இந்தத் தாக்கம் ஏற்பட்டது உண்மை என்பது நிரூபிக்கப்பட்டுள்ளது. இது அடிப்படையில் புரூனோபௌரின் செயலாகும். ‘கிறித்தவ மதம் வெளியிலிருந்து ரோமானிய - கிரேக்க உலகிற்கு இறக்குமதி செய்யப்பட்டு அதன் மீது திணிக்கப்பட்டதன்று; அது அந்த உலகினுடைய சொந்த சரக்கே’ என்பதை நிரூபிப்பதற்கான அடிப்படைகளை அளித்தார். நீண்ட காலமாக இருந்துவரும் பழைய நம்பிக்கைகளை எதிர்க்கும் எல்லோரையும் போலவே புரூனோபௌரும் இந்நூலில் தனது நோக்கத்துக்கு வெளியேயும் பேசியுள்ளார். வளர்ந்து வரும் கிறித்தவ மதத்தின் மீது பிலோ மற்றும் செனேகாவின் தாக்கத்தை வெளிப்படுத்துவதற்காகவும், புதிய ஏற்பாட்டின் ஆசிரியர்கள் இந்தத் தத்துவ ஆசிரியர்களை முழுமையாகக் காப்பியடித்தவர்கள் என்பதை நிரூபிப்பதற்காகவும், இந்தப் புதிய மதத்தின் வருகையை ரோமானிய வரலாற்று ஆய்வாளர்களின் குறிப்புகளைக் கொண்டு நிராகரித்தும், பொதுவாக வரலாற்று நிகழ்ச்சிகளின் மீது அதிக சுதந்திரத்தை எடுத்துக்கொண்டும் பௌர் குறிப்பிடுகிறார். கிறித்தவம் பிலேவியன்கள் காலத்தில்தான் தோன்றுகிறது. புதிய ஏற்பாடு ஹிரிடியன் ஆன்டோனியோ மற்றும் மார்க்ஸ் அருளியஸ் காலத்தில்தான் உருவாகிறது எனக் கூறுகிறார். இதன் மூலமாக புதிய ஏற்பாட்டிலுள்ள இயேசு மற்றும் அவரது சீடர்கள் எத்தகைய வரலாற்றுப் பின்னணியும் இல்லாதவர் களாக ஆக்கப்படுகிறார்கள். அவர்கள் இதிகாச நாயகர்களாகக் காட்டப்படுகிறார்கள். கிறித்தவத்தின் உள்ளார்ந்த வளர்ச்சிக் கால கட்டமும், முதல் கிறித்தவ சமுதாயத்தின் நெறிமுறை சார்ந்த போராட்டங்களும் கற்பனையான பாத்திரங்களின் மேல் ஏற்றப்பட்டு விட்டன. பௌரின் கூற்றின்படி, கலிலியும், ஜெருசலமும் அல்ல; அலெக்சாண்டிரியாவும், ரோமுமே புதிய மதத்தின் பிறப்பிடமாகும்.”[1]

இத்தகைய மிகைப்படுத்துதல்கள் புரூனோபௌர் நூல்களில் இருந்தாலும், கிறித்தவ நூல்களில் அவர் மேற்கொண்ட சிறந்த பகுப்பாய்வு ஆரம்பகாலக் கிறித்தவத்தைப் புரிந்து கொள்ள ஏங்கல்சுக்கு உதவியாக இருந்தது. நாம் முதலில் ஏங்கல்ஸ் கூறியதைப் பற்றிப் பேசுவோம். பிறகு ஆர்ச்பால்ட் ராபர்ட்சன், பரோஸ் டன்ஹம் ஆகியோரது மார்க்சிய அணுகுமுறைகளைப் பற்றி விவாதிப்போம்.

ஏங்கல்ஸ் கூறுவதாவது: ஆரம்பகாலக் கிறித்தவத்துக்கும், நவீனகாலத் தொழிலாளி வர்க்கப் போராட்டத்துக்கும் பல்வேறு அம்சங்களில் ஒத்திசைவுகள் உள்ளன. நவீன காலத் தொழிலாளி வர்க்கத்தைப் போலவே கிறித்தவமும் உண்மையில் ஒடுக்கப்பட்ட மக்களின் இயக்கமாகும். அது முதலில், அடிமைகள், அடிமைகளாக இருந்து விடுதலை பெற்றவர்கள், உரிமைகள் ஏதுமற்ற ஏழை மக்கள், ரோமானியப் பேரரசால் ஒடுக்கப்பட்ட, விரட்டப்பட்ட மக்கள் போன்றோரின் மதமாகவே தோன்றியது. கிறித்தவமும், தொழிலாளர்களின் சோசலிசமும், அடிமைத்தளையிலிருந்தும், துயரங்களிலிருந்தும் விடுதலை அடைவதைப் பற்றியே பேசுகின்றன. கிறித்தவம் இந்த விடுதலையை வாழ்க்கைக்குப் பின், அதாவது மரணத்துக்குப் பின் சொர்க்கத்தில் காண்கிறது. சோசலிசம் இந்த உலகிலேயே சமுதாய மாற்றத்தைக் காண்கிறது. இருவருமே தூற்றப்பட்டனர். தண்டனைகளுக்கு ஆளாக்கப்பட்டனர். இவர்களைப் பின்பற்றியவர்கள் வெறுக்கப் ι ιι' ι னர். தனிப்பட்ட சட்டதிட்டங்களுக்கு உட்படுத்தப்பட்டனர். கிறித்தவர்கள் மனித குலத்தின் எதிரிகளாகவும், சோசலிஸ்டுகள் அரசு, மதம், குடும்பம், சமூக முறைமை ஆகியவற்றின் எதிரிகளாகவும் காட்டப்பட்டனர். இத்தகைய ஒடுக்குமுறைகளை மீறி, ஏன், இவற்றால் தூண்டப்பட்டே இருபிரிவினரும் தடைகளைத் தகர்த்து வெற்றியை நோக்கி முன்னேறினர். இந்த இரு வரலாற்றுப் போக்குகளுக்கு இடையிலான ஒற்றுமை மத்திய காலக்கட்டத்தில் முதலாவது விவசாயிகள் எழுச்சியின் பொழுது - குறிப்பாக, நகர்ப்புற பிலபியன்களிடையே இருந்தது நமது கவனத்தைக் கவர்ந்தது. மத்திய காலத்தில் நிலவிய பிற வெகுஜன இயக்கங்களைப் போலவே இந்த எழுச்சிகளும் மத முகமூடியை அணிந்துகொண்டிருந்தன. சீரழிவிலிருந்து ஆரம்ப காலக் கிறித்தவத்தைக் காப்பாற்றுவது போலத் தோன்றின. ஆனால் மதரீதியான எழுச்சிகளுக்குப் பின்னால் ஒவ்வொரு காலகட்டத்திலும் இவ்வுலக நலன்கள் இருந்தன. இது ஜான்ஜிஜ்காவின் தலைமையிலான 'பொகேமியன் டே போரைட்' அமைப்பில் மிகவும் தெளிவாக வெளிப்பட்டது. இத்தகைய போக்கு, 1930-க்குப் பிறகு கம்யூனிஸ்டு உழைக்கும் மக்களால் ஜெர்மன் விவசாயிகள் போர் ஏற்பட்டதைத் தொடர்ந்து படிப்படியாக மறையும்வரை மத்திய காலம் முழுவதும்

நிலவி வந்தது. பிரெஞ்சுப் புரட்சிகரக் கம்யூனிஸ்டுகள் - குறிப்பாக, வெயிட்லிங்கும், அவரது ஆதரவாளர்களும் எர்னஸ்ட் ரேனானுக்கு வெகுகாலத்திற்கு முன்பே ஆரம்பகாலக் கிறித்தவத்தைப் பற்றிப் பின்வருமாறு குறிப்பிட்டனர்: ஆரம்பகாலக் கிறித்தவ சமுதாயத்தைப் பற்றி ஓர் அபிப்பிராயத்தை உங்களுக்கு அளிக்க வேண்டுமெனில், சர்வதேச உழைக்கும் மக்கள் அமைப்பின் உள்ளூர்க் குழுவினரைக் காணுங்கள் என உங்களை நான் கேட்டுக்கொள்கிறேன்.[2]

மேலும், 'தன்னைப் பற்றியே அறியாமலிருந்த அப்போதைய கிறித்தவத்துக்கும், பின்னாளில் வந்த கிறித்தவத்துக்கும் இடையிலான வேறுபாடு, பூமிக்கும், சொர்க்கத்துக்கும் இடையிலான வேறுபாடு போல இருந்தது என்பதை நாம் காணுகின்றோம். ஒன்றை வைத்து மற்றொன்றை அறிய முடியாது. இங்குக் கோட்பாடுகளோ, பிற்காலக் கிறித்தவத்தின் நெறிமுறைகளோ எதுவும் நம்மிடம் இல்லை. மாறாக, ஒன்று ஒட்டுமொத்த உலகத்திற்கு எதிராகப் போராடிக் கொண் டிருந்தது. அந்தப் போராட்டம் வெற்றிகரமான ஒன்றாகும். போராட்ட முனைப்போ, வெற்றிக்கான உறுதிப்பாடோ இன்றைய கிறித்தவத்தில் முழுமையாக இல்லை. சமுதாயத்தில் இதற்கு நேரெதிராக வாழும் சோசலிஸ்டுகளிடம் மட்டுமே அவை இன்று காணப்படுகின்றன.

'உண்மையில் உலகிற்கு எதிரான போராட்டமானது ஆரம்பத்தில் உயர்மட்டத்தில் இருந்தது. அதே சமயம் அவர்களுக்கு இடையிலான நோக்கம் ஆரம்பகாலக் கிறித்தவர்கள் மற்றும் சோசலிஸ்டுகளுக்கு இடையில் பொதுவாக இருந்தன. இவ்விரு பெரும் இயக்கங்களும் தலைவர்களாலோ அல்லது இறைத்தூதர்களாலோ உருவாக்கப்பட வில்லை. இரு தரப்புகளிலும் போதுமான எண்ணிக்கையில் இறைத் தூதர்கள் இருந்தபோதிலும் அவை வெகுஜன இயக்கங்களாகவே இருந்தன.[3]

ஒட்டுமொத்த உலகத்திற்கு எதிராகப் போராடிக் கொண்டிருந்த நாம் கண்ட ஆரம்பகாலக் கிறித்தவர்கள் யாவர்? இங்கும் ஆரம்பகாலக் கிறித்தவத்துக்கும், நவீன கால கம்யூனிசத்திற்கும் இடையில் ஒருமைப் பாடு உள்ளது என்கிறார் ஏங்கெல்ஸ்.

"எந்த வகையான மனிதர்கள் முதலில் கிறித்தவர்களாக வந்தனர்? அடித்தட்டு மக்களுக்காக 'உழைத்தவர்களும், பாரம் சுமந்தவர்களும்' தான் புரட்சிகர சக்திகளாக உருவாயினர். நகரங்களில் தரித்திர நிலையில் சுதந்திரமாக சுற்றித் திரிந்தவர்கள், தெற்கத்திய அடிமை நாடுகளில் இருந்த சாதாரண அடித்தட்டு மக்கள், ஐரோப்பியக் கடற்கரைகளில் சுற்றித் திரிந்தவர்கள், காலனிய நாடுகளிலும், சீனாவின் துறைமுகங்களிலும் வாழ்ந்துவந்த முரட்டுப் பேர்வழிகள், அடிமை

களாக இருந்து விடுதலை பெற்றவர்கள், இவர்களுக் கெல்லாம் மேலாக, இத்தாலி, சிசிலி பகுதிகளில் இருந்துவந்த உண்மையான அடிமைகள், ஆப்பிரிக்க அடிமைகள், பெரும் கடனில் மூழ்கி அடிமை களான கிராமப்புற மாவட்டங்களைச் சேர்ந்த சிறு விவசாயிகள் போன்ற பலதரப்பட்ட மக்களும் இவர்களிடையில் இருந்தனர்.[4]

அதனால்தான் ஆரம்பகாலக் கிறித்தவத்தைப் பற்றிய அடுத்த ஆய்வானது மார்க்சிய அணுகுமுறையில் ஒரு புதிய கோணத்தில் இருந்தது. ஆர்ச்பால்ட் ராபர்ட்சனின் (லண்டன் 1953) 'கிறித்தவத்தின் தோற்றுவாய்' என்ற நூல் குறிப்பிடத்தக்க ஒன்றாகும். சில சமயங்களில் ஒப்பீட்டளவில் சாதாரணக் குறிப்புகளாக, பைபிளில் மேற்கொள்ளப் பட்ட விமர்சன பூர்வமான திருத்தங்கள் மற்றும் மாறுதல்களாக, ஆரம்பகாலக் கிறித்தவத்தின் தீவிரத் தன்மையைக் குறைத்து மதிப்பிடு பவையாக இருந்த ஏராளமான குறிப்புகள் போன்றவற்றை அவர் மறு ஆய்வுக்கு உட்படுத்தினார். இதிலிருந்து, ஜான் பாப்டிஸ்டுக்குப் பிறகு அடக்குமுறையாளர்களுக்கு எதிராக, ஒடுக்கப்பட்ட மக்களைத் திரட்டித் தீவிர ஆயுதப் புரட்சிக்குத் திட்டமிட்ட காரணத்தினாலேயே வரலாற்று நாயகரான இயேசு கொடூரமான வகையில் படுகொலை செய்யப்பட்டார் என்ற முடிவுக்கு அவர் வந்தார். வரலாற்று நாயகரான இயேசுவையும், அவரது உண்மைச் செய்திகளையும் அறிந்து கொள்ள ஆர்வமுள்ள அனைவரும் அவசியம் இந்நூலைப் படிக்கவேண்டும்; மீண்டும், மீண்டும் படிக்கலாம். இந்த நூலின் ஆசிரியர் குறிப்பிட்டுள்ள அனைத்து அம்சங்கள் குறித்தும் அல்லது அவற்றில் முக்கியமான வற்றையாவது பேச துரதிருஷ்டவசமாக இங்குப் போதுமான வாய்ப்புகள் இல்லை. அவரது பகுப்பாய்வின் முடிவை மட்டுமாவது இங்குக் குறிப்பிட்டுக் காட்டவேண்டியது நமது நோக்கத்திற்கு அவசியமான ஒன்றாகும். அவர் குறிப்பிடுவதாவது:

பைபிள் வசனத்தின் ஆரம்பப்பகுதி - உள்ளார்ந்த ஆதாரங்கள் மற்றும் ஒப்பீட்டு ஆய்வின் மூலம் நிரூபிக்கத்தக்கது - முதலில் ஜான்பாப்டிஸ்டினாலும் பிறகு நஜோரியன் இயேசுவினாலும் வழி நடத்தப்பட்ட புரட்சிகர இயக்கம் ரோமானிய மற்றும் பாலஸ்தீனத்தில் இருந்து வந்த ஹிரோடியன் ஆட்சியைத் தூக்கி எறிவதையும், பூமியில் 'கடவுளின் அரசாட்சியை' நிறுவுவதையும் இலக்காகக் கொண் டிருந்தது. அதில் முதல் நிலையில் இருந்தவர்கள் கடைநிலைக்கும், கடைநிலையில் இருந்தவர்கள் முதல் நிலைக்கும் தள்ளப்பட்டனர். வசதி படைத்தவர்கள் வெறும் கையோடு அனுப்பப்பட்டனர். ஏழைகளுக்கு நல்ல பொருட்களும், வீடுகளும், நிலமும் அளிக்கப் பட்டன. ஜான் மற்றும் இயேசுவைப் பின்பற்றியவர்கள் நாட்ஜிம் அல்லது நாஜரியன்கள் என்றழைக்கப்பட்டனர். இவர்கள் நாசரேத்

கிராமத்தைச் சேர்ந்தவர்கள் அல்லர், ஹீப்குமொழியில் 'நாட்ஜர்' என்றால் 'காப்பாற்றுதல்' அதாவது ரகசியத்தைக் காப்பவர்கள் ஆவர்...

நாஜரியன்கள் அனேகமாக எஸென்யரின் ஒரு பிரிவாக இருக்கக் கூடும். ஜோசப் கூற்றின்படி எஸென்யர் என்பவர்கள், 'பணக்காரர் களை வெறுத்தவர்கள்.... அவர்களிடத்தில் ஒவ்வொருவருக்கு இடையிலும் எத்தகைய வித்தியாசத்தையும் காண இயலாது. அவர் களிடம் யாராவது ஒருவர் வந்து சேர்ந்தால், அவர்களும் அனை வருக்குமான பொது முறைமையைப் பின்பற்ற வேண்டும். எனவே அங்குள்ள அனைவருக்கும் சொத்துரிமை பொதுவானதாகவே இருந்தது.'

'ஜான் பாப்டிஸ்ட் இயக்கம், ஆன்டிபஸ்ஸுனால் முளையிலேயே கிள்ளி எறியப்பட்டது. ஜெருசலத்தைக் கைப்பற்றும் நாஜரியன் முயற்சியானது, பிலாட், இயேசுவை சிலுவையில் அறையும் நிகழ்வுக்கு இட்டுச் சென்றது.' சுருக்கமாகக் குறிப்பிட்டால், இயேசு இறப்பி லிருந்து மீண்டெழுந்த ஜான்பாப்டிஸ்ட் என சிலராலும், எலிஜா அல்லது ஒரு பண்டைய ஆண்டவனின் தூதுவர் என வேறு சிலராலும் நம்பப்பட்டார். டேனியல் துவங்கி மெசையா வகைப்பட்ட மீட்பர் பற்றிய ஒட்டுமொத்த வரலாறு முழுதும் சாதாரண அடித்தட்டு அப்பாவி மக்களிடத்தில் வேர் கொண்ட புரட்சிகரமான ஓர் இயக்கத்தின் தலைவர்கள் ஒருவருக்குப் பின் ஒருவராக மறைந்த பொழுதும் அவர்கள் வாழ்ந்து கொண்டிருக்கிறார்கள் என்ற நம்பிக்கையை முன் வைத்தது. இயேசுவின் மறைவுக்குப் பின்னரும் இது தொடர்ந்து கொண்டிருப்பதில் நாம் ஆச்சரியப்பட ஏதுமில்லை."[5]

ஆர்ச்பால்ட் ராபர்ட்சனின் நூலுக்குப் பெரிதும் ஆதாரப்பட்டு அதனை முழுமையாக அங்கீகரிக்கும் பரோஸ் டன்ஹம், தனது **'வீரர்களும், கடவுள் எதிர்ப்பாளர்களும்'** *(நியூயார்க் 1967)* என்ற நூலில், இயேசு குறித்த தனது புதிய அணுகுமுறையை முன்வைக்கிறார். அவர் குறிப்பிடுவதாவது:

'வரலாற்று நாயகரான இயேசு, தேசிய விடுதலைக்காக ஆயுத மேந்திப் போராடி வந்த நாயகர் என நான் ஒரு காலத்தில் நம்பியதைக் குறிப்பிட விரும்புகிறேன். அந்த இயக்கம் புரட்சிக்கட்டத்தில் நுழைந்த பொழுது காட்டிக் கொடுக்கப்பட்டு, அதன் தலைவர் படுகொலை செய்யப்பட்டார். அச்சம்பவங்கள் கி.மு.30-ல் நிகழ்ந்திருக்கலாம். எவ்வாறாயினும், கி.மு. 36-ல் போன்டியஸ் பிலாட் ரோமுக்குத் திருப்பி அழைக்கப் படுவதற்கு முன்பாக இது நடைபெற்றிருக்க வேண்டும்.

'இயேசு ஒரு தீவிர புரட்சிவாதியாக இருந்தார் என எண்ணுவது ஆச்சரியமானதாகவும், இன்னும் சொல்லப் போனால் சிலருக்கு

அபாயகரமானதாகவும் தோன்றக்கூடும் என்பதை நான் அறிவேன். பைபிள் வசனங்களில் இந்த அணுகுமுறைக்கு சில நேரடியான ஆதாரங்கள் உள்ளன. அவை மிகவும் வலுவான ஆதாரங்களாகும். ஏனெனில், இது உள்நோக்கம் கொண்டதன்று; உண்மையான பாரம் பரியத்தின் அடிப்படையில் அமைந்த ஆவணம் ஆகும்.'[6]

அவற்றிலுள்ள சில குறிப்பிட்ட விவரங்களை ஆழமாகப் புரிந்து கொள்ள வேண்டியது அவசியமானதாகும். அவர் மேற்கோள் காட்டியுள்ள பைபிளின் பக்கங்கள், புதிய ஆங்கில பைபிளிலிருந்து (ஆக்ஸ்ஃபோர்டு மற்றும் கேம்பிரிட்ஜ் பல்கலைக் கழக அச்சகங்கள், 1961) மொழிபெயர்க்கப்பட்டவையாகும். டன்ஹம் குறிப்பிடுகிறார்:

'இத்தகைய அணுகுமுறைக்கான ஆதாரங்களை முதலில் நாம் பகுப்பாய்வு செய்வோம். எவான்ஜிலியர்கள் - கிறித்தவ மதபோதகர்கள் மற்றவர்களைப் போல அல்லாமல் மூல உண்மைகள் குறித்த ஆதாரங் களை விட்டுச்சென்றுள்ளனர் என்பது நமக்குத் தெரிய வருகிறது. அதாவது, பழங்காலப் பிரதேசங்களின் புவியியல் ஆதாரங்களை புவியியல் மீதமிச்ச பொருட்கள் தெரியப்படுத்துவது போல இந்த மதப் பிரசாரகர்கள், ஆதாரங்களை விட்டுச் சென்றுள்ளனர். உதாரணமாக,

'ஜான் பாப்டிஸ்ட் வந்த காலத்திலிருந்து சொர்க்கத்தின் ராஜ்ஜியம் வன்முறைக்கு இலக்காகி வருகிறது. வன்முறையாளர்கள் இதனைக் கைப்பற்றிக் கொண்டனர்.' மீண்டும் இதற்கு இணையான லூக்கின் ஒரு பகுதி:

'ஜான் வரும் வரை இது சட்டரீதியாகவும், இறைத் தூதர்களுக்கு ஏற்புடையதாகவும் இருந்தது. அதிலிருந்து, கடவுளின் அரசாட்சி என்ற நற்செய்தி பரவியது. ஒவ்வொருவரும் அந்தப் பாதையில் தங்களை ஈடுபடுத்திக்கொண்டனர்.'

ஒரு மனிதரின் புரட்சிகரமற்ற நோக்கத்தையும், மேலுலகம் குறித்த உள்ளக்கிடக்கைகளையும் விளக்க இத்தகைய மாறுபட்ட பகுதிகள் இதில் காணப்படுகின்றன.

'நாட்டின் விடுதலைக்கு ஆயுதப்புரட்சி அவசியமாக இருந்திருக்கிறது.' அதன் மூலமே 'கடவுளின் அரசாட்சியை' அடைய முடிந்திருக்கிறது என்பதை ஆயிரக்கணக்கான ஆண்டுகால அனுபவங்கள் காட்டு கின்றன என்ற உண்மையை இந்தப் பக்கங்கள் உறுதிப்படுத்துவதாக நான் கருதுகின்றேன்.

'மேலும் லூக்கின் பைபிள் வசனங்களில் குறிப்பிடத் தக்கதாக இருபத்து இரண்டாவது பாகம் உள்ளது. இதில் புரட்சியாளர்களும், நிர்வாகக்குழு அல்லது பொது நிர்வாகிகளும் புரட்சிக்கு முன்

ஒருங்கிணைந்து இருக்கும் ஒரு நிலைமையை நாம் காணலாம். அவர்களில் ஒருவர் காவல் துறையின் உளவாளி எனத் தனக்குத் தகவல் கிடைத்துள்ளதாகத் தலைவர் அறிவிக்கிறார்.

'பிறகு, திடீரென, தலைவர் குறிப்பிடுகிறார்',

'எவ்விதப் பணமோ, பொருளோ இன்றி வெறும் கைகளுடன் உங்களை நான் வெளியில் அனுப்பும்பொழுது, நீங்கள் ஏதாவது குறை கண்டீர்களா?' 'இல்லை' என அவர்கள் பதிலளித்தனர் 'அது இப்பொழுது வேறு மாதிரியாக உள்ளது' என்றார் அவர். மேலும், அவர் யாரிடம் பணமும், பையும் இருக்கின்றனவோ அவர்கள் அவற்றை உடன் எடுத்துக்கொண்டு செல்வது நல்லது. யாரிடம் கத்தி இல்லையோ, அவர் துணிமணிகளை விற்று ஒன்றை வாங்கிக் கொள்ள வேண்டும்' என்றார். மேலும், அவர் மற்றவர்களுடன் சேர்த்துச் சட்டத்துக்குப் புறம்பானவராகக் கணக்கிடப்பட்டிருக்கிறார். உங்களுக்குக் குறிப்பிட விரும்புகிறேன். கட்டாயம் நீங்கள் என்னை நம்பவேண்டும். ஏனெனில், என்னைப் பற்றி எழுதப்பட்டுள்ள அனைத்தும் நிறைவேறி வருகின்றன. 'ஆண்டவரே, இங்கே கவனியுங்கள்; நாங்கள் இரண்டு கத்திகளை வைத்திருக்கிறோம்' என அவர்கள் குறிப்பிட்டனர். 'போதும், போதும்!' என்றார் அவர், என அந்த நூல் குறிப்பிடுகிறது.

'இது புரட்சியின் குரல் போல கேட்கின்றது அல்லவா?' இது அதுதான் எனில் இப்பொழுதுதான் ஜூடாஸின் துரோகத்தை முதன்முறையாகப் புரிந்துகொள்ள முடிகிறது. ஜூடாஸ், இயேசுவைக் கைது செய்யும் அதிகாரிகளிடம் காட்டிக்கொடுக்கும் துரோகத்தைப் பற்றி பைபிள் வசனங்களில் குறிப்பிடப்பட்டுள்ளது. ஆனால் அந்த அதிகாரிகளுக்கோ அந்த உதவி தேவைப்படவில்லை. ஏனெனில் இயேசு அச்சமயம் மக்கள் அறிந்த மிகவும் பிரபலமானவராக இருந்தார். அதற்கு மாறாக, புரட்சி எப்பொழுது துவங்கப் போகிறது என ஜூடாஸ் குறிப்பிட்டிருந்தால் அச்செய்தி முப்பது வெள்ளி நாணயங் களுக்குச் சமமாக இருந்திருக்கும். அப்பொழுது இயேசு, நகரவாயிலில் ஹோ-சன்னா (எங்களுக்காகப் பேசுங்கள்) என முழக்கமிட்டுக் கொண்டிருந்த புரட்சியாளர்களை வாழ்த்திக்கொண்டிருந்தார்.

'இறுதியாக, புரட்சி தினசரி நிகழ்வாகிவிட்ட செய்தியை பாராபாஸ் தொடர்புடைய இரு பகுதிகளில் காணலாம். மார்க் கூறுகிறார்: (15:7) பாராபாஸ் என அறியப்பட்ட, கொலைக் குற்றத்துக்காக கைது செய்யப்பட்ட மனிதன், புரட்சியாளர்களுடன் சிறையில் இருந்தார். லூக் கூறுகிறார் (23:19): 'அந்த மனிதர் நகரில் நடைபெற்ற புரட்சிக் காகவும், கொலைக்குற்றத்துக்காகவும் சிறையில் அடைக்கப்பட்டார்.' அவர்கள் குழப்பமான கட்டத்தில் இருந்தனர். வசதிக்காரர்கள் மட்டும்

ரோமானிய ஆதரவாளர்களாக மிகவும் பாதுகாப்பாக இருந்து வந்தனர்.

வரலாற்று நாயகரான இயேசு ஒரு சமூகப் புரட்சியாளர் எனில், பைபிள் வசனத்தில் உள்ள பெருமளவிலான தீவிரக் கொள்கைகளை நம்மால் புரிந்துகொள்ள முடியும். சுரண்டலை ஒழிப்போம் எனக் கூறப்பட்டுள்ளது மட்டுமே போதுமானது. அதுமட்டும் அல்லாமல், அதற்கும் மேலாக பல கொள்கைகள் சமூக முறைமையை முழுமையாக மாற்றியமைக்கக் கூடியவையாக உள்ளன. அதாவது, ‘கடை நிலையில் இருப்பவை முதலாவதாக இருக்கவேண்டும்; அடிமட்டத்தில் இருப்பவர்கள் இம்மண்ணின் பாரம்பரியத்துக்குச் சொந்தக்காரர்களாக இருக்கவேண்டும்’ என்பன போன்றவை.

‘இந்த இயக்கம் உள்ள இடங்களில் ‘இயல்பான செயல்பாடுகள்’ என்பது இல்லை. பணம் பண்ணுபவர்கள் ஆலயங்களிலிருந்து விரட்டப்பட்டனர். ரோமுடன் உறவு கொண்டிருந்த மேல்தட்டினர் ‘இறந்த மனிதர்களின் எலும்புக் கூடுகளாக்கப்பட்டனர்.’ சட்டவாதிகள் சிறிய மீனைப் போட்டுப் பெரிய மீனைப் பிடிக்கும் செயலில் ஈடுபட்டு வந்தனர். ரோமானிய வரியைச் செலுத்தவேண்டுமா என நம்பத்தகாத கேள்வி எழுப்பப்பட்ட பொழுது, இயேசு, வழக்கமாக வரியாகச் செலுத்தப்படவுள்ள நாணயத்தைப் பார்க்க விரும்புவதாகக் குறிப்பிட்டார். அப்போது அவரைக் கேள்வி கேட்டவர்கள் டெனாரியஸ் உருவம் பொறிக்கப்பட்ட ஒரு நாணயத்தை எடுத்துக்காட்டினர். அதைத் தொடர்ந்து சுயக்குழப்பமும், சுயதுரோகமும் வெளிப்பட்டன. ஏனெனில் யாரால் டெனாரியஸ் போன்ற மனிதனை ரோமானிய அதிகாரிகளுக்கு வரி செலுத்துபவர்களாக வைத்திருக்க இயலும்?

இதற்கிடையில் சீடர்கள், தாங்கள் எவ்வளவு இழந்திருக்கிறோம், எதிர்காலத்தில் தங்களுக்கு எவ்வளவு கிடைக்கும் எனக் கவலைப்பட ஆரம்பித்தனர். இது குறித்து மார்க் பின்வருமாறு பதிலளிக்கிறார்: ‘நான் உங்களுக்குக் கூறுகிறேன்; வீடு, சகோதரர்கள், சகோதரிகள், தாய், தந்தை, குழந்தைகள் அல்லது நிலம் போன்ற எவற்றையும் எனக்காகவோ, பைபிள் வசனங்களுக்காகவோ விட்டுவிடுவதன் மூலமாக, இதைக் காட்டிலும் நூறு மடங்கு அதிகமாக வீடுகள், சகோதரர்கள், சகோதரிகள், தாய்மார்கள், குழந்தைகள், நிலம் போன்றவற்றைப் பெற்று விடுவதில்லை. மரணமில்லாப் பெருவாழ்வு காலத்திலும் அது அடையப் பெறுவதில்லை. ஆனால், முதலாவதாக இருக்கிற பலரும் கடைசியாகச் செல்வதும், கடைசியாக உள்ளவர்கள் முதலாவதாகச் சென்றுவிடுவதும் நிகழ்ந்துவிடுகிறது.’

‘இன்றைய காலகட்டத்தில்!’ அந்த வெகுமதி தாண்டிச் செல்லக் கூடியதோ, வேறு சில முறைமைகளுக்குத் தள்ளிப் போடக்கூடியதோ

அன்று. குறைந்தபட்சம் அவற்றில் சில அதே வரலாற்றுத் தொடர்ச்சியில் அனுபவிப்பதற்காக உழைக்கக்கூடியனவாகும். அவற்றுள் பொருளாதார நலன்களும் ('வீடுகள்' மற்றும் 'நிலங்கள்'), பரந்துபட்ட, மேலும் நெருக்கமான சகோதரத்துவமும் இருக்கும்...'

'இறுதியாக, சந்தேகத்துக்கு இடமின்றி அந்த இயக்கம் மக்களை வென்றெடுக்கும். இது குறித்து மத குருமார்கள் பிலாட்டிடம் வெளிப்படையாகக் குறிப்பிடுவதாவது: அவரது போதனையின் விளைவாக ஜூடாவில் மக்களிடையே அதிருப்தி ஏற்பட்டது. அது கலிலியில் துவங்கி இந்த நகரம் வரை பரவியது. ரோமானியர்களும், அவர்களது கூட்டாளிகளும் கடைசி நிமிடத்தில் தாக்கினர். ஏனெனில், மேலும் தாமதமானால் ஆபத்தாக முடியும் எனக் கருதுவதற்கு உண்மையில் இடம் உண்டு. மக்களின் உண்மையான சமூக நலன் குறித்து அவர்களிடையே தெளிவை உண்டாக்கி அவர்களை அணிதிரட்ட வேண்டும் என்ற இத்தகைய இயக்கங்களின் விதிகளை இயேசு நன்கு அறிந்திருந்தார். 'நீங்கள் உண்மையை உணர்வீர்களானால், உண்மை உங்களை விடுதலை செய்யும்'⁷ எனக் குறிப்பிட்டுள்ளார்.

டன்ஹமின் அற்புதமான ஆய்வு உதாரணங்களை மேற்கோள் காட்ட உண்மையிலேயே மேலும் ஆர்வமாக உள்ளது. இருப்பினும், துரதிருஷ்டவசமாக நமது நோக்கம் எல்லைக் குட்பட்டதாகும்.

ஆனால், ஒடுக்கப்பட்ட மக்களின் விடுதலைக்கான ஆயுதப் போராட்டம் என்ற செய்தி, இயேசுவை மிகக் கொடூரமாகக் கொலை செய்ததன் மூலம் முடிவடைந்துவிடவில்லை என்பதை நாம் கூற வேண்டியுள்ளது. இங்கே ஒரு முக்கியமான உதாரணம்: ஜெர்மனியின் விவசாயிகள் போராட்ட இயக்கத் தலைவர் தாமஸ் மன்ஜெர், ரோமானிய மதகுருமார்களுக்கு எதிராக ஆயுதங்களை ஏந்துமாறு சாக்சோனிய இளவரசர்களையும், பொதுமக்களையும் அழைத்த பொழுது, இயேசுவின் அதிகாரத்தைத் தாமே கையில் எடுத்துக்கொண்டு ஒரு கிறித்தவ பக்தன் என்ன செய்யவேண்டுமோ அதனை - ஒரு தீவிர அரசியல் போராளியைப் போல அறைகூவல் விடுத்தார்.

'நான் சமாதானத்தை அளிக்க முன்வரவில்லை; மாறாக, ஒரு கத்தியை!' இந்தக் கத்தியைக்கொண்டு நீங்கள் (சாக்சோனிய இளவரசன்) என்ன செய்யப் போகிறீர்கள்? நீங்கள் கடவுளின் ஊழியராக இருக்க வேண்டுமெனில், ஒரேயொரு காரியத்தை மட்டும் நீங்கள் செய்ய வேண்டும். அதாவது, பைபிளுக்குக் குறுக்கே நிற்கின்ற தீமைகளை வெளியேற்றி அழிக்கவேண்டும் என இயேசு கூறவில்லையா? 'எனது எதிரிகளை இங்கேக் கொண்டு வாருங்கள். எனது கண்முன்னால்

அவர்களை வெட்டிக்கொல்லுங்கள்' என இயேசு மிகவும் ஆவேசத்தோடு கட்டளையிட்டார். உங்களது கத்தி இன்றியே கடவுள் எல்லாவற்றையும் பார்த்துக்கொள்வார் என வெற்று வார்த்தைகளைக் கூறாதீர்கள். அது வரையிலும் உறையினுள் கத்தி துருப்பிடித்துப் போகும். ஹெஜெகியா, சைரஸ், ஜோசையா, டேனியல், இலியாஸ் ஆகியோர் பால்கனைச் சேர்ந்த பாதிரியாரை அழித்ததுபோல, கடவுளுக்குக் குறுக்கே இருக்கக்கூடியவர்களைக் கருணையின்றி அழித்தாகவேண்டும். இல்லையெனில்' கிறித்தவ ஆலயம் அதன் அடையாளத்தைத் தேடி மீண்டும் வராது. அறுவடைக் காலங்களில் கடவுளின் தோட்டத்திலுள்ள களைகளை முழுமையாக எடுத்தாக வேண்டும். மோசசின் ஐந்தாவது நூலில் கடவுள் குறிப்பிடுகிறார்: 'சிலையைப் பூஜிப்பவர்களிடத்தில் கருணை காட்டக்கூடாது. பலிபீடத்தில் அவர்களை நீங்கள் அழித்துவிட வேண்டும். அவர்களது சிலைகளை உடைத்து, அவற்றைத் தீக்கிரையாக்கிட வேண்டும். அப்பொழுது உங்களிடத்தில் நான் கோபம் கொள்ளமாட்டேன்.'[8]

* * *

வரலாற்று நாயகர் இயேசுவையும், அவர் வழி நடத்திய இயக்கத்தையும் புதிய வழிமுறைகளில் இவ்வாறு பின்னோக்கிப் பார்த்த பிறகு, தற்போது நன்கொடையாளரின் விருப்பத்தைப் பற்றிப் பேசுவோம். அவர் குறிப்பிடுகிறார்: 'மனிதன் கிறித்துவை உள்வாங்கிக் கொண்டால், அவர் அன்பு செலுத்தவும், சக மனிதர்களுக்காகத் தியாகம் செய்யவும், இறுதியில் உயர்ந்த முன்னேற்றத்தையும், பெரும் மகிழ்ச்சியையும் அடையவும் இயேசுவின் ஆவி அவருக்கு உதவி செய்யும்.'

நன்கொடையாளர் தன்னுடைய மனதில் எத்தகைய கருத்தைக் கொண்டிருந்த போதிலும், இன்று வரலாற்று நாயகர் இயேசு குறித்த புதிய புரிதல் மூலம் ஒரேவோர் அம்சத்தை மட்டும் இத்துடன் இணைத்துக்கொள்வோம். இன்றைய சமூகப்புரட்சி காலகட்டத்தில் தற்போதுள்ள அனைத்துப் பதற்றங்களையும், விரக்திகளையும் மீறி உலகக் கம்யூனிசத்தை நோக்கித் துன்பப்படுகின்ற மனிதகுலம் வருகின்ற குரல் கேட்டு வரும் காலகட்டத்தில் நாம் இவ்வாறு கிறித்தவத்தைப் பார்ப்பது ஆட்சியாளர்களுக்கு அதிர்ச்சியாக இருக்கும்.

* * *

இருப்பினும், நான் இதுவரை நிகழ்த்திய உரையில், ஆரம்பகாலக் கிறித்தவம் குறித்த பிரச்னைக்குள் செல்லவில்லை. ஏனெனில், எவ்வாறு இருப்பினும், அடிப்படையில் இந்தியப் பார்வையாளர்களுக்கு, பொதுவான இந்திய வரலாற்றுப் பின்னணியில், இந்திய மதங்கள்

குறித்த பரந்துபட்ட கருத்தை மறு ஆய்வுக்கு உட்படுத்துவதே மிகவும் அவசியம் என நான் கருதுகின்றேன்.

***

இன்னும் ஒரேவோர் அம்சத்தை மட்டும் சேர்த்துக் கொள்ள வேண்டியுள்ளது. இந்தியத் தத்துவங்கள் மற்றும் மதங்கள் பற்றி நான் எழுதிய முதலாவது நூல் அல்ல இது. உண்மை என்னவெனில், இந்தியத் தத்துவம் மற்றும் மதங்கள் குறித்து கடந்த முப்பது ஆண்டுகளாக நான் எழுதி வருகின்றேன். ஒரே பொருள் குறித்து எப்பொழுதும் புதிய அம்சங்களைக் குறிப்பிடுவது இயலாது என்பது இயல்பானதே. எனவே, எனது முந்திய நூல்களில் குறிப்பிட்டுள்ள முக்கிய அம்சங்களை இதில் மீண்டும் குறிப்பிட்டுள்ளேன். இவற்றுடன் 1. உலகாயுதம், 2. இந்தியத் தத்துவம், 3. இந்திய நாத்திகம், 4. இந்தியத் தத்துவஞானத்தில் நிலைத்திருப்பனவும், மறைந்து போனவையும், 5. அறிவும், தலையீடும் போன்ற நூல்களில் குறிப்பிடப்பட்டுள்ள முக்கியமான அம்சங்களையும் எடுத்து இதில் கையாண்டுள்ளேன். அந்த நூல்களில் வாசித்த எல்லாவற்றையும் எந்தவொரு வாசகரும் முழுமையாக நினைவில் கொண்டிருப்பார் என நான் எதிர்பார்க்க வில்லை. மேலும் இவற்றிலிருந்து எடுத்துக்கொண்டுள்ளவற்றைப் புதிய உள்ளடக்கத்தில் இங்குக் குறிப்பிட்டுள்ளேன்.

- தேவி பிரசாத் சட்டோபாத்தியாயா

அடிக்குறிப்புகள்

1. ஏங்கல்ஸ் நூல் 321-22.
2. அதே நூல் 313-15.
3. அதே நூல் 326-27.
4. அதே நூல் 330-31.
5. ஏ.ராபர்ட்சன் 93-96.
6. பர்ரோஸ் டன்ஹம் 51.
7. அதே நூல் 53-57.
8. ஏங்கல்ஸ் மேற்கோள் PWG - 70.

பொருளடக்கம்

1. மதம் தோன்றுவதற்கு முன்பு — 27
2. மத உருவாக்கம் — 47
3. ஹரப்பா மதமும் ஆரியர் பிரச்னையும் — 70
4. வேத மதம் - மாயையும், எதார்த்தமும் — 104
5. வேதக் கடவுள்களும், வேதகுருமார்களும் — 130
6. கடவுளும், பிற்கால மீமாம்சகர்களும் — 151
7. பௌத்தம் - எதிர்மறையாகிப்போன புரட்சிகர சமூகவியல் — 166
8. மதத்தின் எதிர்காலம் — 192

நூற்கள் பெயர்ப் பட்டியல் — 209

மதமும் சமூகமும்

1. மதம் தோன்றுவதற்கு முன்பு

1981ஆம் ஆண்டுக்கான ஸ்டீபனோஸ் நிர்மலேந்து கோஷ் நினைவு தின உரையாற்றுவதற்கு வாய்ப்பளித்தமைக்காக - அது எனக்கு அளிக்கப்பட்ட கௌரவமும் கூட - கல்கத்தா பல்கலைக் கழகத் துணைவேந்தருக்கும், அவரது சகாக்களுக்கும் நான் பெரிதும் நன்றி தெரிவிக்கக் கடமைப்பட்டுள்ளேன். அதே சமயம் இப்பொறுப்பை ஏற்பதற்கு எனக்கு எவ்வளவு தயக்கம் இருந்தது என்பதையும் குறிப்பிட விரும்புகிறேன். இதற்கு முன் உரையாற்றிய பெருமக்களுடன் ஒப்பிடுகையில் நான் மிகவும் கூச்சசுபாவமுள்ள தத்துவ ஆசிரியன் என்பதை நன்கு அறிவேன். அப்பட்டியலில் எனது ஆசிரியர்களான நளினி காந்த பிரமா - எனது தத்துவ ஆய்வுக்கான அடிப்படையை இவர்தான் அளித்தார் - சுரேந்திரநாத் தாஸ்குப்தா, சர்வபள்ளி இராதாகிருஷ்ணன் ஆகியோரது பெயர்கள் இடம்பெற்றிருந்தன. இவர்களை வரலாற்று ஆய்வாளர்களாகவும், இந்தியத் தத்துவ வித்தகர்களாகவும் உலகம் நன்கு அறியும். அத்துடன் அப்பட்டியலில் வெளிநாடுகளைச் சேர்ந்த அறிஞர்களும், எழுத்தாளர்களுமான ஏ.ஏ.மேக்டொனால், ஆல்டஸ் ஹக்ஸ்லி ஆகியோரது பெயர்களும் இடம்பெற்றிருந்தன. அவர்களுடன் ஒப்பிடுகையில் நான் அவ்வளவு முக்கியத்துவம் வாய்ந்தவன் அல்லன். எனது தனிப்பட்ட தன்மை களைக் கூடுதலாக விவரிப்பதன் மூலம் துணைவேந்தர் தவறான தேர்வைச் செய்துவிட்டாரோ என்ற எண்ணத்தைத் தோற்றுவிக்கக் கூடும். எனவே, எனக்கு அளிக்கப்பட்ட தலைப்புக்கு நேரடியாக வருகின்றேன்.

1. மனிதனுள் கடவுளின் ஆவி

மதத்தை அல்லது சில சமயங்களில் அப்படி அழைக்கப்படுவதை ஒப்பிட்டு மதத்தை அடிப்படையாகக் கொண்டு இந்த உரையின் பொருள் அமைந்துள்ளது என்பது அனைவரும் அறிந்த ஒன்று. எனக்கு அனுப்பப்பட்ட அழைப்பிதழில், இந்த நினைவு தினச் சொற்பொழிவுக்கு நிதியுதவி அளித்துவரும் ராய் பகதூர் ஜி.சி.கோஷின் விருப்பத்தின் அடிப்படையில், 'இவ்வுரையானது, ஒவ்வொருவரும் மதமும் மனிதனுள் இருக்கும் கடவுளின் ஆவியிலிருந்து உருவான நிறுவனமே என்பதைக் காட்டும் வகையில் அமையவேண்டும்' எனக் குறிப்பிடப்பட்டிருந்தது. இது முழு உண்மையல்ல என்றபோதிலும், இந்த உண்மையை நான் புரிந்துகொள்ளவேண்டும். இது எவ்வாறு

உண்மை என்பதை முதலில் குறிப்பிட விரும்புகின்றேன். அதன் பிறகு மேலும் சில விஷயங்களைக் குறிப்பிடலாம் எனக் கருதுகின்றேன். அதன்மூலம் முழு உண்மை குறித்த கருத்துக்கு நம்மால் வர இயலும்.

உலக வரலாற்றில், கடவுளை நம்புவது - இறையியல் வார்த்தைகளில் சரியாகக் குறிப்பிட்டால், மனிதனுள் இறைவனின் ஆவி என்ற அடிப்படையானது அனைத்து மதங்களுக்கும் அத்தியாவசியமான முன்நிபந்தனை ஆகும். இறுதியாக பகுப்பாய்வு செய்யப்படும்பொழுது, கடவுளற்ற மதம் எனக் குறிப்பிடப்படுகிற புத்தமதம் கூட இதற்கு விதிவிலக்கு அல்ல.

புத்தரின் போதனைகள் எவையாக இருப்பினும், நாமறிந்த வகையில் அவை வெகு சில ஆதரவாளர்களைக் கொண்ட சமூக - அறம் சார்ந்த முறையே அன்றி, நாம் தற்போது தவறாகப் புரிந்து கொண்டுள்ள மதம் போல அமையவில்லை. பின்னர் அதுவே, ஒரு பெரும் கடவுள் பல சிறு கடவுள்களால் சூழப்பட்டுள்ளதாக உருமாறி அமைப்பு ரீதியான மதமாக மாறியது. இந்த மாற்றம் மிகவும் குறிப்பிடத்தக்கது. இத்தகைய மாற்றம் 'மகாயானம்' என்ற புதிய பெயரில் அழைக்கப்பட்டது. மனச்சாட்சிக்கு ஏற்பட்ட உறுத்தலால் புத்தரின் நாத்திகத்தை முழுமையாக உதறித்தள்ள முடியாமல் போனது. சில முறைகளில் அதன் தொடர்ச்சியும் மகாயானத்தில் காணப்படுகிறது. தாஞ்சூர்[1] என அழைக்கப்படுகிற பெரும் திபெத்தியத் தொகுப்பில் மகாயானத்தின் பிரதிநிதியான நாகார்ஜுனர் எழுதியதாகக் கூறப்படுகிற 'ஈஸ்வர-கார்ட்டிவா - நிர்காரண - வைஷ்ணவ் - எகாகார்த்திவா - நிர்காரண' என்ற நூல் உள்ளது. இதில் நாகார்ஜுனர் கடவுள் இருப்பதற்கான வாய்ப்பை எதிர்த்து சில சித்தாந்தக் கோட்பாடுகளை முன்வைக்கிறார். ஆனால் இந்தக் கருத்துக்களைத் தீவிர ஆய்வுக்கு உட்படுத்தும் பொழுது, அவை நாகார்ஜுனர் பெரும் பக்தி செலுத்திய மகாயான புத்த மதத்தின் பெரும் கடவுளான அவலோகிட்டேஸ்வரனை மறுக்கவில்லை என்பதைக் காட்டுகிறது. இதன்மூலம் உலகம் என்றோ ஒரு நாள் உருவாக்கப்பட்டது அல்லது உருவாகியது என்பதை மறுக்கவே இவ்வாறு கூறப்பட்டுள்ளதாகத் தெரியவருகிறது. ஏனெனில் இந்தத் தத்துவார்த்த நிலை நாகார்ஜுனரின் சூன்யவாதக் கொள்கைக்குத் தேவைப்படுகிறது. எவ்வாறாயினும், அத்தகைய பரவலான தத்துவார்த்த அளவுகோலானது[2] புத்தரின் அசல் பகுத்தறிவை மகாயானமும் தொடர்ந்து பின்பற்றி வருகிறது என்ற அபிப்பிராயத்தை நமக்கு அளிக்கிறது. உண்மை என்னவெனில், புத்தமதம் மகாயானமாக வளர்ச்சியுற்ற பிறகு கடவுள் அதில் ஒரு மிகப்பெரிய இடத்தைப் பெறுகிறார். 'மனிதனுக்குள் கடவுளின் ஆவி' என்ற இறையியல்

வார்த்தையை அறிவார்ந்த தன்மையில் அல்லாமல், வெகுஜனத் தன்மையில் அனைத்து அமைப்பு ரீதியான மதங்களும் ஏற்றுக் கொண்டுள்ளன.

ஓர் அம்சத்தை வலியுறுத்தவே நான் மேற்கண்டவற்றைக் குறிப்பிட்டேன். கடவுளற்ற மதமாக புத்த மதம் அடிக்கடி உதாரணம் காட்டப்பட்ட போதிலும் வரலாற்று நோக்கிலிருந்து பார்க்கும் பொழுது புத்த மதத்திலும் மனிதனுள் கடவுளின் ஆவி என்பது தவிர்க்க வியலாத உண்மையாகிவிட்டது என்பதைக் காட்டவேண்டியது சொற்பொழிவாளரின் கடமையாகும். வேறு வார்த்தைகளில் குறிப்பிட்டால், இந்தக் கடமையில் உள்ள வரலாற்று உண்மை மீது எத்தகைய சந்தேகத்தையும் கிளப்புவது கடினம்.

இருப்பினும் முழு உண்மை என வரும்பொழுது அது வேறு ஒரு பிரச்னையை எழுப்புகிறது. இதற்காக 'மனிதனுள் கடவுளின் உணர்வை உருவாக்குவது' குறித்த கேள்வியை ஒருவர் எழுப்ப வேண்டியுள்ளது. கடவுள் உணர்வை மதத்தின் அத்தியாவசியமான பண்பாக எடுத்துக்கொண்டால், மதத்தை உருவாக்குவது குறித்ததாக அக்கேள்வி எழுகிறது. இந்த அம்சம் முக்கியமான ஒன்றாகும்; முழு உண்மையை அறிவதற்கான தேவையுமாகும். முதலாவதாக, தொல்லியலுடன் சம்பந்தப்பட்ட இனவரைவியல் ஆய்வானது, மனிதனிடம் கடவுள் நம்பிக்கையும் ஆவியும் இல்லாத காலம் ஒன்று இருந்தது என்ற உண்மையை ஏற்கவேண்டுமென நம்மை வலியுறுத்துகிறது. இரண்டாவதாக, இன்றைய உலகில் பெரும் மோதல்களும், அதே சமயம் நம்பிக்கையும் அதிகரித்து வரும் சூழலில், எதிர்காலத்தில் கடவுள் இல்லாமலேயே மனிதனால் எதுவும் செய்ய முடியும் என்பதற்கு வாய்ப்புகள் உள்ளன. அவனுக்குள் இருக்கும் ஆவி ஒன்று இல்லாமலேயே மனிதன் செயல்பட முடியும் என்ற உண்மையும் உள்ளது.

சுருக்கமாகக் குறிப்பிட்டால், அமைப்பு ரீதியான அனைத்து மதங்களுக்கும் மனிதனுள் கடவுளின் ஆவி என்பது தவிர்க்கவியலாத ஓர் அம்சமாக இருக்கும்பொழுது, மதத்திற்கு - எல்லாவித இட்டுக் கட்டுதல்களுக்கு இடையிலும் - உறுதியான ஒரு துவக்கம் உள்ளதால் உறுதியான ஒரு முடிவும் உண்டு என்பதே முழு உண்மையாகும். எது உருவானதோ அது இல்லாமல் போக வேண்டும். இதனை நாம் புறக்கணித்தால் நூற்றாண்டுகளாக நிலவி வரும் சலித்துப்போன இறையியலை மட்டுமே கொண்டிருப்போம். வரலாற்றில் நிகழ்ந்த மிக அடிப்படையான மாற்றங்கள் நமக்கு உள்ளன என்பதை யாரும் காணத் தவறக்கூடாது.

மதத்தைப் பற்றிய வரலாற்று ரீதியான மதிப்பீட்டுக்காக மட்டும் இவற்றை இங்கு நான் குறிப்பிடவில்லை. எதுவும் நிரந்தரமில்லை என்ற போதிலும் மதத்திற்கு மனிதகுல வரலாற்றில் சிக்கலான ஒரு பெரும் பங்கு உண்டு. இது உருவாகாமல் நாகரிக உருவாக்கமானது எளிதில் சாத்தியமாகி இருக்காது. இது குறித்து கோர்டன் சைல்டு மிகச்சிறந்த முறையில் பகுப்பாய்வு செய்த விவரங்களை நாம் அடுத்த உரையில் காணலாம். மனிதகுல நாகரிக வரலாறு நெடுகிலும் இதன் பங்கு பெரும் சிக்கல்களும், முரண்பாடுகளும் நிறைந்தவையாக உள்ளன. அடித்தட்டு மக்களை நிர்ப்பந்தப்படுத்தி அடிபணியச் செய்வதில் தொடங்கி, ஆரம்பகாலக் கிறித்தவத்தில் காணப்பட்டது போல கொடுங்கோலாட்சியையும், ஒடுக்குமுறையையும் எதிர்த்துப் போராடு வதற்கான உத்வேகம் அளித்தது வரை பல அம்சங்களுக்கும் மதம் கருவியாகப் பயன்பட்டுள்ளது. மதத்தின் இத்தகைய குழப்பமான செயல்பாட்டில் ஓர் அம்சம் குறிப்பான கவனத்துக்குரியதாகும். நெடுங் காலமாக நாகரிகத்தைப் பரப்பும் ஒரு கருவியாக இருந்திருக்கிறது என்ற வகையில் அதற்கு ஒரு வரலாற்று முக்கியத்துவம் உள்ளது என்பதுவும் உண்மை. இயற்கையை எதிர்த்த போராட்டத்திலிருந்து மனிதனின் வாழ்க்கை துவங்குகிறது. இயற்கைச் சக்திகளைக் கட்டுப் படுத்தும் திறனைப் பெறுவதிலும், மனிதத் தேவைகளைப் பூர்த்தி செய்துகொள்ள இயற்கை வளங்களைப் பெறுவதிலும் மனிதன் முற்போக்கான வகையில் அறிவைப் பெறலானான். இத்தகைய போக்குகள் அவர்களை நாகரிக மனிதர்களாக்கியபொழுது ஒரு புதிய பிரச்சினை தோன்றியது. மனிதர்களுக்கு இடையிலான உறவுகளைச் சீர்படுத்த, குறிப்பாக, கிடைக்கும் செல்வத்தை விநியோகம் செய்திட வழிமுறைகளை உருவாக்க வேண்டிய தேவை ஏற்பட்டது. இக்கால கட்டத்தில் சமூகத்தின் ஒரு பிரிவினர், செல்வத்தைப் பாதுகாக்கும் பணியில் ஈடுபடத் துவங்கினர். இப்பிரிவினர் பின்னர் அவற்றின் உரிமையாளர்களாகும் பொழுது, பிறரின் உழைப்பில் உருவான உற்பத்திப் பொருள் இவர்களது தேவைகளுக்காக உறிஞ்சப்பட்டது. இது வெகுகாலம் இயற்கைக்கு எதிரான மனிதர்களின் சாதாரண போராட்டமாக மட்டும் இல்லை; மனிதனுக்கு எதிராக மனிதன் என்ற வேறொரு வடிவத்தையும் அது மேற்கொண்டது. சுருக்கமாகக் குறிப் பிட்டால், மானுடச் சமூகமானது சலுகை பெற்ற சிறுபான்மையினர், சலுகை மறுக்கப்பட்ட பெரும்பான்மையினர் என இரண்டு பிரிவு களாகப் பிளவுபட்டது. இயற்கையின் மீதான அறிவும், அதிகாரமும் சலுகை பெற்ற பிரிவினரின் நலனுக்கு ஆதரவாகச் சென்றது. தரித்திர நிலைக்கு ஆளான பொதுமக்கள் நாகரிகத்தின் ஆரம்ப கட்டத்தில் சாதாரண அடிமைகளாகவும், முன்னேறிய காலகட்டத்தில் உடைமை

யற்ற உழைக்கும் வர்க்கமாகவும் இருந்தவர்கள் - எல்லையற்ற இயற்கை வளங்களினாலும், ஆளும் வர்க்கத்தின் சுரண்டும் கருவியினாலும் உருவான இரண்டு வகையான நிச்சயமற்ற தன்மைகளையும் துன்ப, துயரங்களையும் எதிர்கொள்ள நேரிட்டது. அறிவியலும், தொழில் நுட்பமும் ஆளும் வர்க்கத்தின் எல்லையற்ற வளர்ச்சிக்குத் துணை புரிந்தன. அதே சமயம், சுரண்டப்படும் மக்கள் மதத்தைக் கொண்டு முனை மழுங்கடிக்கப்பட்டனர். ஆளும் சிறுபான்மையினரின் கைகளில் செல்வம் குவிக்கப்படவில்லை எனில், நாகரிகத்தின் வியக்கத்தக்க சாதனைகளை எட்டியிருக்க முடியாது என்பது வரலாற்று நோக்கில் அவசியமானதாகும். அதே சமயம், இது வெகுஜனங்களின் வாழ்க்கையைப் பெரும் துன்பத்துக்கு உள்ளாக்கிவிட்டது அல்லது எத்தகைய நிவாரணமும் இன்றி அவர்கள் துயரங்களுக்கும், நிச்சயமற்ற நிலைக்கும் ஆளாக்கப்பட்டனர். இது மதத்தினால் ஈடுகட்டப்பட்டது. கடவுளை நம்புபவர்களுக்கு மட்டுமே தற்பொழுது இல்லாவிட்டாலும் பிற்காலத்தில், இவ்வுலகில் இல்லாவிட்டாலும் மறுபிறவியில் நீதி கிடைக்கும் என உத்தரவாதம் அளிக்கப்பட்டது. அறிவும், இயற்கையின் மீதான அதிகாரமும் பல்வேறு பரிமாணங்களை அடைந்துள்ள இன்றைய நிலையில் வாய்ப்புகள் பெற்ற சிறுபான்மையினரின் கைகளில் செல்வம் குவிக்கப்பட்டிருக்கும் பொழுது, அது மனிதகுல முன்னேற்றத்துக்கு எவ்வகையிலும் ஆதாரமாக இருக்கவியலாது. மாறாக, உண்மையில் அது ஒரு தடையாகத்தான் உள்ளது என்பது சமீபகால நாகரிக வளர்ச்சிக் கட்டம் வரை தொடரும் சங்கதியாகும். சுருக்கமாகக் குறிப்பிட்டால், சமுதாயத்தை மறுகட்டுமானம் செய்வதற்கான சமகாலச் சூழல் நிலைமைகள் பிளவுபட்ட சமூகத்திலிருந்து உருவான, இதுவரை வரலாற்றுப்பூர்வத் தேவைகளாக இருந்த மதம் சார்ந்த தீர்வுகளை உதறித்தள்ள வேண்டிய நிலையை உருவாக்கி யுள்ளன.

எத்தகைய பகுத்தறிவுப் பிரசாரத்தின் மூலமும், எத்தகைய தத்துவார்த்த விமர்சனத்தின் மூலமும் வெகுஜனங்களின் மனங்களி லிருந்து மத நம்பிக்கைகளை அகற்றமுடியாது என்ற உண்மை இதன் மூலம் வெளிப்படுகிறது. இறையியலானது மதத்திற்கு ஒரு குறிப்பிடத் தக்க இடமளிக்கிறது. ஆனால், அதனைத் தொடர்ந்து தாங்கி நிற்ப தில்லை. அதன் உள்முரண்பாடுகளையும், தர்க்கரீதியான குறைபாடு களையும் தத்துவத்தால் அம்பலப்படுத்த இயலும். ஆனால், அதனை வேரறுக்க இயலாது. சில குறிப்பிட்ட பொருளாயத நிலைமைகளி லிருந்து அது உத்வேகம் பெற்று மதத்திற்கு எவ்விதப் பாதிப்பும் ஏற்படாமல் நீண்ட காலம் நீடித்திருக்க அனுமதித்து வந்துள்ளது. அதனால்தான் கார்ல் மார்க்ஸ், மார்க்சியத்துக்கான உறுதியான முதல்

அடியை எடுத்து வைக்கும்பொழுது மதம் மீதான தத்துவார்த்த விமர்சனத்துக்காக தனது சக்தி முழுவதையும் செலவழித்து வந்த இளம் ஹெகலியர்களிடமிருந்து விலகிவிட்டார். மார்க்ஸ் குறிப்பிடுகிறார்:-

'மத ரீதியான துன்பங்கள் உண்மையான துன்பங்களின் வெளிப்பாடாகவும், உண்மையான துன்பத்தின் எதிர்ப்பாகவும் உள்ளன. மதம் ஒடுக்கப்பட்ட மக்களின் ஏக்கப் பெருமூச்சாகவும், இதயமற்ற உலகில் இதயமாகவும், ஆன்மா இல்லாத நிலைமைகளில் ஆன்மாவாகவும் உள்ளது. மதம் மக்களுக்கு அபினி.'

'மக்களுக்கு மாயையான மகிழ்ச்சியை அளித்துவரும் மதத்தை அழிக்க வேண்டுமெனில், அவர்களுக்கு உண்மையான மகிழ்ச்சி தேவைப்படுகிறது. மாயையை விட்டொழிக்க வேண்டுமெனில், மாயைக்கான தேவைகளை உருவாக்கும் நிலைமைகளை விட்டொழித்தாக வேண்டும். எனவே, மதத்தின் மீதான விமர்சனம் என்பதும் துன்ப, துயரங்களின் மீதான விமர்சனத்தில் அடங்கியுள்ள ஒளி வட்டமே...'

'எனவே, உண்மைக்கு அப்பாற்பட்ட உலகம் என்பது மறைய வேண்டுமெனில், இவ்வுலகின் உண்மைகளை நிறுவ வேண்டியது வரலாற்றின் கடமையாகும். சுயத்தை நிராகரிக்கும் துறவு என்ற வடிவத்தைக் களைய வேண்டுமெனில், புனிதமற்ற வகையில் நிலவும் அந்த சுயநிராகரிப்பு வேடத்தைக் களைய வேண்டியது தத்துவத்தின் உடனடிக் கடமையாகும்; இதன் மூலம் வரலாற்றுக்குத் தத்துவம் சேவைபுரிய வேண்டியுள்ளது. இங்கே, சொர்க்கத்தின் மீதான விமர்சனம், பூமியின் மீதான விமர்சனமாகவும், மதத்தின் மீதான விமர்சனம், உரிமையின் மீதான விமர்சனமாகவும், இறையியலின் மீதான விமர்சனம் அரசியலின் மீதான விமர்சனமாகவும் மாறுகிறது.'

நன்கு அறியப்பட்ட இத்தகைய அணுகுமுறை, மார்க்ஸ் தத்துவத்தின் அடிப்படை இலக்கை முழுவதும் வேறுபட்ட வகையில் மாற்றியமைப்பதற்கு இட்டுச் செல்கிறது. 'தத்துவஞானிகள் உலகைப் பல்வேறு வழிகளில் வியாக்கியானம் செய்துவிட்டனர். அதனை எவ்வாறு மாற்றியமைப்பது என்பதே நம் முன்னுள்ள கடமை' என்றார் மார்க்ஸ். மேலும், தத்துவார்த்தச் சிந்தனைகளின் வேர் பொருளாயத நிலைமைகளில் உள்ளடங்கி இருக்கிறது எனில், அவர்களது பொருளாயத நிலைமைகளில் மாற்றத்தைக் கொண்டு வராமல் அங்கு ஒரு புரட்சிகர மாற்றத்தை எவ்வாறு மாற்றியமைப்பது என்பதே நம்முன்னுள்ள கடமை' என்றார் மார்க்ஸ். மேலும், 'தத்துவார்த்தச் சிந்தனைகளின் வேர் பொருளாயத நிலைமைகளில் உள்ளடங்கி இருக்கிறது எனில், அவர்களது பொருளாயத நிலைமைகளில் மாற்றத்தைக் கொண்டு வராமல் அங்கு ஒரு புரட்சிகர மாற்றத்தை எவ்வாறு ஏற்படுத்த

இயலும்?' என்கிறார் மார்க்ஸ். இங்குக் குறிப்பிடப்பட்ட மதம் குறித்த அவரது அணுகுமுறையானது தத்துவார்த்தப் பிரச்சினைகளுக்கான ஒரு விரிவாக்கம் மட்டுமே.

மதம் குறித்த மார்க்சின் அணுகுமுறை தெரிந்தோ தெரியாமலோ அடிக்கடி திரிபுக்கு உள்ளாக்கப்படுகிறது. நமது நோக்கம் இதனை நம்மால் இயன்றவரை முழுமையாகவும், தெளிவாகவும் ஆய்வுக்கு உட்படுத்த முயல்வதே. அதனடிப்படையிலேயே மனிதனின் மனதில் கடவுள் குறித்த உணர்வுக்கு உறுதியான ஒரு தோற்றம் இருக்கும் பொழுது, அதற்கு ஒரு முடிவும் இருக்கவேண்டும் என்பதைப் புரிந்து கொள்ள முயலுகின்றோம்.

2. சமூகப் பரிமாணத்தின் மூன்று அடிப்படைக் கட்டங்கள்

மனிதன் இல்லாமல் மதமோ, சமூகம் இல்லாமல் மனிதனோ இருப்பது சாத்தியமில்லை. மதத்தைப் புரிந்துகொள்ள ஒரு துவக்கப் புள்ளியாக இருப்பது சமூகத்தின் பரிணாம வளர்ச்சி பற்றிய அறிவே என்று மார்க்சியம் வலியுறுத்துகிறது. இதற்காக நாம் ஜார்ஜ் தாம்சனின் மேற்கோளைச் சுட்டிக்காட்டலாம். வேறு எதற்காக இல்லாவிட்டாலும் மிகத் தெளிவாக மார்க்சியத்தின் அடிப்படைகளை உள்வாங்கிக் கொண்டு கூறியுள்ளதற்காகவே இதனை மேற்கோள் காட்டலாம்:

"உற்பத்தி முறையில் ஏற்பட்ட வளர்ச்சியை ஒட்டி மனித சமுதாயத்தின் பரிணாம வளர்ச்சி மூன்று முக்கியக் கட்டங்களாக வளர்ச்சி பெற்று வந்துள்ளது. அவை வர்க்கங்களுக்கு முந்திய சமுதாயம், வர்க்க சமுதாயம், எதிர்காலத்தில் அமையவுள்ள வர்க்கமில்லா சமுதாயம் ஆகியனவாகும்.

வர்க்கங்களுக்கு முந்திய சமுதாயத்தில் அல்லது புராதனப் பொது வுடைமைச் சமுதாயத்தில் உற்பத்தி முறை மிக ஆரம்ப நிலையிலேயே இருந்ததால், சமுதாயத்தைக் குறைந்தபட்ச அளவிற்குப் பராமரிக்கவே அதிகபட்ச முயற்சி தேவைப்பட்டது. உபரி எதுவும் இல்லை. ஒரு மனிதன் மற்றொரு மனிதனைச் சுரண்டி வாழமுடியாது. தனிப்பட்ட திறமையின் மூலமாக பெறப்படும் கௌரவத்தைத் தவிர வேறு பொருளாதார ஏற்றத்தாழ்வுகளோ, சமூக ஏற்றத்தாழ்வுகளோ ஏதுமில்லை.

உற்பத்தி முறை சமுதாயத்தில் அத்தியாவசியத் தேவைகளுக்கு மேலாக உபரியை உற்பத்தி செய்யும் அளவுக்கு வளர்ச்சியுற்ற பொழுது பெரும்பகுதியான மக்கள், அனைவருக்குமான உணவு உற்பத்தியில் ஈடுபடுவதும், பல சிறு குழுக்கள் வெவ்வேறு கைத்தொழில்களில் கவனம் செலுத்துவதுமான சூழல் உருவானது. இத்தகைய உழைப்புப்

பிரிவினை உற்பத்தி முறைகளில் மேலும் வளர்ச்சிக்கு வழிவகுத்தது. இதன்மூலம் அடிப்படையான ஒரு புதிய உழைப்புப் பிரிவினை, அதாவது, உண்மையில் உற்பத்தியில் ஈடுபடுபவர்களுக்கும், உற்பத்தியை நிர்வகிப்பவர்களுக்கும் இடையில் பிரிவினை ஏற்பட்டது. சமூகத் தலைவர்கள், மதத் தலைவர்கள், வேளாண் வளர்ச்சிக்குத் துணை புரிகின்ற வானவியல், கணித அறிவியல் அறிஞர்கள் ஆகியோர் உற்பத்தியை நிர்வகிப்பவர்களாயினர். அவர்களுடைய உழைப்பின் தன்மை, அவர்களை அதிகார எல்லைக்கு இட்டுச் சென்றது. இந்த உற்பத்தி முறையின் காவலர்களாக இருந்த அவர்கள் சிறிது காலத்தில் அதன் உரிமையாளர்களாக மாறினர். சமுதாயம் உழைக்கும் வர்க்கம் எனவும், ஆளும் வர்க்கம் எனவும் பிளவுபட்டது. உற்பத்தி முறையில் ஏற்பட்ட வளர்ச்சி காரணமாக ஒரு வர்க்க சமுதாயம் ஏற்பட்டதை நாம் காண்கிறோம். அதைத் தொடர்ந்து வந்த வர்க்க சமுதாயங்களின் பல்வேறு கட்டங்களுக்கும் இதுவே உண்மையாகும். குறிப்பாக, முதலாளித்துவம் உற்பத்தி சக்தியை ஓர் உயர்ந்த மட்டத்துக்கு வளர்த்தது. தற்போது வர்க்கங்களாகப் பிளவுபட்ட சமூகமானது உற்பத்திச் சக்திகள் மேலும் வளர்வதைத் தடை செய்யக்கூடியதாக மாறிவிட்டது. ஆகையால் இதன் வளத்திற்கு மத்தியில் வறுமை என்கிற நவீன பிரச்சினை உருவெடுக்கிறது. ஒரு சில பெரு முதலாளிகளால் கட்டுப்படுத்தப்பட்டு வரும் முதலாளித்துவ வர்க்கம் தனது லாபத்தைத் தொடர்ந்து பெருக்கி வருவதற்காகக் கூலியைக் குறைக்க நிர்ப்பந்திக்கிறது. இதன் விளைவாக, மக்கள் தொகையில் பெரும் பகுதியாக உள்ள உழைப்பாளிகள் தாங்கள் உற்பத்தி செய்த பொருட்களைத் தாங்களே வாங்க முடியாத நிலைக்குத் தள்ளப்படுகின்றனர். இந்த முரண் பாட்டுக்கு ஒரே தீர்வு சோசலிசப் புரட்சியே. முதலாளித்துவ அரசை வீழ்த்தி, தொழிலாளர்கள் ஒரு புதிய வகையிலான அரசு அதிகாரத்தை உருவாக்க வேண்டும். அதன் மூலம் உற்பத்திச் சாதனங்களைக் கைப் பற்றித் தனியார் லாபமுறைக்கு முடிவு கட்ட முடியும். இது நிகழ்ந்த பொழுது வியாபார மந்தம் ஏதுமின்றி, உற்பத்தி அதிகரிக்கப் பட்டதையும், அதே சமயம் திட்டமிட்ட பொருளாதாரத்தையும், மக்களின் வாழ்க்கைத்தரம் தொடர்ச்சியாக உயர்ந்து வந்ததையும் சோவியத் யூனியனின் வரலாற்றில் நாம் கண்டோம். மனிதனை மனிதன் சுரண்டும் முறைக்கு முடிவுகட்டப் பட்டதன் மூலம் முரண்பாடு முடிவுக்குக் கொண்டு வரப்பட்டது.'[3]

மேலே கண்டவை மிகச்சுருக்கமாக இருப்பதால் மேலும் விளக்கமாக எடுத்துக்கூற வேண்டியது அவசியமாகும். நமது விவாதத்தின் நோக்கம் வர்க்கமற்ற புராதன சமூகத்திலிருந்து வர்க்க சமூகத்துக்கு மாறிய மாறுதல் காலகட்டம் பற்றியதாகும். ஏனெனில்,

மதத்தை உருவாக்குவதில் இங்கேதான் நேரடியான பங்கு இருப்பதை நாம் காணப்போகிறோம். மத உருவாக்கம் பற்றிய பிரச்சினை குறித்து நாம் அடுத்த உரையில் மீண்டும் காண்போம். பிற விளைவுகள் எத்தகையனவாக இருப்பினும், மனிதகுல நாகரிக உருவாக்கத்துக்கு மதத்தின் உருவாக்கம் ஒரு வரலாற்று அவசியம் என மாபெரும் தொல்லியலாளரான கோர்டன் சைல்ட் வழிகாட்டியது நமக்குப் பெரிதும் பயன்படுகிறது. தற்பொழுது தாம்சன் அளிக்கும் வேறு சில விளக்கங்களைக் காண்போம்:

"நிலை மறுப்பின் நிலை மறுப்பு" என்ற இயக்கவியலின் அடிப்படை விதியானது சமூகத்தின் பரிணாம வளர்ச்சியைப் பற்றித் தெளிவாக விளக்குவதாக ஹெகலின் தர்க்கவியலில் குறிப்பிடப்பட்டு உள்ளது. புராதன கால வர்க்கமற்ற சமுதாயம் வர்க்க சமுதாயத்தால் நிலை மறுக்கப்பட்டது. அதே சமயம் எதிர்காலத்தில் வர்க்க சமுதாயம் வர்க்கமற்ற சமுதாயத்தால் நிலை மறுக்கப்படும். மேலும் அத்தகைய 'நிலை மறுப்பின் நிலை மறுப்பு' செயல்பாடானது பண்பு ரீதியிலான புதிய நிலைமைக்கு இட்டுச் செல்கிறது. எதிர்காலத்தில் அவ்வாறு உருவாகப் போகும் வர்க்கமற்ற சமுதாயம் சில அம்சங்களில் கடந்த கால வர்க்கமற்ற புராதன சமுதாயத்தின் தன்மைகளைக் கொண்டிருப்பினும், ஒப்பீட்டளவில் மிக உயர்மட்டத்திலான, குணாம்சரீதியில் புதிய வகைப்பட்டதாக அது இருக்கும். நாகரிகமற்ற, காட்டுமிராண்டித் தனமான சமூக நிலைமைகள் மீண்டும் திரும்பாது. அப்பொழுது அனைவரும் சமமாக இருந்ததற்குக் காரணம் அங்கு அனைவரும் சமமான வறியவர்களாக இருந்ததுதான். அவர்கள் சாதாரணக் கருவிகளைக் கொண்டு இயற்கையில் கிடைப்பவற்றை உபயோகித்து வந்தனர். போதுமான அளவுக்குக் கிடைத்தபொழுது உயிர் வாழ்ந்தனர்; கிடைக்காதபொழுது மாண்டு போயினர். மாறாக, மனிதனின் மகத்தான சாதனைகளால் உருவான நவீன தொழில் நுட்பத்தைக் கொண்டு தேவைகளிலிருந்தும், துன்பங்களிலிருந்தும் விடுபட்டு அனைவரும் சமமாக வாழும் ஒரு புதிய சமுதாயத்தில் மாறுபட்ட நிலைமைகள் தோன்றுகின்றன." அமெரிக்க வழக்குரைஞரும், மானுடவியல் நிபுணருமான எல்.எச்.மார்கன் - தனது 'பண்டைய சமூகம்' என்ற நூலில் குறிப்பிடுவதாவது: 'அரசாங்கத்தில் ஜனநாயகம், சமூகத்தில் சகோதரத்துவம், உரிமை மற்றும் வாய்ப்புகளில் சமத்துவம், அடுத்த கட்ட உயரிய சமுதாயத்தைப் படைப்பதற்கு வேண்டிய அனுபவங்கள், திறன் மற்றும் அறிவைப் பெறுவதற்கான தரமான கல்வி போன்றவை படிப்படியாக கிடைக்கப்பெறும். இது சுதந்திரம், சமத்துவம், சகோதரத்துவம் போன்ற பண்டைய தன்மைகளை உயர் வடிவத்தில் மீண்டும் பெறுகிற ஒரு நடவடிக்கையாகும்'[4]

மார்கனின் புராதன சமுதாயம் குறித்த ஆய்வு, மார்க்சும், ஏங்கல்சும் சமூக வளர்ச்சி குறித்த விதிகளை உருவாக்குவதற்கு உதவியது. மார்கன் உண்மையான கிறித்தவராக வாழ்ந்து வந்தார். அவர் தனது வாழ்நாளில் செய்த மிகப்பெரும் பணியான பண்டைய சமுதாயம் குறித்த ஆய்வு நூலுக்கான முழு ஆதாரங்களையும் எல்.எச். மேக்லெனானிடம் அளித்து, பழைய ஏற்பாட்டுடன் பொருந்தி வராத அம்சங்களை நீக்கித்தருமாறு கேட்டுக்கொண்டார். மேக்லெனானோ முட்டாள்தனமாக 'டார்வினிசத்துக்கு எதிராக வலுவான ஆதாரங்களை'[5] முன்வைத்ததற்காக மார்கனைப் பாராட்டுவதில் மட்டுமே கவனம் செலுத்தினார். அதேபோல, மார்க்சியத்தை உருவாக்குவதில் இயக்கவியல் விதிகளை அளித்து உதவிய ஹெகலுக்கும், பொருள்முதல் வாதத்துக்கும் எவ்வித சம்பந்தமும் இல்லை. நிலை மறுப்பின் நிலை மறுப்பு விதிகளை, கடவுளைப் பற்றி அல்லது பேரான்மாவைப் பற்றிக் குறிப்பிடுவதற்காக மட்டுமே ஹெகல் பயன்படுத்தினார். இதற்காக, ஆன்மா, சிந்தனை, கருத்து, கோட்பாடு போன்ற பல்வேறு பதங்களை அவர் உபயோகப்படுத்தினார். ஆனால், மார்க்சியத்திலுள்ள சமூகப் பரிணாம வளர்ச்சி குறித்த இயக்கவியல், பொருள்முதல் வாத நிலைமைக்கு ஆதரவாக இவை அனைத்தையும் தகர்த்தெறிந்தது. வர்க்கமற்ற சமுதாயத்தை, வர்க்க சமுதாயத்தைக் கொண்டு நிலை மறுப்பதற்காக செயல்பட்ட உற்பத்தி சக்திகளின் வளர்ச்சியானது மீண்டும் வர்க்கமற்ற சமுதாயத்தால், வர்க்க சமுதாயம் நிலைமறுக்கப் படுவதற்கு இட்டுச் செல்கிறது. சமூக வளர்ச்சி பற்றிய இத்தகைய மார்க்சிய இயக்கவியல் அணுகுமுறை கற்பனைக்ளுக்கு மாற்றானது; வரலாற்றில் நிகழ்ந்த உண்மைகளின் அடிப்படையில் உறுதியாக அமைந்த ஒன்று.

இதனைத் தொடர்ந்து மற்றொரு மிகவும் முக்கியமான பிரச்சினை குறித்து அடுத்து நாம் விவாதிக்கலாம். இது முழுமையாக காலநேர அடிப்படையில் வர்க்க சமுதாயத்தின் வாழ்நாள் குறித்ததாகும்.

அணுசக்தி மற்றும் உயிரியல் ஆய்வுகள் மனித குலத்தை முழுமையாகப் பாதுகாக்குமா அல்லது அழிக்குமா என்ற கவலை இன்று ஏற்பட்டுள்ளது. ஆயினும், மனிதகுலம் இவ்வுலகில் வெகுகாலம் நிலைத்திருக்கும் என்ற பொதுவான எதிர்பார்ப்பும் உள்ளது. அதைப் போல வர்க்கமற்ற சமூகமும் எதிர்காலத்தில் உதயமாகும் என்ற பொதுவான எதிர்பார்ப்பு உள்ளது. கடந்த காலத்தை நோக்கும் பொழுது, இதே போன்றதோர் எண்ணம் நமக்கு உருவாகிறது. முழுமையான கால அளவில் பார்க்கும் பொழுது புராதன காலத்துக்கு முந்திய சமூகமான்து வர்க்க சமுதாயத்தைக் காட்டிலும் மிக நீண்ட

காலம் இருந்தது. 'மனிதகுலம் இப்பூலகில் செயலூக்கத்துடன் வாழ்ந்த காலகட்டத்தில் நூறில் ஒரு பங்கு காலம்தான் வர்க்கச் சமூக கால கட்டமாகும்'[6] என கோர்டன் சைல்டு தோராயமாகக் குறிப்பிடுகிறார்.

ஆகவே, வர்க்கத்துக்கு முந்திய புராதன சமூகத்துடனும், இந்த இருண்ட காலகட்டத்தை மீறி வரப்போகின்ற வர்க்கமில்லா சமுதாயத் துடனும் ஒப்பிடுகையில், வர்க்க சமுதாயத்தின் காலகட்டம் மிகவும் குறுகியது. வர்க்கமற்ற சமுதாயத்துக்குச் செல்வது எவ்வளவு கடினமான தாகவும், சிக்கலானதாகவும் இருந்தபோதிலும் அக்கால கட்டம் மிகவும் குறுகியதாகும். எல்.எச்.மார்கன் ஏற்கெனவே இதனைத் தனது சொந்த வழியில் குறிப்பிட்டிருக்கிறார்: 'நாகரிகம் தோன்றியதிலிருந்து காலம் பல கடந்துவிட்டது. ஆனால், இது மனிதகுல வாழ்க்கையில் ஒரு மிகச்சிறு பகுதியே. மேலும் வாழப்போவதும் சிறு பகுதியே. சொத்தின் பாத்திரம் அழியும்பொழுது அதற்கான சமூகமும் அழிவுக்கு உள்ளாகும். ஏனெனில், அதனுள்ளேயே அதன் சுய அழிவும் உள்ளடங்கி உள்ளது.'[7]

இந்தப் பார்வையில் வர்க்க சமுதாயத்தின் பொருளாயத முக்கியத்துவம் வாய்ந்த, நிரந்தரமற்ற மதம் என்ற போக்கு குறித்து விவாதிக்கலாம். வர்க்கச் சமூக உருவாக்கத்தில் மதத்தின் உருவாக்க மானது அத்தியாவசியமான ஒன்றாகும். எனவே, வர்க்கச் சமுதாயம் உதிரும்பொழுது, மதமும் சேர்ந்து உதிர்ந்து போகும். ஒரேயடியாக வீழாமல் ஒருவேளை நிதானமாக நடைபெறலாம். சுருக்கமாகக் குறிப்பிட்டால், வரலாற்றின் முழு கால அளவில் ஒரு குறிப்பிட்ட காலம் சிக்கல் நிறைந்த ஒன்றாக மதம் இருந்தபோதிலும், வர்க்கச் சமுதாயத்தின் நிரந்தரமற்ற அடிப்படைகள், மதத்தின் நிரந்தரமற்ற தன்மைக்கான அடையாளங்களாகும்.

3. மதம் தோன்றுவதற்கு முன்பு

நாம் முதலில் பதிலளிக்க வேண்டிய கேள்வி, சமூகம் எதிரெதிரான வர்க்கங்களாகப் பிளவுபடுவதற்கு முன்பாக, கடவுள் நம்பிக்கை, பிரார்த்தனைகள், வேள்விகள் போன்றவை சொந்த ஆத்மார்த்த முன்னேற்றத்துக்காக என்று இல்லாமல், மனித விருப்பங்களைப் பூர்த்தி செய்யக்கூடியவையாகவும் இருந்தவை என்பதாகும். இவை மதம் தோன்றுவதற்கு அத்தியாவசிய முன் நிபந்தனைகளாக இருந்தனவா என்பதோடு தொடர்புடையதாகும். இக்கேள்விக்கு மானுடவியலும், சாத்தியமான இடங்களில் தொல்லியியலும் பதிலளிக்கின்றன. இந்தப் பதில் எதிர்மறையாக உள்ளது. உண்மையில் நாகரிகமற்ற மனிதர்கள் உலகின் சில பகுதிகளில் இன்னும் வாழ்ந்து வருகின்றனர். அதாவது,

இது வரையிலும் அவர்களிடையே மதப்பிரசாரகர்களோ, வர்த்தகர்களோ ஊடுருவவில்லை - அவர்களின் சொந்தப் பழக்கவழக்கங்களுக்கு அன்னியமான கருத்துகளும், செயல்பாடுகளும் அவர்களை மாசு படுத்தவில்லை - எத்தகைய கடவுளைப் பற்றியும் அவர்கள் ஈடுபாடு காட்டவில்லை. பிரார்த்தனைகள், வேள்விகள் போன்ற நடைமுறைகள் ஏதும் அவர்களிடையில் இல்லை. 'அதே போல நாம் நுழைய வாய்ப்புள்ள எல்லா இடங்களிலும் வரலாற்றுக்கு முந்திய நாகரிக மக்களிடையிலும் கடவுள் ஏதுமற்ற, பிரார்த்தனைகள் அல்லது வேள்விகள் இல்லாத நிலைமையைக் காணமுடிகிறது.'[8]

தமக்குப் பாதகமான இயற்கையை எதிர்கொள்ளும் பொழுது அவர்கள் என்ன செய்தனர்? அவர்கள் தங்களது உயிர் வாழ்க்கைக்காக எதைக்கொண்டு போராடினர்? ஜான் ஹாரிசன் இக்கேள்விக்குப் பின்வருமாறு பதிலளிக்கிறார்:

'காட்டுமிராண்டி மனிதன் என்பவன் செயல்பாடுமிக்க ஒருவனாவான். அவன் செய்யவேண்டிய காரியத்துக்காகக் கடவுளை அழைப்பதற்குப் பதிலாக அவனே அதைச் செய்வான் அல்லது அவனாகவே செய்ய முயல்வான். பிரார்த்தனைக்குப் பதிலாக அவன் மந்திரங்களைக் கூறுவான். ஒரே வார்த்தையில் அவன் மாய வித்தை புரிவான். எல்லாவற்றிற்கும் மேலாக அவன் தீவிரமாகவும், அடிக்கடியும் மாயவித்தை நடனங்களில் ஈடுபடுவான். ஒரு காட்டு மிராண்டி மனிதனுக்குச் சூரியனோ, காற்றோ, மழையோ தேவை யெனில் அவன் தேவாலயத்துக்குச் சென்று ஒரு போலியான கடவுளின் முன் நின்றுகொண்டு வணங்கமாட்டான். அவன் தனது பழங்குடி களைக் கொண்டு ஒரு சூரிய நடனம் அல்லது காற்று நடனம் அல்லது மழை நடனம் ஆடவைப்பான். அவன் வேட்டைக்குச் சென்று கரடியைப் பிடிக்க தனக்கு வலிமை வேண்டும் என்பதற்காகக் கடவுளைப் பிரார்த்திக்க மாட்டான். கரடி நடனத்தின் மூலம் தனது வேட்டைக்கான ஒத்திகையை மேற்கொள்வான்.'[9]

ஜான் ஹாரிசன் மதத்திற்கு மாற்றாக 'மாயவித்தை' என்ற வார்த்தையை உபயோகிக்கிறார். அதுவே புராதன மக்களின் சிறப்புத் தன்மை வாய்ந்த தத்துவமும், நடைமுறையுமாக உள்ளது. அவ்வாறெனில், மாயவித்தை என்றால் என்ன?

'எதார்த்தத்தைக் கட்டுப்படுத்த இயலும் என்ற மாயையை உருவாக்குவதன் மூலம் உண்மையில் அதனைக் கட்டுப்படுத்த முடியும் என்ற கோட்பாட்டினைச் சார்ந்திருப்பதே மாயவித்தை ஆகும். துவக்கத்தில் இது சாதாரணமாக பாவனைசெய்வது போன்று

இருக்கும். உங்களுக்கு மழை வேண்டுமெனில், மேகங்கள் கூடுவது போலவும், இடி இடிப்பது போலவும், மழை பொழிவது போலவும் பாவனை செய்து நீங்கள் நடனமாட வேண்டும். உங்களின் எதார்த்த மான விருப்பங்களைப் பூர்த்தி செய்து கொள்ள நீங்கள் போலியாக நடிக்கவேண்டும். பிற்காலத்தில் பாவனை நடிப்புடன் 'மழையே வா!' என உத்தரவிடும் வார்த்தையும் சேர்ந்து கொள்கிறது. ஆனால், இது வேண்டுகோள் அல்ல; உத்தரவு! கூட்டான நிர்பந்தம் என்ற இந்தக் கோட்பாடு சமூகமானது பிளவுபடாமல் இன்னும் ஒரே முழுமையாக, சமுதாயத்தைச் சேர்ந்த தனி நபர்களுக்கு மேலானதாக இருக்கும் பொழுது, பலவீனமான மனிதனுக்கு விரோதமான இயற்கைக்கு எதிராக ஒருங்கிணைந்த வகையில் தொடுக்கப்பட்ட தாக்குதலாகும்."¹⁰

இயற்கையுடன் முரண்படுகின்ற இத்தகைய நடைமுறை உண்மையில் ஒரு மாயையே. மாயையாக இருந்தபோதிலும் அது முழுமையும் பயனற்றதன்று. உண்மையான நடைமுறைக்கு அது உதவக்கூடும் என்ற அர்த்தத்தில் இதனைக் குறிப்பிடுகின்றேன். வேறு வார்த்தைகளில் குறிப்பிட்டால், இது அறிவியலின் குழந்தை என பிரேஜர் இதனை வகைப்படுத்துகிறார். ஜார்ஜ் தாம்சன் மாயவித்தையின் தன்மைகள் குறித்து ஒரு தெளிவான படப்பிடிப்பை இங்கு அளிக்கிறார்.

'மாவோரிகள் உருளைக்கிழங்கு நடனம் என்ற ஒன்றைக் கடைப் பிடித்து வந்தனர். கிழக்குக் காற்றினால் இளம் பயிர்கள் உடைந்துவிடும் தன்மை கொண்டவை. எனவே, சிறுமிகள் வயல்களுக்குச் சென்று நடனமாடுவர். காற்றை விரட்டுவது போலவும், மழைபொழிந்து இளந்தளிர்களும், பூக்களும் தங்களது நடனத்திற்கும், பாடலுக்கும் ஏற்ப இருக்கும் எனக் கருதி தங்களது உதாரணத்தைப் பின்பற்றுமாறு பயிர்களை அவர்கள் கேட்டுக்கொள்வர். தங்களது எதார்த்தமான விருப்பங்களைப் பூர்த்தி செய்துகொள்ள அவர்கள் கற்பனையாக நடிக்கின்றனர். அதுவே, உண்மையான நடைமுறைக்கு உதவி செய்யும் கற்பனையான மாயவித்தை ஆகும். ஆனால், கற்பனையாக இருந்த போதிலும் அது பயனற்றது அன்று. உருளைக்கிழங்கின் மீது இந்த நடனம் எத்தகைய நேரடித் தாக்கத்தையும் ஏற்படுத்துவதில்லை. ஆனால், அந்தச் சிறுமிகள் மீது இது ஒரு குறிப்பிடத்தக்க தாக்கத்தை ஏற்படுத்த முடியும்; ஏற்படுத்தியது. இந்த நம்பிக்கை காரணமாக, நடனத்தினால் உற்சாகமடைந்துள்ள அவர்கள் நம்பிக்கையுடன் தானியங்களைப் பாதுகாத்திட இது உதவியது. மிகுந்த நம்பிக்கையுடன், முன்பு இருந்ததைக் காட்டிலும் பெரும் உரிமையுடன் இதனைச் சேகரிக்கும் காரியத்தில் அவர்கள் ஈடுபடத் துவங்கினர். எனவே இது இறுதியில் தானியத்தின் மீது செல்வாக்கு செலுத்துகிறது. இது எதார்த்தத்தின்

மீதான தனது அணுகுமுறையை மாற்றியமைக்கிறது. எனவே, மறைமுகமாக இது எதார்த்தத்தை மாற்றுகிறது."[11]

ஆகவே மாயாசக்தி என்பது மனோரீதியானது. ஆனால், இது தனிநபர் மனோவியலுடன் சம்பந்தப்பட்டது அன்று. ஜார் ஹாரிசன் இவ்வாறு தொடருகிறார்:

'நாம் ஏற்கெனவே குறிப்பிட்டவாறு இந்தச் சடங்கிலுள்ள ஓர் அம்சம், கூட்டாக நிகழ்த்தப்படுவதால், ஏராளமானோர் ஒரே வகையிலான மனக்கிளர்ச்சியை - கூட்டான, உணர்ச்சிபூர்வமான கிளர்ச்சியை - பெறுவதாகும். கூட்டுத்தன்மை, உணர்ச்சிபூர்வ கிளர்ச்சி ஆகிய இரண்டு காரணிகளும் - குறிப்பாக, புராதன மக்களிடையில் - நெருக்கமாக ஒருங்கிணைந்துள்ள, உண்மையில் பிரிக்கப்பட முடியாத பழங்குடி மக்களிடையே உள்ள சாதாரண செயலைச் சடங்காக மாற்றுகிறது. உணர்ச்சிப்பூர்வமான நிலைமைகள் சமூக ரீதியாக மட்டுமே உணரப்படுகின்றன. தீவிரமாகவும், கூட்டாகவும் உள்ள செயல்பாட்டையே பழங்குடி மக்கள் புனிதமாகவும், சடங்கு பூர்வமானதாகவும் கருதுகின்றனர்."[12]

ஆனால், இத்தகைய புராதனகால கூட்டுத்தன்மை முன்னேறிய உற்பத்தி முறையால் அழிக்கப்படுகிறது. முன்னேறிய உற்பத்தி முறை உபரியை உருவாக்குகிறது. அதாவது பெரும்பாலரது உழைப்பில் ஒரு சிலர் வாழ்வதற்கான வாய்ப்பும் இதில் அடங்கியுள்ளது. மாயவித்தையிலிருந்து மதம் பிரிந்து சென்றதற்கான பொருளாயத நிலைமைகள் உள்ளடங்கிய இதனை நாம் அடுத்த உரையில் விவாதிக்கப் போகிறோம். இருப்பினும், தற்பொழுது புராதன, வர்க்கத்துக்கு முந்திய சமூகத்தின் சித்தாந்த அடிப்படையாக விளங்கும் மாயவித்தை குறித்து மேலும் சில வார்த்தைகள் பேசுவோம். உற்பத்தி முறையில் ஏற்பட்ட முன்னேற்றத்தால் மாயவித்தையின் மீதான நம்பிக்கையை உடனடியாகத் துடைத்தெறிந்துவிட இயலவில்லை. அது நாடோடி மக்கள் புண்பாடாக அல்லது அடித்தட்டு மக்கள் பண்பாடாக-குறிப்பாக, விவசாயப் பெண்கள் மத்தியில் இன்றும் உள்ளது.

இதில் புதுமை ஏதுமில்லை. பொருளாதார முன்னேற்றம் காரணமாக மறைந்துபோன புராதனகால பழக்கவழக்கங்கள் கிராமியப் பண்பாடாக அடிக்கடி வெளிப்பட்டு வருகின்றன. அழிந்துபோன பழக்கவழக்கங்களையும், மறைந்துபோன நம்பிக்கைகளையும் பகுப்பாய்வு செய்வதற்காகவே வரலாற்று ஆசிரியர்கள் இதில் ஆர்வம் காட்டி வருகின்றனர். தங்கள் மூதாதையர்களைப் போல வாழாவிட்டாலும், தமது முன்னேற்றம் மூதாதையர்களின் நல்லெண்ணத்தைச் சார்ந்துள்ளது எனவும், தங்களது நலன் சில வழிகளில் தமது

மூதாதையர்களின் நல்லெண்ணத்தைச் சார்ந்திருப்பதிலேயே உள்ளது எனவும் அவர்கள் நம்பி அவற்றைப் பின்பற்றினர்.

எனவே, மதத்திற்கு முந்திய மாயவித்தை வேறு வகையில் மதச்சூழலிலும் தொடர்ந்து இருந்து வருகிறது. வங்காளத்தில் 'விரதம்' என அழைக்கப்படுவதை இதற்கு உதாரணமாகக் குறிப்பிடலாம்.

வங்காளத்தில் 'விரதம்' எனப்படுவது குறித்து தனது சிறப்பு வாய்ந்த நூலில் (வங்காளம்) குறிப்பிட்டுள்ளதற்காக நாம் அபனேந்திரநாத் தாகூருக்குப்[13] பெரிதும் கடமைப்பட்டுள்ளோம். இதற்குப் பொருத்த மில்லாத அவரது கருத்துமுதல் வாதக் கண்ணோட்டத்தில் உள்ள சில அம்சங்கள் தவிர்த்து, பொதுவாக, அவரது வழியைப் பின்பற்றி நாம் இந்த அம்சத்தை அணுகலாம்.

விரதம் என்பதன் உட்கரு விருப்பம் என அவர் குறிப்பிடு கிறார். அதனைச் சுற்றிக் குழுப் பாடல்கள், நடனங்கள், அல்பனா என்றழைக்கப்படும் படக்காட்சிகள் இருக்கும். இவை ஏற்கெனவே நம்மிடம் பூர்த்தி செய்யப்பட்டுவிட்ட விருப்பங்களைக் குறிப்பதாக உள்ளன. அபனேந்திரநாத் இதனைப் பின்வருமாறு குறிப்பிடுகிறார்.

'விரதம் என்பது ஒரு சாதாரண விருப்பமாகும். இதனை நாம் படங்களில் காண்கிறோம். இதன் எதிரொலியைப் பாடல்களில் கேட்கின்றோம். நாடகங்களிலும், நடனங்களிலும் இதன் விளைவு களைப் பார்க்கின்றோம். சுருக்கமாகக் கூறினால், விரதம் என்பது பாடல்களாகவும், படங்களாகவும், இடம்பெயரவும், வாழவும் கூடிய, விருப்பங்களும் உள்ளவைதானே ஒழிய வேறொன்றும் அல்ல.'

இவையனைத்தும் தெளிவான மாயவித்தைகளாகும். இவற்றை மதம் என்றழைப்பது தவறானதாகிவிடும். விரதம் என்பது பிரார்த்தனை களோ, வழிபாட்டு முறைகளோ அல்ல என அபேந்திரநாத் மீண்டும் மீண்டும் குறிப்பிட்டுள்ளார். விரதம் நிகழ்த்தப்படுகின்ற அணுகுமுறை, அடிப்படையில் செயல்பாடுள்ள ஒன்றாகும். ஒருவர் கடவுள்களின் முன்பு விழுந்து வணங்குவதோ, தமக்குத் தேவையானவற்றை யாசகம் கேட்பதோ இதன் அணுகுமுறை அன்று. மாறாக, ஒரு குறிப்பிட்ட செயல்பாட்டின் மூலம் தமது விருப்பங்களைப் பூர்த்தி செய்து கொள்ளும் அணுகு முறையாகும். உண்மையில் வேறொரு உலகம் அல்லது சொர்க்கம் போன்ற கருதுகோள்கள் விரதத்துக்கு அன்னிய மானவையாகும். இன்று நாம் காணும் சில விரதங்கள் மதச் சாயல் களைக் கொண்டிருக்கலாம். ஆனால், இவை சமீபகால தந்திரமான கண்டுபிடிப்புகளாகவோ அல்லது மதக் கருத்துகளால் மாசுபடுத்தப் பட்டவையாகவோ இருக்கலாம் என அபேந்திரநாத் ஆணித்தரமாகக்

குறிப்பிடுகிறார். எவ்வாறு இருப்பினும், இவை உண்மையான விரதங்கள் ஆகா. உண்மையில் பூமியின் இசைக்கேற்ப இயங்கக்கூடிய ஒன்றே உண்மையான விரதமாக இருக்கும் என அவர் இலக்கிய நயத்துடன் குறிப்பிடுகிறார்.

இதில் பங்கேற்றுள்ள அனைவரும் ஒரே விருப்பத்துடன் கூட்டாகச் செயல்படுவது விரதத்தின் முக்கியக்கூறு ஆகும். தனி நபரின் விருப்பங்களோ, அவற்றைப் பூர்த்திசெய்து கொள்வதற்கான நடனமுறைகளோ விரதத்தில் இல்லை. பல நபர்கள் ஒருங்கிணைந்து நின்று ஒரே விளைவை ஏற்படுத்துவதே விரதம் ஆகும்.

ஒரு தனிநபரால் நடனமாட இயலும். ஆனால், ஒரு நாடகத்தை அரங்கேற்ற இயலாது. அதேபோல ஒரு தனிநபரால் பிரார்த்தனை செய்யவோ, வேண்டிக்கொள்ளவோ முடியும். ஆனால் ஒரு விரதத்தை நிகழ்த்த முடியாது. பிரார்த்தனை மற்றும் விரதம் ஆகிய இரண்டுமே விருப்பங்களைப் பூர்த்தி செய்வதற்காக உருவாக்கப்பட்டவையாகும். இருப்பினும், பிரார்த்தனை தனிநபருடன் முடிந்துவிடுகிறது. விருப்பங்கள் பூர்த்தி செய்யப்படுவதோடு யாசிப்பது முழுமையடைந்து விடுகிறது. ஆனால், விரதத்தில் இது அடிப்படையில் கூட்டான ஒன்றாகும். உண்மையில் விருப்பங்கள் பூர்த்தி செய்யப்படுவதில் இது நிறைவடைகிறது.

வங்காள விவசாயிகள் வசுந்தரா விரதத்தை நிகழ்த்துகின்றனர். வறண்ட, கோடைக்கால மத்தியில் நிகழ்த்தப்படும் பொழுது விரதப் பாடல் பின்வருமாறு குறிப்பிடுகிறது: ‘கங்கை வற்றிவிட்டது. ஆனால், வானம் கருத்திருக்கு.’ உண்மையில், இந்த விரதமானது மழை மற்றும் பெரும் வெள்ளத்திற்கான விருப்பத்தைப் பூர்த்தி செய்யும் நோக்கில் வடிவமைக்கப்பட்டதாகும். விவசாயிகள் பாடுகிறார்கள். மழைத் துளியைப் பற்றி அவர்கள் பாடுகின்றனர். காய்ந்த பூமி மழைபொழிந்து மூழ்க வேண்டும். அதில் குழந்தைகள் விளையாடி மகிழவேண்டும் என அப்பாடலில் அவர்கள் காணுகின்றனர். அத்தோடு அவர்கள் நடிக்கின்றனர். அவர்கள் மழையை உருவாக்குகின்றனர். அவர்கள் மரத்தின் மீது ஒரு பாத்திரத்தை வைத்து அதில் தண்ணீரை நிரப்பி, அதனுள் ஒரு துவாரமிடுகின்றனர். பாத்திரம்தான் மேகம். அதிலிருந்து வரும் தண்ணீர்தான் மழை. இவ்வாறுதான் அவர்கள் தங்களது எதார்த்தமான விருப்பத்தைக் கற்பனையாகப் பூர்த்தி செய்து கொள்கின்றனர்.

4. வர்க்க சமுதாயத்தில் உள்ள மாயவித்தை

பாடல்கள், நடனங்கள் மற்றும் ஓவியங்கள் கலந்த ஒரு வகையான கூட்டுழைப்பு நடவடிக்கையான இவை பார்ப்பதற்கு மிகவும் அற்புதமாக

உள்ளன. மாயவித்தையை முழுமையாக, குறிப்பாக, மாயத் தோற்றத்திற்கு அடிப்படையான அதனுடைய எதிர்மறை அம்சங்களை மட்டுமாவது அழிக்க முடியாவிட்டாலும், பண்புரீதியில் வேறுபட்ட, அமைப்பு ரீதியான மதத்திற்கான வாய்ப்புகளை வழங்கும் மாயவித்தையை நிலைமறுக்க வேண்டியது மனிதகுல முன்னேற்றத்துக்கு எவ்வாறு அத்தியாவசியமானது என்பது குறித்து நான் அடுத்த உரையில் குறிப்பிட முயற்சி செய்கிறேன். எவ்வாறு இருப்பினும், வர்க்கத்துக்கு முந்திய புராதன சமுதாயத்தின் சித்தாந்தம் மாயவித்தையாகும். அதற்குக் கடவுளோ, பிரார்த்தனையோ எதுவும் கிடையாது. எனவே, இவற்றை மதங்களுக்கு முந்தியதாக மட்டுமே நாம் காண இயலும்.

அதே சமயம், குறிப்பாக, இந்தியப் பண்பாட்டைப் புரிந்து கொள்ள மற்றோர் அம்சத்தை நாம் மறக்கக்கூடாது. மாயவித்தையானது மூல உள்ளடக்கத்தில் கூட்டுழைப்பு அடிப்படையில் இருந்தாலும் பின்னர் வந்த வர்க்கமாகப் பிளவுபட்ட சமூகத்துக்கு அது மாற்றப்படுவதற்கான சாத்தியக்கூறுகளும் இருந்தன. அவ்வாறு மாற்றப்படும் பொழுது அது, மிகவும் மோசமான வகைப்பட்ட, மிகச் சிறுபான்மையினரான ஒட்டுண்ணி வர்க்கத்துக்குப் பொருளாதார நலனை உத்தரவாதம் செய்யவே உதவியுள்ளது. இந்திய வரலாற்றில் ஒப்பீட்டளவில் பிந்திய வேத காலத்தில் - அல்லது மேலும் குறிப்பாகச் சொல்லவேண்டுமெனில், யஜுர் வேத காலத்தில் - யக்ஞம் என்று அழைக்கப்பட்ட வழிபாட்டுமுறை உருவானபொழுது இது நிகழ்ந்திருக்கிறது.

யக்ஞம் (யாகம்) நிகழ்த்துவதன் மூலமாக விருப்பங்கள் பூர்த்தி செய்யப்படுவதற்கு உத்தரவாதமளிப்பதை யஜுர் வேதம் வலியுறுத்துகிறது. ஒவ்வொரு யக்ஞமும் கடைபிடிக்கப்பட வேண்டிய வழிமுறைகளுடன் ஒவ்வொருவருக்கும் உரிய பொருத்தமான வகையில் விரிவாக அதில் விளக்கப்படுகிறது. 'யக்ஞம் என்றால் என்ன?' என்று நாம் மிகச் சாதாரணமாகக் கேள்வி எழுப்பினால் அதற்கு ஒரே ஒரு பதில்தான் உள்ளது. சாராம்சத்தில் அது புராதனகால மாயவித்தையைத் தவிர வேறொன்றும் அல்ல. ஏனெனில், அதன் சில செயல்பாடுகளைக் கொண்டு இயல்பாக அவ்வாறு அழைக்கத் தோன்றுகிறது. அதாவது, அதன் இயல்பான சக்தியே விருப்பங்களைப் பூர்த்தி செய்வதற்கு இட்டுச் சென்றுவிடுகிறது. ஒட்டுமொத்த செயல்பாடுகள் எத்தகையனவாக இருப்பினும் விருப்பங்களைப் பூர்த்தி செய்வதற்கான எவ்வித தெய்வீகமான ஒன்றும் இங்குத் தலையிடுவதற்கான வாய்ப்பு இல்லை. வேறு வார்த்தைகளில் குறிப்பிட்டால், எத்தகைய பிரார்த்தனைக்கோ, வழிபாட்டுக்கோ அல்லது தெய்வீகக் கருணைக்கோ இங்கு இடமில்லை.

மத குருமார்களுக்கு மட்டுமே யக்ஞம் நிகழ்த்துவதற்கான சிக்கலான வழிமுறைகள் தெரியும். இறுதியில் ஒரு வலுவான தத்துவச் சிந்தனை உருவாக்கப்படுகிறது. கடவுள் மறுப்பும், குறிப்பிடத்தக்க எதார்த்தங்களாக உள்ள எளிய வேதக் கடவுள்களான இந்திரன், வருணன், மித்திரன் போன்றோரை ஒதுக்கித் தள்ளுவதும் இதன் முக்கிய அம்சங்களாகும்.

இவை அனைத்தும் சில நவீனக் கல்வியாளர்களுக்கு ஓரளவுக்குக் குழப்பத்தை ஏற்படுத்துகின்றன. இந்தியச் சிந்தனையாளர்களில் பெரும்பாலான வைதீகர்கள் - அதாவது, வேத 'குருக்கள்' என அழைக்கப்படுவோர் - முழுமையான நாத்திகத்தில் ஆர்வமுடையவர்களாக இருப்பது ஏன்? நாம் அவர்களை 'மதகுருமார்கள்' என அழைத்து வந்த போதிலும் உண்மையில் அவர்கள் அவ்வாறு இல்லை. அதாவது, தாய் தெய்வங்கள் மற்றும் கடவுள்களைத் திருப்திப்படுத்திட பிரார்த்தனைகள், வழிபாடுகள் போன்றவற்றைப் பின்பற்றி வருபவர்களே 'மதகுருமார்கள்' என நாம் இதுவரை புரிந்து வைத்திருக்கிறோம். மாறாக, உண்மையில் அவர்கள் புராதன கால மாயவித்தைகளை, புதிய சமூகப் பொருளாதார நிலைமைகளுக்கு ஏற்ப மாற்றுபவர்கள். அதாவது, வர்க்கமாகப் பிளவுபட்டுள்ள சமூகத்தில் யக்ஞத்துக்குப் பொருளுதவி செய்பவர்களைக் கவருவதன் மூலமாக உயிர்வாழ விரும்புபவர்கள். அதாவது, சடங்குகள் தூய்மையாகவும், எளிமையாகவும் இருக்க, அனைத்து வகையான விருப்பங்களையும் பூர்த்தி செய்ய இவற்றைக் காட்டிலும் வேறு தேவையில்லை எனக் கூறுபவர்கள். பிரமிப்பூட்டும் வகையில் மாயவித்தைச் சடங்குகளைச் செய்வதன் மூலம் இவர்கள் பொருளுதவி செய்பவர்களிடையே நம்பிக்கையை ஏற்படுத்துகின்றனர். யக்ஞம் நிகழ்த்தும் வழிமுறைகள் குறித்த விரிவான நடைமுறையை இந்தச் சடங்கு பற்றிய நூலில் நாம் படிக்கின்றோம். இதில் சலித்துப்போன, நாகரிகமற்ற யோசனைகளும், அர்த்தமற்ற ஒப்பீடுகளும், கட்டுக் கதைகளும், சொல்லாடல்களும், பயனற்ற, அற்பத்தனமான காரியங்கள் மீது பொய்யான சர்ச்சைகளும் ஏற்றப்படுகின்றன. இதனால் யக்ஞம் குறித்த விவாதங்கள் பெரிதும் படிக்க வியலாதவை யாவும், இந்திய இலக்கியங்களில் மிகவும் அவலட்சணமான ஒன்றாகவும் ஆகிவிடுகின்றன. இருப்பினும், இத்தகைய அனைத்து வகையான கட்டுக் கதைகளும் இதன்மீது இருந்த போதிலும், கட்டுக் கதைகளைத் தள்ளிவிட்டுப் பார்க்கும் பொழுது, மாயவித்தையானது நமக்குத் தூய்மையாகவும், எளிமையாகவும் கிடைக்கிறது. ஆனால், உண்மையான உற்பத்தி முறைக்கு உதவக்கூடியதாக ஓரளவுக்கு நிரூபணம் ஆகியுள்ள புராதன மக்களின் கூட்டுழைப்பு என்ற வகையில் இந்த மாயத்தை அதன் மூல வடிவிலானது அல்ல. மாயவித்தையானது

வர்க்கமாகப் பிளவுபட்ட சமூகத்துக்கு மாற்றப்படும்பொழுது, சாதாரண பொருளாதார வடிகாலாகவும், சமூக ஒட்டுண்ணி வர்க்கத்துக்குப் பொருளாதார ரீதியாக உதவக்கூடியதாகவும், யக்ஞம் நிகழ்த்துவதற்கான ரகசிய அறிவைப் பெறுவதற்கான பாசாங்காகவும் பயன்படுத்தப்படுகிறது. சாதாரணமாக இவற்றை நிகழ்த்துவதன் மூலம் அனைத்து வகையான விருப்பங்களையும் பூர்த்தி செய்வதை உறுதிப் படுத்த, பொருள் உள்ளவர்களிடமிருந்து பெரும் நிதியைக் கேட்டுப் பெற மட்டுமே உதவுகிறது.

அடுத்து வரக்கூடிய என்னுடைய உரைகளில் இவற்றை மேலும் விரிவாக விவாதிக்க எனக்கு வாய்ப்பு உள்ளது. தற்பொழுது ஓர் அம்சத்துக்கு முக்கியத்துவம் அளிப்பது போதும் எனக் கருதுகின்றேன். மனிதகுல வரலாற்றில் மதம் இல்லாத காலகட்டம் ஒன்று இருந்தது என்பதைக் காட்ட மாயவித்தை சான்றாக விளங்குகிறது. நாம் அடுத்த உரையில் காணவிருக்கும் மதம், வர்க்க சமுதாயத்தின் குணாம்சமாகும். வர்க்க சமூகத்துக்கு மாற்றப்படுகின்ற பொழுதும் மாயவித்தை - தற்பொழுது யக்ஞம் என்றழைக்கப்படுவது - மதத்துக்கு முந்திய அணுகுமுறையை மட்டும் பிரதிநிதித்துவப் படுத்தவில்லை. மதத்துக்கு விரோதமானவற்றையும் கடவுளையும் மறுப்பதிலும், எல்லா விதங்களிலும் தெய்வீகக் கருணையைப் பார்ப்பதை மறுப்பதிலும் யக்ஞம் மதத்துக்கு எதிரான அணுகுமுறையைக் கொண்டுள்ளது.

தொகுப்பாக

மனிதனுக்குள் இருக்கும் கடவுளின் ஆவி என்ற அடிப்படையில் உருவான நிறுவனங்களே ஒவ்வொரு மதமும் என்ற பிரச்சினையில் நாம் விவாதத்தைத் துவக்கினோம். உலக அளவிலான, பெரிய, அமைப்பு ரீதியான மதங்களை எடுத்துக்கொண்டால் வரலாற்று ரீதியாக இது உண்மை என்பதை நாம் கண்டோம். இருப்பினும், உண்மையாக இருந்தபோதிலும், அது முழு உண்மை அன்று என்பதை நாம் விவாதித்தோம். மதமே-வர்க்க சமுதாயத்தில் இது ஒரு வரலாற்று அவசியமாக உள்ளது - ஒரு மாறுதல் போக்காக உள்ளது. வர்க்க சமுதாயத்தின் உருவாக்கத்தோடு சேர்ந்து இது வருகிறது. எதிர் காலத்தில் வர்க்கமில்லாத சமுதாயத்துக்கு மாறும்பொழுது, இதுவும் உதிர்ந்து போகும். வர்க்கத்துக்கு முந்திய புராதன சமூகத்தில், மதமில்லாத காலகட்டம் ஒன்று இருந்தது என்பதை நிறுவவேண்டியது முதலாவது அம்சமாகும். இக்காலகட்டத்தில் மதத்துக்குப் பதிலாக ‘மாயவித்தை’ இருந்தது. இவை இரண்டிற்கும் இடையில் தெளிவான, பண்பு ரீதியான வேறுபாடுகள் உள்ளன என்பதைக் காட்ட நாம் முயன்றுள்ளோம்.

மத உருவாக்கம் அல்லது மேலும் துல்லியமாகக் குறிப்பிட்டால் வர்க்க சமுதாயத்தின் தோற்றத்தோடு மதமும் உருவாவது ஒரு வரலாற்று அவசியம் என்பது குறித்து எனது அடுத்த உரையில் விவாதிக்க விரும்புகிறேன்.

அடிக்குறிப்புகள்

1. தாஞ்சூர் MDO cxxxii.9-செர்யிட்ஸ்கி PS 1-16.
2. ஈஸ்வர - பாங்ய - கரிகம் சுபகுப்தா. தாஞ்சூர் MDO cxii - 11.
3. ஜார்ஜ் தாம்சன் ER 7-8.
4. எல்.எச். மார்கன் 561-562.
5. ஜார்ஜ் தாம்சன் SAGS i.84.
6. கோர்டன் சைல்டு WHHTO.
7. எல்.எச்.மார்கன் 561.
8. ஜார்ஜ் தாம்சன் ER 9.
9. ஜெ. ஹாரிசன் 94.
10. ஜார்ஜ் தாம்சன் ER 9.
11. ஜார்ஜ் தாம்சன் SAGS i.440.
12. ஜெ. ஹாரிசன் 36-37
13. தேவி பிரசாத் சட்டோபாத்தியாயா ஆங்கில நூல் தொகுப்பு / 133.

2. மத உருவாக்கம்

1. துவக்கக் குறிப்புகள்: கோர்டன் சைல்ட்

மதத்தின் உருவாக்கம் குறித்து விவரிக்கும் பொழுது, நாம் சுமார் ஐயாயிரம் ஆண்டுகளுக்கு முன்னால் - அதாவது, சுமார் கி.மு.மூவாயிரம் ஆண்டுகளுக்கு முன் - செல்லவேண்டியுள்ளது. அப்பொழுதுதான் மத உருவாக்கம் முழு வடிவத்தை அடைகிறது. இதற்கு முக்கியமாக தொல்லியல் துறையைச் சார்ந்திருக்க வேண்டியுள்ளது. தொல்லிய லாளர்கள் அழிந்துவிட்ட சமூகங்களின் மிச்சசொச்சங்களிலிருந்து ஆய்வுகளை மேற்கொண்டுள்ளனர் - இவை இனவரைவியல் மற்றும் பண்டைய இலக்கிய ஆதாரங்களுடன் பல சமயங்களில் ஒத்துப் போகின்றன - இதன் மூலம் இவர்கள் கோர்டன் சைல்ட் சரியாகக் குறிப்பிட்டதைப் போல மனிதனின் 'ஆத்ம சாதனம்' உள்ளிட்ட பண்டைய பழக்கவழக்கங்களை மறுகட்டுமானம் செய்ய முயன்று உள்ளனர். இயற்கையை வெற்றிகரமாகக் கட்டுப்படுத்தவும், மாற்றி அமைக்கவுமான சாதனமாகவும், கருவியாகவும் பயன்பட்ட கருத்துகள் மட்டுமல்லாமல், 'சமூகத்தின் சித்தாந்தம் என்றழைக்கப்படுகிற அதன் மூடப் பழக்கவழக்கங்கள், மத நம்பிக்கைகள், விசுவாசங்கள், மற்றும் கலைக் கோட்பாடுகள் போன்றவற்றையும் உள்ளடக்கியதாக கோர்டன் சைல்ட் குறிப்பிடுகிறார்"

ஆனால், தொல்லியலாளர்களின் பல்வேறு விதமான தத்துவங்கள், எதிர்த் தத்துவங்கள், அனுமானங்கள், எதிர் அனுமானங்கள் போன்றவை நம்மைக் காட்டில் விட்டது போன்ற தோற்றத்தை ஏற்படுத்துகின்றன. இருப்பினும் இக்காட்டிலிருந்து வெளியே வந்த ஒரு பேரறிஞரின் பெயர்தான் கோர்டன் சைல்ட் ஆகும். மதத்தின் உருவாக்கம் குறித்து விவாதிப்பதற்காக ஏற்பாடு செய்யப்பட்டுள்ள இந்த உரையில், மிகக் கடினமான அம்சங்களையும் சாதாரண மனிதரைப் போலக் குறிப்பிடும் அவரைப் பற்றிய விமர்சனங்களையும் மிகுந்த கவனத்துடன் பின்பற்றிச் செல்லவேண்டும் என்பதை நான் குறிப்பிட விரும்புகிறேன்.

ஆனால், முதலில் ஓர் அம்சத்தில் தெளிவாக இருக்க முயற்சி செய்ய வேண்டும்.

மார்க்ஸ் 1883ஆம் ஆண்டு மறைந்தார். அவரது வாழ்வுடன் ஒன்றிணைந்த அவரது தோழர் ஏங்கல்ஸ் 1895-ல் காலமானார். தொல்லியல் ஓர் அறிவியல் என்ற வகையில் அப்பொழுது குழந்தைப்

பருவத்தில் இருந்தது. 1822-ல் சாம்போலியனின் எகிப்திய ஆய்வுகள், 1870-களில் ட்ராய் மற்றும் மைசீனியாவில் கிரேக்க நாகரிகத்தின் மூலம் குறித்து ஸ்லீமன் மேற்கொண்ட புலனாய்வு போன்றவை பத்தொன்பதாம் நூற்றாண்டின் பிற்பகுதியில் மேற்கொள்ளப்பட்ட அகழ்வாய்வுகள் மூலம் அதற்குமுன் நைனிவே, நிர்மத், நிப்பூர் மற்றும் லகாஷ் ஆகியவை தொல்லியல் கொள்ளைக்காக நடத்தப்பட்டவை. இது தரக்குறைவான காரியமாகும். அது தொடங்கியது உண்மையில் முறைப்படியான தொல்லியல் வழிமுறை; பெட்ரி என்பவரால் வளர்க்கப்பட்டது. 1894ஆம் ஆண்டு சிகாகோ பல்கலைக்கழகத்தில் எகிப்தியவியல் பாடம் நடத்தி வந்த பிரெஸ்ட் The Fectile Creasant என்ற கருதுகோளை உருவாக்கினார். அதற்குப் பிறகு 10 ஆண்டுகள் கழித்து அவரது முதலாவது சிறப்பு வாய்ந்த 'எகிப்து பற்றிய பண்டைய ஆவணங்கள்' என்ற நூல் 1906-ல் முதலில் வெளியிடப்பட்டது. ஹரப்பாவில் தயாராம் ஷானி, மொகஞ்சதாரோவில் ஆர்.டி.பானர்ஜி ஆகியோர் பண்டைய சிந்துச் சமவெளி நாகரிகத்தைக் கண்டறிந்ததன் அடிப்படையில் சுமேரிய அகழ்வாய்வு குறித்த முதலாவது குறிப்பிடத் தக்க நூல் 1926-ல் லியோனார்டு வூலி என்பவராலும், 1924-ல் ஜான் மார்ஷல் என்பவராலும் வெளியிடப்பட்டது.

மார்க்ஸ், ஏங்கல்ஸ் ஆகியோரின் வாழ்நாளில் இது முழு வடிவம் பெறவில்லை என்ற ஓர் அம்சத்தை வலியுறுத்துவதற்காகவே நவீன தொல்லியல் - தொல்லியல் ஓர் அறிவியல் என்ற உண்மையான அர்த்தத்தில் - உருவாக்கத்தில் சில குறிப்பிடத்தக்க சாதனைகளை நாம் இங்குக் குறிப்பிட்டுக் காட்டினோம்.

எனவே, மார்க்சியத்தைத் தோற்றுவித்தவர்கள் சமூக வளர்ச்சி குறித்த தங்களது அணுகுமுறையை உருவாக்கிய பொழுது தொல்லியலை உபயோகப்படுத்தும் வாய்ப்புகள் அவர்களுக்குக் கிட்டாமல் போய் விட்டன. தொல்லியலே கோர்டன் சைல்ட் போன்ற சிறந்த தொல்லிய லாளர்கள் மூலம் மார்க்சியத்துக்குள் வருகிறது. இதன் மூலம், ஆரம்ப கால சமூக வளர்ச்சி குறித்த உலகளாவிய ஆய்வும் போதுமான அர்த்த முள்ளதாக ஆகிறது.

கோர்டன் சைல்டின், 'கொள்கையும், வழிமுறையும்' என்ற நூலில், அவர் முதன்மையான தத்துவவியல் - தொல்லியல் ஆய்விலிருந்து (ஐரோப்பிய நாகரிகத்தின் தோற்றம் (1925) என்ற நூலின் முதல் பதிப்பு, ஆரியன், 1926) தொழில்நுட்பங்கள் அல்லது உற்பத்திக் கருவிகளைப் பயன்படுத்தும் விதம், சமூக உறவுகளையும், சித்தாந்தம், அறிவியல், மதம் போன்ற பிற மேற்கட்டுமானக் காரணிகளையும் நிர்ணயிக்கிறது என்ற புரிதலுக்குப் படிப்படியாக எவ்வாறு மாறினார் என்பது குறித்து

பார்பரா மேக் நாயர் ஒரு சுருக்கமான வரையறுப்பை அளிக்கிறார். அது தொல்லியல் அணுகுமுறை வழியே மத உருவாக்கம் குறித்த தெளிவைப் பெறுவதற்கான அடிப்படையை நமக்கு அளிக்கிறது. கோர்டன் சைல்டின் ஆய்வில் ஏற்பட்ட மாறுதல் இந்நூற்றாண்டின் முப்பதுகளின் மத்தியில் ஏற்பட்டது. பார்பரா மேக்நாயர் சரியாகக் குறிப்பிட்டது போல, 'சைல்ட் 1936ல் எழுதிய, 'மனிதன் தன்னைத் தானே உருவாக்கிக் கொண்டான்' என்ற நூலில் முதன்முறையாக தனது புதிய பொருளாதாரக் கருத்துகளை வெளியிட்டார். மேலும் அவர், தான் மார்க்சியத்துக்குக் கடமைப்பட்டுள்ளதையும் இதில் வலியுறுத்து கிறார்.'²

'மனிதன் தன்னைத்தானே உருவாக்கிக் கொண்டான்' என்ற நூல் மிகவும் சுருக்கமான ஒன்றாகும். இதில் சிறந்த தொல்லியல் சான்றுகள் பெருமளவில் குறிப்பிடப்பட்டுள்ளன. சாதாரண பொதுமக்களும் புரிந்துகொள்ளும் வகையில் சைல்ட் இதனை எழுதியுள்ளார். பாசிச எழுச்சியை ஒட்டி ஐரோப்பாவை மற்றோர் 'இருண்ட காலம்' அச்சுறுத்திக் கொண்டிருந்த சூழலில் மக்கள் பீதியுற்றிருந்த பொழுது, அவர்கள் எதிர்காலத்தின் மீது அல்லது மனிதகுல முன்னேற்றத்தில் நம்பிக்கை இழக்காமல் இருக்க வேண்டும் என்கிற நோக்கில் அது எழுதப்பட்டது இதற்கொரு காரணமாகும். அதே சமயம் சைல்ட், தொல்லியல் உணர்வைக் கொண்டவர் என்ற வகையில், பொதுவாக முன்னேற்றம் என்பதாக அவர் பேசவில்லை. உலகளாவிய வலுவான தொல்லியல் சான்றுகளின் அடிப்படையிலேயே அவர் முன்னேற்றம் என்பதைக் குறிப்பிட்டுள்ளார். இருப்பினும் அவர் மார்க்சியத்தின் பக்கம் தனது கவனத்தைத் திருப்புகையில், முன்னேற்றம் என்ற கருதுகோளில் மேலும் புதிய திசைவழியிலான புரிதல் அவருக்கு ஏற்பட்டது. மனித குலத்தின் முன்னேற்றம் ஒன்றைத் தன்மையிலானது என்கிற கண்ணோட்டத்துக்குப் பதிலாக அவர் அதனை இயக்கவியல் ரீதியாக அணுகினார். மனிதகுல முன்னேற்றத்தின் பொழுது, மதக் கண்ணோட்டங்களையும், மூடப்பழக்கவழக்கங்களையும் உருவாக்க வேண்டியது அப்போதைய வரலாற்று ரீதியான அவசியமாக இருந்தது. அதே சமயம், தொடர்ந்து மேலும் முன்னேறுவதற்கு அவை தடை களாகவும் விளங்கின. இந்தத் தடைகளுக்கு மத்தியில் மனிதகுலம் முன்னேறியது. அத்தகைய முன்னேற்றத்தின் மூலம், தோற்றுவிக்கப் படும் பொருளாதய நிலைமைகள் முடிவில் மதத்தைத் தூக்கி எறிய உதவும் என சைல்ட் விளக்கினார். இதற்கு அவர் 'முன்னேற்றத்தின் இயக்கவியல்' என்ற மார்க்சிய மொழியைப் பயன்படுத்தினார். நாத்திகத்தை நோக்கி முன்னேறுவதற்கு மத உருவாக்கம் ஒரு வரலாற்று அவசியம் என்ற கோர்டன் சைல்டின் தொல்லியல் ஆய்வோடு நம்மைக் கட்டுப்படுத்திக்கொள்ள வேண்டியுள்ளது.

இரண்டாம் உலகப்போரின் மூன்றாம் ஆண்டில், முதன்மையாக எளிய மக்களுக்காக அல்லது அவரது வார்த்தைகளிலேயே குறிப்பிட்டால், 'புத்தகக் கடைக்கு வரும் பொது மக்களுக்காக வடிவமைக்கப்பட்ட' மற்றொரு நூலினை சைல்ட் எழுதினார். அதில் அவர் வேட்டையாடுதல் - சேகரித்தல் காலகட்டம் துவங்கி ரோமானியப் பேரரசின் இறுதிவரை மனிதகுலத்தின் முன்னேற்றம் குறித்து பகுப்பாய்வு மேற்கொண்டுள்ளார். 'வரலாற்றில் நிகழ்ந்தது என்ன? (1942)' என்பது இந்நூலின் தலைப்பாகும். இது எழுதப்பட்டபொழுது உலகத் தொல்லியலில் மிகச் சிறந்த நூலாகவும் போற்றப்பட்டது. இதன் 'எளிய' வடிவம் மற்றோர் இருண்ட காலத்திற்கான கவலையைப் போக்கும் தன்மை உடையதாக இருந்தது. வேறு வார்த்தைகளில் குறிப்பிட்டால், இது 'முன்னேற்றம்' என்ற கருத்தைப் பாதுகாப்பதற்காக எழுதப்பட்டது. 'புராதன பண்பாட்டில் இருந்த அனைத்துப் பாரம்பரியங்களும் இறுதியில் இருண்ட காலம் என்ற அடித்தளம் அற்ற புதைகுழியில் வீழ்ந்துவிடுகின்றன என என்னை நான் உணர்ந்து கொள்ளவே இதனை நான் எழுதினேன்'[3] என அவர் குறிப்பிடுகிறார். 'இதனை நான் மிகுந்த உணர்ச்சிக் கொந்தளிப்போடு எழுதினேன். எனவேதான் இந்த நூல் எனது மற்ற நூல்களைக் காட்டிலும் சிறந்த இலக்கிய வடிவில் உள்ளது' என்றார் அவர்.

சைல்ட் போன்ற தகுதிமிக்க தொல்லியலாளர் ஒருவர் பாசிச எழுச்சி என்ற காரணத்துக்காகவே மார்க்சிஸ்ட் ஆக மாறினார் என்பதை ஏற்கமுடியாது. மனிதகுல முன்னேற்றத்தின் மீது நம்பிக்கையை ஏற்படுத்த உதவியது என்பதற்காக மட்டுமல்லாமல் மிகவும் அர்த்தமுள்ள வகையில் பரந்த தொல்லியல் விவரங்களை ஒருங்கிணைக்க உதவும் சிறந்த மாதிரி அது என்ற வகையில் மார்க்சியத்தை சைல்ட் ஏற்றுக்கொண்டார் என்பதை நாம் புரிந்துகொண்டுள்ளோம்.

மனிதகுல முன்னேற்றத்தைப் புரிந்துகொள்ளத் தொல்லியலாளர்களுக்கு மிகச் சிறந்த முன்னோடிகளாக இவ்விரு நூல்களும் இருப்பதால் அவற்றை நான் இங்குக் குறிப்பாக மேற்கோள் காட்டினேன். ஏற்கெனவே குறிப்பிட்டது போல - மார்க்சிய அணுகுமுறையில் மத உருவாக்கத்துக்கான வரலாற்று அவசியம் மிகவும் தெளிவாக விளக்கப்பட்டுள்ளது. 'நகர்ப்புறப் புரட்சி' என கார்டன் சைல்டு குறிப்பிடுவது மதஉருவாக்கத்தைப் புரிந்துகொள்வதற்கான ஒரு முக்கிய அம்சமாகும். நகர்ப்புறப் புரட்சி (Urban Revolution) என்ற வார்த்தையில் Urban என்பது Urbs அல்லது நகரம் என்பதிலிருந்தும், புரட்சி என்ற வார்த்தை ஐரோப்பாவில் நடைபெற்ற தொழில்புரட்சி யிலிருந்தும் உருவானவை யாகும். உண்மையில் இனவரைவியல் அடிப்படையில் சைல்ட் தனது

நகர்ப்புறப் புரட்சியை மார்கனின் 'நாகரிகக் கட்டத்துடன் அடிக்கடி தொடர்புபடுத்தி வந்தார்.'[4] சுருக்கமாக, மனிதன் புதிய கற்கால கிராமங்களிலிருந்து ஆரம்பகால நகரங்களுக்கு முதலில் சென்றதைத் தொடர்ந்து இத்தகைய மகத்தான சமூகப் பொருளாதார மாற்றம் நிகழ்ந்தது. அவர் குறிப்பிட்டுக் காட்டியிருப்பது போல எகிப்து, மெசபடோமியா, சிந்துச் சமவெளிப் பிரதேச இந்தியா ஆகிய உலகின் மூன்று பண்டைய முக்கிய மையங்களில் இவை நிகழ்ந்தன. அவரது கண்ணோட்டத்தின்படி, பின்னர் வந்த அனைத்து வகையான நகர் மயமாக்கங்களும் இத்தகைய முதன்மையான மூன்று மையங்களையும் சார்ந்து வந்த வம்சாவளிகளே ஆகும். சைல்டின் தொல்லியல் பகுப்பாய்வின்படி, மத உருவாக்கம் என்பது ஆழமான சமூகப் பொருளாதார மாறுதலின் அடிப்படையாக மட்டுமல்லாமல், அதற்கு அவசியமான முன்தேவையாகவும் உள்ளது என்பது இந்த விவாதத்தில் நமக்கு மிகவும் முக்கியமான அம்சமாகும்.

2. நகர்ப்புறப் புரட்சி

1936-ல் சைல்ட், 'மனிதன் தன்னைத்தானே உருவாக்கிக் கொள் கிறான்' என்ற தனது நூலில் இந்தக் கருதுகோளை உருவாக்கினார். 1942-ல் எழுதிய 'வரலாற்றில் நிகழ்ந்தது என்ன?' என்ற நூலில் இதனை மேலும் விரிவாகக் குறிப்பிட்டுள்ளார். அவரது தொல்லியல் புரிதல் சம்பந்தமான சில சிக்கலான, முக்கியத்துவம் வாய்ந்த கருத்துகளை நமக்குத் தெளிவுபடுத்து வதற்காக இது பற்றி 1950-ல் நகரத் திட்டமிடல் என்ற இதழில், 'நகர்ப்புறப் புரட்சி' என்ற தலைப்பில் விரிவான ஒரு கட்டுரை எழுதியிருந்தார். 'மிகவும் பழைமையான கிழக்கு: ஐரோப்பிய வரலாற்றுக்கு முந்திய கட்டத்துக்குக் கீழ்த்திசை நாடுகளின் முன்னோடி' (1928) என்ற நூலை, 'மிகவும் பழமையான கிழக்கில் ஒரு புதிய நம்பிக்கை: ஐரோப்பிய வரலாற்றுக்கு முந்திய கட்டத்துக்குக் கீழ்த்திசை நாடுகளின் முன்னோடி' (1934) எனத் திருத்தி, தெளிவாக எழுதும் பொழுது 'Retrospect' என்ற நூலில் மீண்டும் அவர் இதனைக் குறிப்பிடுகிறார்.

நகர்ப்புறப் புரட்சி என்றால் என்ன? மத உருவாக்கத்துடன் அது எத்தகைய தொடர்பைக் கொண்டுள்ளது?

வரலாற்றில் நிகழ்ந்தது என்ன என்ற நூலில் சைல்ட், கருவிகளைப் பயன்படுத்துவதில் மனிதனுக்கும், பிற விலங்குகளுக்கும் உள்ள வித்தியாசத்திலிருந்து துவங்குகிறார். விலங்குகளுக்கு உடற்கூறுகளாக உள்ள கருவிகளுடன் ஒப்பிடுகையில், மனிதன் 'தனக்கு வெளியே கருவிகளை உருவாக்கி, பயன்படுத்தி, அவன் விரும்பினால் அவற்றை அழிக்கவும் செய்கிறான்.'[5] ஆனால், அவனது ஆரம்பகாலக் கருவிகளாக

உடைந்த கிளைகள் அல்லது கற்கள் - அவையும் மிக எளிமையான, கரடுமுரடானவை, இயற்கையிலிருந்து மனிதன் உணவைச் சேகரிப்பதற்கு மிகவும் கடினமானவை - இருந்தன. இதனால் தனது சிறந்த முயற்சியின் மூலம்கூட மனிதகுலம் கீழ்மட்ட அளவிலேயே வாழ்க்கையை நடத்த வேண்டியிருந்தது. எனவே, மனிதர்கள், விலங்கு நிலையைத் தாண்டிவிட்ட போதிலும் அவர்கள் பட்டினியாகவும், நிர்வாணமாகவும் திரிந்த, உணவு சேகரிக்கும் காட்டுமிராண்டிகள் என்பதைத் தவிர வேறொன்றும் இல்லை. இருப்பினும் மனிதன் தனது கருவிகளை மேம்படுத்தத் துவங்கினான். அவன் கையாண்ட அளவு ரீதியான தொழில்நுட்பங்களின் வளர்ச்சி குணரீதியான மாற்றங்களை அடைந்த பின்பு, உணவைச் சேகரிப்பதற்குப் பதிலாக, அவற்றை உற்பத்தி செய்யப் புதிய கருவிகளைச் செய்யும் போதுமான திறனைப் பெற முடிந்தது. இதற்குப்பின் நீண்டகால மாறுதல்களை நோக்கி மனிதன் முன்னேறினான். இது ஒரு மிகவும் குறிப்பிடத்தக்க முன்னேற்றமாகும். 'புரட்சி' என்றழைக்கப்படும் அளவிற்குக் குறிப்பிடத்தக்கதாகும். வெறுமனே காட்டுமிராண்டி மனிதன் என்ற நிலை மாறி புதிய கற்காலக் காட்டுமிராண்டி என்ற நிலையை அவன் அடைந்தான். சைல்டின் வார்த்தைகளில் குறிப்பிட்டால், 'காட்டுமிராண்டி நிலையிலிருந்து தப்பித்தல் என்பது இயற்கையின் மீதான ஒட்டுண்ணி நிலைக்கு மாறாக, இயற்கையின் செயல்திறன்மிக்க ஒரு கூட்டாளியாக மனிதர்களை மாற்றுகின்ற பொருளாதார மற்றும் அறிவியல் புரட்சி ஆகும்.'⁶ இந்தக் கட்டத்திலிருந்து மனிதகுலம் புதிய உத்வேகத்துடன் முன்னேறியது. சைல்ட் இதனை 'செம்புக்காலத்தின் உயர்ந்த காட்டுமிராண்டிக் கட்டம்' என்று குறிப்பிட்டார். அவர் குறிப்பிடுவதாவது: "தமது சொந்தத் தேவைகளுக்கும் மேலாக விவசாயிகள் நிலத்திலிருந்து உபரியை எடுக்க நிர்ப்பந்திக்கப்பட்டனர். இந்த உபரி தமது சொந்த உணவைத் தாமே நேரடியாக உற்பத்தி செய்யாமல் இருக்கும். புதிய பொருளாதார வர்க்கத்தினருக்கு ஆதரவாகப் பயன்படுத்தப்பட்டது. இதனால், புதிய கற்காலப் பொருளாதாரக் கட்டத்தில் மிக மோசமான முரண்பாடுகள் தோன்றின. உபரி உற்பத்திக்கான வாய்ப்புகள் புதிய கற்காலப் பொருளாதாரத்தின் உள்ளார்ந்த இயல்பாக உள்ளது. அதே சமயம் இதைப் பயன்படுத்துவதற்குக் காட்டுமிராண்டி மனிதர்களிடம் இருந்த நடைமுறை அறிவியலை எடுத்துக்கொள்ள வேண்டியிருந்தது. சமூகப் பொருளாதார உறவுகளில் மாற்றத்தை ஏற்படுத்த வேண்டிய அவசியமும் ஏற்பட்டது. மனிதகுல வரலாற்றில் முன்னெப்போதும் இல்லாத அளவுக்கு கி.மு.3000-க்குப் பிந்தைய ஆயிரம் ஆண்டுகள் மிகவும் பயனுள்ள சிறந்த கண்டுபிடிப்புகள் நிகழ்ந்த காலமாக இருந்தன. கி.பி.16-ஆம் நூற்றாண்டு காலத்துக்கு முந்தைய காலங்களில்

இந்த ஆயிரமாண்டுகளில்தான் மிகவும் பயனுள்ள, வளமான கண்டு பிடிப்புகள் நிகழ்த்தப்பட்டன. இதன் சாதனைகள் சமூகத்தில் பொருளாதார மறுகட்டமைப்பைச் சாத்தியமாக்கின. இதைத்தான் நான் நகர்ப்புறப் புரட்சி என்றழைக்கிறேன்."[7]

நகர்ப்புறப் புரட்சியின் பொழுது அடையப் பெற்ற மனிதகுல முன்னேற்றம் குறித்த மேலும் விரிவான தகவல்களை சைல்ட் நமக்கு அளிக்கிறார்: 'சற்று முன் விளக்கப்பட்ட புதிய கற்காலப் புரட்சி, நீண்ட நிகழ்ச்சிப் போக்கின் உச்சக்கட்ட விளைவாகும். இதனை ஒரே நிகழ்வாகக் குறிப்பிடப்படவேண்டியுள்ளது. ஏனெனில் தொல்லியல், விளைவை மட்டுமே அங்கீகரிக்கிறது. இதை அடைவதற்குத் தேவையான பல படிகள் நேரடி பார்வைக்கு அப்பாற்பட்டவை. சில சிறு கிராமங் களைச் சேர்ந்த சுயமான விவசாயிகளை இரண்டாவது புரட்சி மக்கள் தொகை மிகுந்த நகரங்களாக மாற்றுகிறது. அவை அரசுகளாக ஒழுங்குபடுத்தப்படுகின்றன. இரண்டாம் நிலை தொழிற்சாலைகள் மற்றும் அன்னிய வர்த்தகத்தால் இவை வளம் பெற்றன. இந்த மாறுதல் காலகட்டத்தில் குறிப்பிடப்பட்டுள்ள சில காட்சிகளை வரலாற்றுக்கு முந்திய காலத்திலும் ஓரளவுக்குக் காணலாம். நைல் நதிக்கும், கங்கைக்கும் இடைப்பட்ட நாடுகளில் இத்தகைய நிகழ்வுகள் நடை பெற்றுள்ளன. முதல் புரட்சியில் - அதாவது, நாலாயிரம் ஆண்டு களுக்கு முன் வரலாற்றுச் சிறப்புமிக்க கண்டுபிடிப்புகள் படுவேகத்தில் ஒன்றன்பின் ஒன்றாக ஏற்பட்டு வந்தன. நமது காலத்தில் தொழிற் புரட்சிக்கு முந்தைய இடைக்காலத்தில் நிதானமான வளர்ச்சியே ஏற்பட்டது.

"கி.மு. 6000 முதல் 3000 வரையிலான ஆண்டுகளில் மனிதன் எருதுகள் மற்றும் காற்றின் சக்தியைக் கட்டுப்படுத்தக் கற்றுக் கொண்டான். உழவுத் தொழில், வண்டி, படகு போன்ற கருவிகளை அவன் கண்டறிந்தான். உருகும் தாமிரத்தாதுவில் நடைபெறும் வேதியியல் மாறுதல்கள், உலோகங்களின் இயற்பியல் பண்புகள் ஆகியவற்றைக் கண்டறிந்தான். மேலும் அவன் சூரிய ஒளியைக் கொண்டு கால நேரத்தைத் துல்லியமாகக் கணக்கிட்டுச் செயல்படத் துவங்கினான். எனவே, அவன் நகர வாழ்க்கைக்குத் தன்னைத் தயார் படுத்திக் கொண்டான். நாகரிக வாழ்க்கைக்குத் தேவையான எழுத்து, கணக்கீட்டு முறைகள், அளவிடும் கருவிகள், புதிய வாழ்க்கைக்கான அறிவைப் பெறுவதற்கான வழிமுறைகள், துல்லிய அறிவியல் போன்றவற்றைப் பெறுவதற்கான நடவடிக்கைகளில் ஈடுபட்டான். வரலாற்றில் கலிலியோ காலத்துக்கு முன் எப்போதும் இல்லாத அளவுக்கு அறிவியல் முன்னேற்றம் அதிவேகத்தில் நிகழ்ந்தது. அல்லது தொடர்ச்சியான, ஏராளமான கண்டுபிடிப்புகள் நிகழ்ந்தன."[8]

3. புதிய கற்காலப் புரட்சியும், உபரியும்

இவ்வளவு மகத்தான சாதனைகளைப் புரியுமளவுக்குப் புதிய கற்காலப் புரட்சியில் என்னதான் உள்ளடங்கி உள்ளது? புதிய கற்காலப் புரட்சியானது, 'மனித உழைப்பின் மூலம் தனது தேவையைக் காட்டிலும் கூடுதலாக அல்லது சுருக்கமாகக் குறிப்பிட்டால் 'உபரி' என்றழைக்கப்படுவதை உற்பத்தி செய்யக்கூடியதாக மாற்றி உள்ளது என்ற முக்கிய அம்சத்தைப் புரிந்துகொள்ள வேண்டும். இத்தகைய உபரி சமுதாயத்திலுள்ள சில நபர்களைத் தாமே நேரடியாக உற்பத்தி செய்வதிலிருந்து விடுவித்துள்ளது. மேலும் சமுதாயத்தின் பிற பகுதி யினரால் உற்பத்தி செய்யப்பட்ட உபரியை இவர்கள் பயன்படுத்திக் கொண்டனர். தமக்குத் தேவையானவற்றுக்காக நேரடி உற்பத்தியில் ஈடுபடவேண்டிய அவசியமில்லாமல் விடுவிக்கப்பட்ட இவர்களே, முழுநேர நிபுணர்களாக, பல்வேறு திறமைகளுடன் விளங்கி வந்தனர். அந்த மகத்தான சாதனைகள் என்ற களஞ்சியத்தில் செல்வங்களைச் சேர்த்தனர். இது மனிதனை குறிப்பிட்ட மையங்களில் நகர்ப்புறப் புரட்சியின் நுழைவாயிலுக்குக் கொண்டு சென்றது.

மத உருவாக்கத்தைப் புரிந்துகொள்வதே நமது தற்போதைய நோக்கம். எனவே, நாகரிக வளர்ச்சிக் கட்டத்தில் மனிதன் அடைந்த தொழில்நுட்ப முன்னேற்றங்களைப் பற்றி விரிவாகக் குறிப்பிட வேண்டியதில்லை. இருப்பினும் இரண்டு அம்சங்களைக் குறிப்பாகத் தெளிவுபடுத்த வேண்டியுள்ளது. அந்த முழுநேர நிபுணர்கள் ஆரம்ப கால நகர்ப்புற மையங்களை நோக்கிக் கவரப்பட்டு, அங்கு அவர்கள் நிரந்தரக் குடியிருப்புகளை உருவாக்கவேண்டியிருந்தது. இதற்கு அவர்களுக்கு முன்பைக் காட்டிலும் புதிய வகையிலான 'பாதுகாப்பு' தேவைப்பட்டது. இரண்டாவதாக, கிராமங்களில் உற்பத்தி செய்யப் பட்ட சமூக உபரி இந்த ஆரம்பக்கட்டத்திலுள்ள நகரங்களுக்குக் கொண்டு செல்லப்பட்டு அங்கு இருப்பு வைக்கப்படவேண்டியிருந்தது. இந்த முழுநேர நிபுணர்களுக்குத் தேவையான பொருட்கள், குவித்து வைக்கப்பட்டுள்ள உபரியிலிருந்து அளிக்கப்பட்டன. இவ்விரு நோக்கங் களையும் ஈடுகட்ட மிகவும் சுலபமான அல்லது மிகவும் உறுதியான வழி, சில சித்தாந்த வழிமுறைகள் மூலம் ஏற்படுத்தப்பட்டது. அப்பொழுது நிலவிய வரலாற்றுச் சூழலில் மிகவும் பொருத்தமான சித்தாந்த வழிமுறை அப்போது நிலவிய மத நம்பிக்கைகளும், வழிபாட்டு முறைகளுமே ஆகும். மதத்தை உருவாக்குவதற்கான முன் நிபந்தனைகள் புராதனகால மாயவித்தையில் ஏற்கெனவே இருந்தன. அவற்றின் எதிர்மறைத் தன்மையில், அதாவது வேறு வார்த்தைகளில் குறிப்பிட்டால், பழங்குடி மாயவித்தையே உள் முரண்பாடுகளுக்கு உள்ளாகி இருந்தது. ஒருபுறம் இது ஒரு மாயையான தொழில்

நுட்பமாக இருந்தபோதிலும் கூட்டு நடவடிக்கை என்ற உள்ளடக்கத்தில் உண்மையான தொழில்நுட்ப வளர்ச்சிக்கு உறுதுணையாக இது செயல்பட்டிருக்கிறது. இருப்பினும் கூட்டு நடவடிக்கை அம்சத்தி லிருந்து பின்னாளில் விடுவிக்கப்பட்டது என்ற வகையில் இதன் அடிப்படையான பொருளாதாரச் செயல்பாட்டிலிருந்து இது துண்டித்துக் கொண்டது. அதன் அவசியமான மாயைத் தன்மை ஒரு புதிய சமூகப் பொருளாதாரக் கடமையைப்பெற்றது. ஆரம்ப நிலையிலுள்ள நகர்ப்புற மையங்களில் வசித்து வந்த முழுநேர நிபுணர்களுக்கு கிராமங்களிலிருந்து வந்த சமூக உபரியைக் கொண்டு சேர்க்கவும் அவர்களை முழு நேர நிபுணர்களாகப் 'பாதுகாக்கவும்', இந்த மாயவித்தை ஒரு சித்தாந்த வழிமுறையாகத் திகழ்ந்தது.

வளர்ச்சியடைந்த மாயவித்தையின் மூலம் வளர்ச்சியடைந்த மதத்தின் புதிய சமூகப் பொருளாதாரச் செயல்பாட்டைத் தவறாகப் புரிந்துகொள்ளக்கூடாது. மனிதகுலத்தின் பிரம்மாண்டமான முன்னேற்றத்துக்கு ஒரு வரலாற்று அவசியமாக நகர்ப்புறப் புரட்சி உள்ளது. அதற்கு இத்தகைய மதம் ஒரு தேவையாகவும் அமைந்தது. முன்னேற்றம் என்பது ஒற்றைத் தன்மையிலானதாக இல்லாமல் இயக்கவியல் தன்மையில் தீர்மானகரமான முறையில் முன் எடுத்துச் செல்லப்படக் கூடியதாகும்.

கோர்டன் சைல்ட் தனது 'நகர்ப்புறப் புரட்சி' என்ற ஆய்வுரையில் இத்தகைய ஆழமான சமூகப் பொருளாதார மாற்றங்களுக்கான இரு நிபந்தனைகளில் முதலாவதாக உள்ளதை மிகவும் விரிவாக விவாதிக் கிறார். அதாவது, புதிய வடிவிலான 'பாதுகாப்பு' இல்லாமல் முழுநேர நிபுணர்களால் ஆரம்பகால நகர்ப்புற மையங்களில் வசித்திருக்க முடியாது என்கிறார். அவரது மற்ற நூல்களில் குறிப்பாக, 'மனிதன் தன்னைத்தானே உருவாக்கிக்கொள்கிறான்' மற்றும் 'வரலாற்றில் நிகழ்ந்தது என்ன?' ஆகியவற்றில் மத உருவாக்கத்தின் பொழுது நிகழ்ந்த முன்னேற்றத்தின் இயக்கவியல் குறித்து விவாதிக்கிறார்.

4. முழு நேர நிபுணர்களுக்கான 'பாதுகாப்பு'

முதலில், நகர்ப்புற மையங்களில் வாழ்ந்துவந்த முழுநேர நிபுணர் களுக்கான புதிய வடிவிலான 'பாதுகாப்பு' என சைல்ட் வெளிப் படுத்திய பிரச்னையை நாம் எடுத்துக்கொள்வோம்.

பழைய கற்காலம், புதிய கற்காலம் போன்ற எந்தவொரு கற்காலச் சமூகத்திலும், 'வயது வித்தியாசமின்றி சமூகத்தின் ஒவ்வொரு தனிநபரும் நேரடியாகச் சேகரித்தல், வேட்டையாடுதல், மீன்பிடித்தல், தோட்டப் பராமரிப்பு போன்றவை மூலமாக சமூகத்துக்கு உணவளிப்பதில்

கட்டாயம் தீவிரப் பங்களிப்பு செய்யவேண்டும். இத்தகைய சிறந்த நடைமுறை இருந்த வரையில் முழுநேர நிபுணர்கள் இருக்கமுடியாது.' அவர்களுக்கு உணவளிக்க உபரி ஏதுமில்லை. மாறாக, சமூகத்தில் உணவைப் பொதுவாகப் பெறுவதற்கான அதே வழிமுறைகள் இக் குழுவினரிடையே ஒரு குறிப்பிட்ட அளவுக்கு ஒருமைப்பாட்டை ஏற்படுத்துகின்றன. மனிதகுலம் உணவையும், உறைவிடத்தையும் பெறுவதற்கும், எதிரிகளுக்கு எதிராகத் தன்னைத் தற்காத்துக் கொள்ளவும் ஒத்துழைப்பு அவசியமாகும். பொருளாதார நலனில் உள்ள இந்த அடையாளம், மொழி, பழக்கவழக்கங்கள், நம்பிக்கைகள் போன்ற அடையாளங்களில் பிரதிபலிக்கவும், மிகையாக வெளிப் படவும் செய்கின்றன. உணவுக்கான பொதுத் தேவை தொழிற் சாலையைக் காட்டிலும் தீவிரமான ஒருங்கிணைப்பைக் கொண்டு வருகிறது. இவற்றைப் பராமரிக்க அரசு அமைப்பு தேவைப்பட வில்லை. பொதுவாக உள்ளூர்க் குழுவில் ஒரு தனித்த இனக்குழு (பொது மூதாதையரின் வழித் தோன்றல்களாக நம்பப்படுவோர்) அல்லது அகமணமுறை பழக்கவழக்கங்களைக் கொண்ட இனக்குழுக்கள் இருக்கும்.

சில முன்னேறிய காட்டுமிராண்டிகள் (உதாரணமாக மயோரி களிடையே இருந்துவரும் மரம் செதுக்குபவர்கள்) தொழில்நுட்ப ரீதியாக புதிய கற்காலத்திலேயே இருப்பவர்களிடமிருந்து திறமை யான கைவினைஞர்கள் முழு நேர நிபுணர்களாக உருவாகின்றனர். இதற்காக இவர்கள் தமது உள்ளூர்ச் சமூகத்திலிருந்து வெளியேற வேண்டியிருக்கிறது. ஒரு முழு நேர நிபுணருக்கு ஆண்டு முழுவதும் உணவளிக்க ஒரு தனித்த கிராமத்தால் உபரியை உற்பத்தி செய்ய இயலாத பட்சத்தில், ஒவ்வொருவரும் அவரை ஒரு வாரத்துக்கு அல்லது அதற்கும் மேலாகப் பாதுகாத்திட உற்பத்தியில் ஈடுபடவேண்டும். கிராமம் கிராமமாகச் செல்வதற்கு ஒரு தொழிலாளி முழுமையாகத் தன்னுடைய கைத்தொழிலைச் சார்ந்து வாழவேண்டும். இவ்வாறு இடம்விட்டு இடம் பெயர்வதற்காக தமது உறவினர்கள் உள்ள குழுவிலிருந்து இவர்கள் வெளியேற நேரிடுகிறது. இறுதியில் அவர்கள் இதுபோன்ற தமக்கான அமைப்பை உருவாக்கிக் கொள்கின்றனர். ஒரு கைவினைஞர் இனக்குழு - இதுவும் மரபுவழியாகத் தொடர்கிறது - ஒரு சாதியாகவும் வரலாம். அல்லது இதனுடைய உறுப்பினர்கள் வெளியிலிருந்து ஏற்றுக்கொள்ளப்பட்டு (பண்டைக்காலம் முழுவதும் பயிற்சியாளர்களாக இருந்து, மத்திய காலத்தில்தான் இது ஏற்கப் பட்டது) இந்தத் தொழிலுக்குள் வந்தனர். ஆனால், தமது உறவு முறையிலிருந்து விடுபட்டு வந்த அத்தகைய தொழிலாளர்களும், தமது உறவுமுறையைப் பாதுகாத்துக் கொள்ளும் அமைப்பை

ஏற்படுத்திக்கொள்கின்றனர். இதன் மூலமே காட்டுமிராண்டிக் காலகட்டத்தில் அதன் உறுப்பினர்களின் உயிருக்கும், உடைமைக்கும் பாதுகாப்பை உத்தரவாதப்படுத்த முடிந்தது. சமூகம் அவர்களை ஏற்றுப் பாதுகாத்திட வேண்டும்."9

இவ்வாறு நகர மையங்களின் வளர்ச்சியின் பொழுது அத்தகைய நிபுணர்களை நாடோடி வாழ்க்கையிலிருந்து மீட்டெடுத்து அவர்களுக்குப் பாதுகாப்பான ஒரு புதிய சமூக அமைப்பை உத்தரவாதப்படுத்த வேண்டியது அவசியமாகும். ஏனெனில், அவர்கள் தமது இனக்குழு உறவுமுறைகளிலிருந்து உடைத்துக் கொண்டு வெளியில் வந்தாக வேண்டும். கூட்டு வாழ்க்கையின் மூலமாகக் கிடைத்து வந்த பழைய மாதிரியான பாதுகாப்பையும் அவர்கள் கைவிடவேண்டி யிருந்தது. நகர்ப்புறப் புரட்சிக்கு முன்பு இதுவரை மனிதகுலம் முழுமையாக அறிந்திராத ஓர் அமைப்பாக உள்ள அரசு மூலமாக அவர்களுக்குப் புதிய வடிவிலான பாதுகாப்பு அளிக்கப்படுகிறது. பண்டைய உலகின் ஆரம்பகால முதன்மை நகரங்களான எகிப்து, மெசபடோமியா, சிந்துச்சமவெளி ஆகியவற்றைத் தோண்டியெடுத்த பொழுது இவை உறுதிப்படுத்தப்பட்டுள்ளன. ஆரம்பகால அரசு இறையியல் சார்ந்ததாகத்தான் இருந்திருக்க வேண்டும். அதாவது, சில கடவுள்களால் கட்டுப்படுத்தப்பட்டு வந்த தத்துவத்தை பூமியிலுள்ள அவர்களது பிரதிநிதிகளான குருமார்கள், குருமார் நிறுவனங்கள் அல்லது சில நேரங்களில் கடவுள் - அரசர்கள் நடைமுறைப்படுத்தி வந்தனர். ஆகவே, பழைய பழங்குடி கூட்டு வாழ்க்கையிலிருந்து வெளியேறி வாழ்வதற்கு, புதிய பாதுகாப்பு தேவைப்படக்கூடிய முழுநேரக் கைவினைஞர்கள், அரசு என்ற புதிய பாதுகாப்பு அமைப்பின் கீழ் வந்தனர். அப்பொழுது அவர்களுக்கு உள்ளார்ந்த ஒரு பற்றை உருவாக்க, அச்சத்துடன் கூடிய உணர்ச்சியூட்டும் வகை யிலான அமைப்பு ரீதியான மதம் என்ற ஒரு சித்தாந்த ஆயுதம் தேவைப் பட்டது. அரசு அமைப்பின் கீழ் சேகரிக்கப்படும் சமூக உபரியில் பெரும்பங்கு இயல்பாக ஆளுவோர்களிடம் - குருமார்கள் அல்லது அவர்களது நிறுவனங்கள் - சென்றுவிடுகிறது. அதே சமயம் உண்மை யான தொழிலாளர்களுக்கு அவர்களின் வாழ்வாதாரத்துக்கான அடிப்படைகளைத் தவிர வேறொன்றும் கிடைப்பதில்லை. ஆனால், இவர்கள் இருவருக்கும் இடையிலான பதற்றம் மதம் எனப்படுகிற சித்தாந்த ஆயுதத்தை உருவாக்குவதன் மூலமாகத் திறம்பட ஒருங் கிணைக்கப்படுகிறது. கோர்டன் சைல்டின் மேற்கோளை இங்குக் குறிப்பிடலாம்.

"நகரத்திலுள்ள தேர்ச்சிமிக்க கைவினைஞர்களுக்கு அவர்களது திறனுக்கேற்ற வேலைவாய்ப்புக்கு அவசியமான மூலப்பொருட்களும்,

அரசு அமைப்பு மூலம் பாதுகாப்பும் வழங்கப்பட்டன. அரசு அமைப்பு இன உறவு அடிப்படையில் அமையாமல் வாழுமிடம் என்ற அடிப் படையில் அமைந்தது. எனவே, இங்கே தொடர்ந்து இடம்பெயர்ந்து செல்வது அவசியமில்லாமல் போகிறது. ஒரு கைவினைஞர் அரசியல் ரீதியாகவும், பொருளாதார ரீதியாகவும் வாழக்கூடிய சமூகமாக அந்த நகரம் உள்ளது.

பாதுகாப்பு என வரும்பொழுது அவர்கள் ஆலயம் அல்லது நீதிமன்றத்தைச் சார்ந்து இருக்க வேண்டியுள்ளது. மேலும் அங்கு அவர்கள் அடித்தட்டு வர்க்கமாக மாற்றப்பட்டனர். வேளாண் பெருங்குடி மக்கள் இவர்களைக் காட்டிலும் குறைவான பொருளாயதப் பலன்களையே பெற்றனர். உதாரணமாக, எகிப்தில் வேளாண் பணி களில் கற்காலக் கருவிகளுக்குப் பதிலாக மரச்சாமான் கருவிகளே பயன் படுத்தப்பட்டு வந்தன; உலோகக் கருவிகள் உருவாக்கப் படவில்லை. அது எவ்வாறு இருப்பினும், எந்தவொரு புதிய கற்கால கிராமத்திலும் இல்லாதிருந்த ஒரு வகையான ஒருமைப்பாடு ஆரம்பகால நகர்ப்புறச் சமூகங்களில் இருந்தது. விவசாயிகள், கைவினைஞர்கள், மதகுருமார்கள் மற்றும் ஆளுவோர்கள் ஒரு சமூகத்தை ஏற்படுத்தியதற்கு மொழி, நம்பிக்கைகள் போன்ற அடையாளங்கள் மட்டும் காரணமல்ல; ஒவ்வொரு நடவடிக்கையும் ஒன்றையொன்று சார்ந்த நிகழ்வுகளாகவும், அனைவரது ஒட்டுமொத்த நலனுக்கானவையாகவும் (நாகரிகக் கட்டத்தில் கூறப்பட்டது போல) இருந்தன. உண்மையில், ஓர் உறுப்பில் உள்ள செல்களுக்கு இடையில் நிலவும் பிணைப்பைப் போல, ஆரம்பகால நகரங்களில் உள்ள அனைத்து உறுப்பினர்களுக்கு இடையிலும் செயல்பாட்டின் அடிப்படையிலான ஒருமைப்பாடும், ஒருவரையொருவர் சார்ந்திருப்பதுமான நிலையும் இருந்தன. ஒரு வேளை இது மிகை மதிப்பீடாக இருக்கலாம். உபரியின் ஒன்று குவிப்பானது உண்மையில் நடப்பிலுள்ள உற்பத்தி சக்திகளின் வசம் இருப்பது அவசியம் என்பதால், உபரியில் பெரும்பகுதியை அபகரித்துக் கொள்ளும் மிகச்சிறு ஆளும் வர்க்கத்துக்கும், அடிப்படை வாழ் வாதாரத்தை மட்டும் நம்பியிருப்பவர்களும், நாகரிகத்தின் ஆதாயங்கள் எதுவும் கிடைக்கப்பெறாதவர்களுமான பெரும்பகுதியான மக்களுக்கும் பொருளாதார நலன் அடிப்படையில் வெளிப்படையான முரண் பாடுகள் தென்பட்டன. எனவே, காட்டுமிராண்டி காலத்தில் நிலவிய எந்திர ரீதியான ஒருமைப்பாட்டை ஒத்ததை சிந்தாந்த அடையாளங் களைக் கொண்டு ஆலயங்களில் பராமரிக்கப்பட்டு வருகிறது. மேலும் தற்பொழுது புதிய அரசு அமைப்பு என்ற சக்தியும் இத்துடன் இணைந்து கொள்கிறது. பழைய நகரங்களில் சந்தேகத்துக்கோ, பிரிவினைக்கோ எவ்வித இடமும் இல்லை.'[10]

மத உருவாக்கமானது நகர்ப்புறப் புரட்சிக்கு ஒரு முன்நிபந்தனை என்ற மிகவும் முக்கியமான இரண்டாவது அம்சம் குறித்து நாம் தற்பொழுது காண்போம். இது, சமூக உபரி உற்பத்தியாளர்களிடமிருந்து வளரும் நகரங்களுக்கு எவ்வழியாகச் செல்கிறது என்பதைப் பற்றியதாகும்.

5. சமூக உபரியைப் பெறுவதற்கான வழிமுறை

இதனைச் சாத்தியமாக்க மூன்று வகையான முறைகள் உள்ளன. 1. நேரடிக் கொள்ளை, 2. விலைக்கு வாங்குதல், 3. சித்தாந்தத்தின் மூலமாக ஒப்புக்கொள்ள வைத்தல், இவற்றில் மூன்றாவதாக உள்ளது எவ்வாறு நகர ஆளுநர்களுடன் மிகவும் பொருந்தி வருகிறது என்பது குறித்தும், மத உருவாக்கத்துக்கான சாயல் இதில் எவ்விதம் உள்ளது என்பது குறித்தும் நாம் காணப் போகிறோம்.

உபரியைப் பெறுவதற்கான மூன்று சாத்தியமான மாற்றுகளிலிருந்து நாம் துவங்கலாம்.

நேரடி உற்பத்தியாளர்களிடமிருந்து உபரி உற்பத்தியை விலைக்கு வாங்குவதற்கான வாய்ப்புகள் நகர ஆளுநர்களுக்கு இல்லை. ஏனெனில், மதகுருமார்கள், வணிகர்களையும், வர்த்தகர்களையும் தங்கள் பிடியில் வைத்திருந்தனர். விலைக்கு வாங்குவதற்கான பிரச்சினை போதுமான செல்வம் குவிந்திருப்பதை முன் நிபந்தனை ஆக்குகிறது. பண்டைய பொருளில், நகர உற்பத்திக் குவிப்பானது விவசாயிகளிடம் பண்ட மாற்று செய்து கொள்ளப்படுவதன் மூலம் நடைபெறுகிறது. ஏற்கெனவே இங்கு முழுநேர நிபுணர்களுக்கு வியாபாரிகளாலும், வர்த்தகர்களாலும் வேலை அளிக்கப்பட்டு ஒரு வகையான நகர உற்பத்திப் பொருட்கள் அல்லது விவசாயிகள் வாங்கிக் கொள்ளக்கூடிய அல்லது பண்ட மாற்றம் செய்து கொள்ளக்கூடிய பண்டங்கள் உற்பத்தி செய்யப்படுகின்றன. அல்லது வேறு வார்த்தைகளில் குறிப்பிட்டால், நகரக் களஞ்சியங்களில் ஏற்கெனவே உணவுப் பொருட்கள் குவிந்து கிடக்கின்றன.

எனவே, நம்மிடம் கொள்ளை மற்றும் ஒப்புக்கொள்ள வைத்தல் ஆகிய மற்ற இரு மாற்றுகள் உள்ளன.

இவையிரண்டில் கொள்ளை என்பது ஒரு கடினமான சிக்கலான நடவடிக்கையாக உள்ளது. இதற்கு விவசாயிகளிடமிருந்து உபரி உற்பத்தியைக் கைப்பற்றுமளவுக்குப் பலவந்தம் செய்யக்கூடிய ஒரு குறிப்பிட்ட அளவிலான ஆயுதப்படையைக் கொண்ட அதிகார வர்க்கத்தைப் பராமரிப்பது முன் நிபந்தனையாகும். அவர்களது

பராமரிப்புக்கு நகரக் களஞ்சியங்களில் போதுமான அளவுக்கு உணவுப் பண்டங்கள் குவிந்திருக்க வேண்டியது அவசியமாகும்.

எவ்வாறாயினும், இதனுடன் ஒப்பிடுகையில் 'ஒப்புக்கொள்ள வைக்கும் முறை' மிகவும் எளிமையானதும், பல மடங்கு மென்மை யானதும் ஆகும். இந்த முறைக்கு மூடநம்பிக்கைகளைத் திறம்பட பயன்படுத்த வேண்டியது அவசியமாகும். உதாரணமாக, விவசாயிகள் தங்கள் உற்பத்தியில் ஒரு பகுதியை தாய் தெய்வங்களுக்கு அவர்களது பிரதிநிதிகளான மத குருமார்கள் அல்லது கடவுள்கள் அல்லது அரச கடவுளுக்காக வேலை செய்யக்கூடிய மத நிறுவனங்களுக்கு - அளிக்கவில்லை எனில், அவர்கள் வறட்சி, பிளேக் நோய் போன்ற கொடிய துன்பங்களுக்கு ஆட்பட்டு விடுவார்கள் என ஒருமுறை அவர்களை நம்ப வைத்துவிட்டால், அவர்கள் விருப்பப்பூர்வமாக - இன்னும் சொல்லப்போனால் உற்சாகமாக - முன்வருவர். மேலும், இந்த மதகுருமார்கள் அல்லது மத நிறுவனங்கள் இத்தகைய மூடநம்பிக்கை களை ஒன்றுமில்லாததிலிருந்து உருவாக்க வேண்டியதில்லை. பழைய கற்காலத்திலிருந்தே மக்கள் மிகவும் எளிய புரிதல்களைக் கொண்டு இயற்கையைக் கட்டுப்படுத்த உண்மையான தொழில்நுட்பங்களுக்கு மாற்றாக மாயவித்தையைப் பயன்படுத்தி வந்தனர். இதனுடைய எதிர்மறையான அணுகுமுறையின் மீது தாய் தெய்வங்கள், கடவுள்கள் மற்றும் பல்வேறுபட்ட இயற்கைக்கு அப்பாற்பட்ட சக்தி வாய்ந்த நிறுவனங்கள் தங்களைத் தகவமைத்துக் கொள்வது சுலபம். இதனை ஜார்ஜ் தாம்சன் மிகவும் தெளிவாகப் பின்வருமாறு விளக்குகிறார்: "ஆளும் வர்க்கத்தினர் தங்களுடைய செல்வாக்கை வலுப்படுத்திக் கொள்வதற்காக மாயவித்தையை, ஒரு மகாசக்தியைக் கொண்டு மாற்றி அமைக்கின்றனர். இந்த வழியில் உழைக்கும் வர்க்கம் உண்மையை உணராத நிலையில் இதனை ஒத்துக்கொள்கிறது. இதுவே மதத்திற்கான தோற்றுவாய் ஆகும். மதம் என்பது மாயவித்தையிலிருந்து வர்க்கப் போராட்டத்தின் பொழுது வளர்ச்சியடைந்த ஒன்றாகும். இது சமூக எதார்த்தத்தின் தலைகீழ்ப் பிம்பமாகும். இயற்கையை எதிர்கொள்ளும் பொழுது புராதன மனிதனின் பலவீனத்தை மாயவித்தை வெளிப் படுத்துவதைப் போல, சமூகத்தை எதிர்கொள்ளும்பொழுது நாகரிக மனிதனின் பலவீனத்தை மதம் வெளிப்படுத்துகிறது."[11] இது ஆரம்ப கால நகரங்களில் உள்ள ஆளுநர்களின் கடமையை மிகவும் எளிமைப் படுத்துகிறது. ஏற்கெனவே நிலவிவந்த நம்பிக்கைகள், பழக்கவழக்கங்கள் போன்றவற்றை அமைப்பு ரீதியாக - அதிசயத்தின் மூலமும், ஆச்சரிய மூட்டியும் - ஆக்கியதே அவர்கள் பணியாகும். இவ்வாறு ஒப்புக் கொள்ள வைக்கும் வழிமுறையானது, நேரடி உற்பத்தியாளர்கள் தமது உபரியை நகர ஆளுவோரிடம் பகிர்ந்துகொள்ளவும், அதைக் கொண்டு

நகர்ப்புறப் புரட்சியில் முழுநேர நிபுணர்களைப் பராமரிக்கவும் இன்றியமையாததாக இருந்தது.

எனது சொந்த அனுபவம் ஒன்றை இங்கே நான் குறிப்பிடலாம் எனக் கருதுகின்றேன். சில ஆண்டுகளுக்கு முன்னர் திருப்பதி ஆலயத்தில் பக்தர்கள் ஒரு நீண்ட வரிசையில் - ஒரு மைல் நீளம் இருக்கலாம் - கையில் பணத்துடன் அல்லது நமது வார்த்தைகளில் குறிப்பிட்டால் அவர்களது சொந்த உழைப்பினால் கிடைத்த ஒரு வகையான உபரியைக் கடவுளுக்கு அளிப்பதற்காக மிகுந்த பொறுமையுடன் நின்று கொண்டிருந்ததைக் காணும் வாய்ப்பு கிடைத்தது. இங்கு எவ்வகையிலும் விலைக்கு வாங்குதல் அல்லது பண்டமாற்று என்ற கேள்விக்கே இடமில்லை. தமது வருமானத்துக்காக காவல் துறையையும் அல்லது வேறு எத்தகைய பலாத்கார எந்திரத்தையும் பயன்படுத்துவது என்ற கேள்வியே எழவில்லை. சுருக்கமாகக் குறிப்பிட்டால், கடவுளுக்குச் செலுத்தும் காணிக்கையாக தமது 'வரியை' அவர்கள் ஈடுபாட்டுடனும், ஆவலுடனும் செலுத்துகிறார்கள் என்பதைத் தவிர வேறொன்றுமல்ல. ஆண்டவனிடம் மண்டியிட்டுக் காணிக்கை செலுத்துவது ஒருவரது சிறப்புரிமைக்கான அந்தஸ்தாகக் கருதப்படுகிறது. கோடிக் கணக்கான ரூபாய் மதிப்புள்ள செல்வம் கோயில் களஞ்சியத்தில் குவிக்கப்படும் ஒட்டுமொத்த நடவடிக்கையும் மிகச் சாதாரணமாக மேற்கொள்ளப் படுகிறது. அந்த வரிசையை நான் கவனித்த பொழுது, எகிப்து, மெசபடோமியா மற்றும் சிந்துச் சமவெளிப் பிரதேசங்களில் இருந்துவந்த ஆரம்பகால நகரங்களில் தொல்லியலாளர்களால் தோண்டி எடுக்கப்பட்ட நினைவுச் சின்னங்களின் முன்பாகவும் இதே போன்ற வரிசை - அந்த அளவுக்கு இல்லாவிட்டாலும் - கட்டாயம் இருந்திருக்கவேண்டும் என்ற எண்ணம் எனக்குத் தோன்றியது. மக்களிடம் தீவிரமாகப் பிரசாரம் செய்யப்பட்ட வலுவான மத நம்பிக்கைகளே, சமூக உபரியை கிராமப்புறங்களிலிருந்து வளர்ந்து வரும் நகரங்களுக்குக் கொண்டு செல்வதற்கான எளிதான அல்லது பொருத்தமான வழிமுறையாக இருந்தது.

தொல்லியல் கண்டுபிடிப்புகளில் ஏற்பட்ட திடீர் மாற்றங்கள் புதிதாக வளர்ந்துவந்த அமைப்பு ரீதியான மதங்களை உறுதி செய்தன. தற்போது தோண்டி எடுக்கப்பட்டுள்ள கருவிகள் வேளாண்மை மற்றும் வேட்டையாடுவதற்கான கருவிகளோ, உள்ளூர் ஆலைகளுக்கான பிற பொருட்களோ மட்டுமல்ல. கோயில் மரச்சாமான்கள், ஆயுதங்கள், மண்பாண்டங்கள், ஆபரணங்கள், திறமையான கைவினைஞர்களால் செய்யப்பட்ட பெருமளவிலான பிற உற்பத்திப் பொருட்கள் போன்றவையும் இருந்தன. குடிசைகள் மற்றும் பண்ணை வீடுகளுக்குப்

பதிலாக நினைவுத்தூண்கள், ஆலயங்கள், அரண்மனைகள் மற்றும் பணிமனைகள் போன்றவற்றில் நாம் பல விலைமதிப்பற்ற பொருட்களைக் காண்கிறோம். இவை அவ்வப்பொழுது அல்லாமல் தொடர்ச்சியாக இறக்குமதி செய்யப்பட்டு தினசரி வாழ்க்கையில் பயன்படுத்தப்பட்டு வந்தன. அகழ்வாய்வு பொருட்களில் தென்பட்ட இந்த மாற்றமானது, பொருளாதாரத்தில் ஏற்பட்ட மாற்றத்தினாலேயே இப்பொருட்கள் உருவாக்கப் பட்டுள்ளன என்பதைத் தெளிவாகப் பிரதிபலிக்கின்றது.'[12]

அதே சமயம் - உபயோகமற்றதாகவும், ஏற்றத்தாழ்வானதாகவும் இருந்தபோதிலும் - இவை அனைத்தும் வரலாற்று ரீதியாக அத்தியாவசியமானவை என்பதை நினைவிற்கொள்ள வேண்டியது அவசியமாகும். புதிதாக வளர்க்கப்பட்டு வந்த மதத்தைத் திணிக்கவில்லை எனில், நகர மையங்களை நோக்கி செல்வம் திருப்பிவிடப்படுவது சாத்தியமில்லாமல் போய்விடும். மேலும், முழுநேர நிபுணர்களின் குடியிருப்புகள் இல்லாமல் நாகரிகத்துக்கான அடித்தளம் அமைப்பது சாத்தியமாகி இருக்காது. எவ்வாறாயினும், மதத்தின் இறுதியான பங்கை மிகைப்படுத்தி அல்லது குறைத்து மதிப்பிடுவதானது அதன் வரலாற்று அவசியத்தைத் தவறாகக் கூறும் சமூகவியலாகவே இருக்கும்.

7. முன்னேற்றத்தின் இயக்கவியல்

'மெசபடோமியாவில் மிகக் குறைந்த கூலி பெற்ற அடிமைகள் கூட எந்தவொரு புதிய கற்கால கிராமத்திலும் வாழ்ந்துவந்த சுதந்திர மற்றும் சமத்துவ மனிதர்களைக் காட்டிலும் வசதியானவர்களாக இருந்தனர். நகர்ப்புறப் புரட்சி அவர்களின் வாழ்க்கைத் தரத்தில் ஒரு பெரும் முன்னேற்றத்தைக் கொண்டு வந்தது. மறுபுறத்தில் உற்பத்தித் திறனில் ஏற்பட்டுள்ள ஏராளமான முன்னேற்றத்தைக் கணக்கில் கொண்டால், ஒப்பீட்டளவில் அவர்கள் மிகவும் மோசமான நிலையில் இருந்தனர் என்பது தெளிவானது. இந்தப் புரட்சியினால் அடையப் பெற்ற பலன்கள் சமச்சீரற்ற வகையில் விநியோகம் செய்யப்பட்டன. இந்தக் காரணியே இறுதியில் புதிய பொருளாதார விரிவாக்கத்தைத் தடுத்து நிறுத்தியது'[13] என கோர்டன் சைல்ட் கூறியதை நினைவில் கொள்வது அவசியம் என ஜார்ஜ் தாம்சன் குறிப்பிடுகிறார்.

நகர்ப்புறப் புரட்சியைத் தொடர்ந்து வந்த மனித குலத்தின் முக்கியக் கண்டுபிடிப்புகள் குறித்து கோர்டன் சைல்ட் நமக்கு விளக்குகிறார். 'நகர்ப்புறப் புரட்சிக்கு முன்பு ஒப்பீட்டளவில் ஏழை மற்றும் கல்வியறிவற்ற சமூகங்கள் மனிதகுல முன்னேற்றத்துக்கு மகத்தான தொடர் பங்களிப்பைச் செய்துள்ளன. கி.மு.3000ஆம் ஆண்டைத் தொடர்ந்து வந்த இரண்டு ஆயிரம் ஆண்டுகள் எட்ட

வியலாத விளைவுகளை ஏற்படுத்திய கண்டுபிடிப்புகளைக் கண்டன. இவற்றில் செயற்கை நீர்ப்பாசனத்தில் துவங்கி, 'புரட்சியின் துவக்கக் கட்டம்' என அழைக்கப்டுகிற சூரிய நாட்காட்டி, எழுத்து, எண் குறியீடு மற்றும் வெண்கலம் உள்ளிட்ட பதினைந்து கண்டுபிடிப்பு களைப் பற்றி சைல்ட் குறிப்பிடுகிறார்.[14]

கி.மு.2600 முதல் கி.மு.600 வரையிலான ஆண்டுகளில் மட்டும் மனிதகுல வரலாற்றில் எத்தகைய ஒப்புவமையும் இல்லாத வகையில் இத்தகைய மேலும் சில பங்களிப்புகள் செய்யப்பட்டன. முன்னர் விவரிக்கப்பட்ட அந்த வகையைச் சேர்ந்த பதினைந்து சாதனை களுக்கு இணையாக இவற்றில் நான்கு மட்டுமே அடங்கும். அவை, பாபிலோனியாவின் 'தசம பின்னம்', தொழிற்சாலை அளவுக்கேற்ப சிக்கனமான முறையில் இரும்பை உருக்கும் முறை, அகர வரிசை எழுத்து மற்றும் நகரங்களுக்குக் குடிநீர் வழங்குவதற்கான கால்வாய் போன்றவையாகும்.[15]

இது நகர்ப்புறப் புரட்சிக்கு முன்னும் பின்னும் வேறுபாடான முன்னேற்றத்தை ஏற்படுத்தியது. 'இது தீவிர முன்னேற்றத்து'க்கான புதிய யுகத்தின் விடியலாக இல்லை. மாறாக, துவக்கக்கால வளர்ச்சியின் இறுதியாகவும், தடையாகவும் இருந்தது. பிறகு ஏன் இந்தத் தடை? ஆச்சரியப்படத்தக்க வகையில் புரட்சிக்கு அடிப்படையாக இருந்த அதே காரணிதான் இதற்கும் ஒரு முக்கியக் காரணமாகும்.'

உபரியை உற்பத்தி செய்யும் மனிதகுலத்தின் திறமையினால் மட்டும் புரட்சி ஏற்பட்டுவிடவில்லை. அத்தோடு, இந்த உபரி நகரங் களாக வளர்ந்துவரக்கூடிய மையங்களை நோக்கித் திருப்பிவிடப் படுவதாலும், இது கடவுளின் கீழ்-அதாவது, அவர்களது புவிப்பிரதிநிதி களான மதகுருமார்கள் மற்றும் மத நிறுவனங்கள் மூலம் குவிக்கப் படுவதாலும் மட்டும் ஏற்படவில்லை. ஆனால், அது எப்படி அவ்வாறு நிகழ்கிறது? அதன் விளைவுகள் யாவை? இது, 'முன்னேற்றத்தின் இயக்கவியலில்' கோர்டன் சைல்ட் புகழ்மிக்க வகையில் குறிப்பிட்டதை நோக்கி நம்மை இட்டுச் செல்கிறது. சித்தாந்த வளர்ச்சிப் போக்கில் நமது சொந்தப் புரிதல்களுக்காக நாம் இதனை மீண்டும் மீண்டும் படிக்க வேண்டும்.

மனிதன் தனது வளர்ச்சிப் போக்கில் தமது திறமைகளின் மூலம் உண்மையான உலகின் மீது பயன்படுத்தக்கூடிய கருவிகளை மட்டும் உருவாக்கிடவில்லை. அத்தோடு இயற்கைக்கு அப்பாற்பட்ட சக்தி களையும் கற்பனை செய்து அதன் மீது செயல்புரிந்தான். அதாவது, அவன் ஒரே சமயத்தில் இயற்கையின் வழிமுறைகளைப் புரிந்து கொள்ளவும் மேலும் அதனைப் பயன்படுத்திக் கொள்ளவும் தனது

கற்பனையில் உதித்ததை நிஜ உலகில் ஏற்படுத்தி அதன்மூலம் அவற்றின் செயல்பாட்டைக் கட்டுப்படுத்த முயற்சி செய்தான். அவன் அறிவியலையும் மூடநம்பிக்கைகளையும் ஒரே சமயத்தில் வளர்த்தான்.

மூட நம்பிக்கையுள்ள மனிதன், தான் கண்டறிந்த, தனது கற்பனையில் உதித்த பொருள், தனது குடும்பச் சூழ்நிலையை நன்றாக உணரவும், வாழ்க்கைச் சுமையைத் தாங்கிக்கொள்ளவும் அத்தியாவசிய மானது எனக் கருதினான். அது மட்டுமல்லாமல், வீணான நம்பிக்கை களைப் பின்பற்றியதாலும், மாயவித்தையாலும், மதத்தாலும், மாயையான குறுக்கு வழிகள் காட்டப்பட்டதாலும், இயற்கையைப் புரிந்துகொண்டு அதனைக் கட்டுப்படுத்தும் கடினமான பாதையி லிருந்து மனிதனைத் தொடர்ந்து தடுத்து வந்தது. ஆதாரங்களைச் சேகரித்து நீதி வழங்குவதைக் காட்டிலும், உடனடியாக குற்றவாளியைத் துன்புறுத்துதல் குறைந்த பாதிப்புடையது என்று கூறப்படுவதைப் போல, மாயவித்தை அறிவியலைக் காட்டிலும் எளிமையானதாகத் தோன்றியது.

சமூக அமைப்பு மற்றும் அறிவியலின், வளரும் கட்டமைப்புக்கு ஆதரவாக மாயவித்தையும், மதமும் தூண்களைப் போன்ற அவசியங் களாக அமைந்தன. மகிழ்ச்சியற்ற வகையில் இந்தத் தூண்கள் நிரந்தரக் கட்டிடத்தின் முன்னேற்றத்துக்கு முட்டுக்கட்டை போடுவனவாகவும், வடிவமைப்பைத் தொடர்ந்து சீர்குலைப்பனவாகவும் இருந்தன. மேலும் இவை ஆதரவாக இருப்பது போல பின்புறத்தில் போலியாக நின்றுகொண்டு பெருமளவில் கட்டமைப்பைச் சீர்குலைக்கும் வகையில் அச்சுறுத்தின.

இதனால், அறிவியலால் சாதிக்கப்பட்ட நகர்ப்புறப் புரட்சியானது மூடநம்பிக்கையினால் வீழ்ச்சிக்குள்ளானது. விவசாயிகள் மற்றும் கைவினைஞர்களின் சாதனைகளினால் முதன்மையாகப் பலன் அடைந்தவர்கள் மதகுருமார்களும், அரசர்களுமே ஆவர். இவர்களால் அறிவியலுக்கு மாறாக மாயவித்தையே அரியாசனத்தில் இருந்தது. அனைத்து அதிகாரத்தையும் கொண்டு ஆட்சி செலுத்தி வந்தது.

'கடந்த காலத்திய மூடநம்பிக்கைகளைக் கூறி வருத்தப்படுவது, அழகான கட்டிடங்களைக் கட்டி எழுப்புவதற்கு அத்தியாவசியமான தூண்கள் இல்லையே என்பது போல பயனற்றதாகும். அடிமட்டத்தில் இருந்த வர்க்கத்துக்கு முந்திய ஆதி சமூகத்திலிருந்து மனிதன், இதுவரை எங்கும் முழுமையாக உணரப்படாமல் உள்ள அழகான வர்க்கமற்ற சொர்க்கத்தை நோக்கி ஏன் நேரடியாக முன்னேறவில்லை எனக் கேட்பது சிறுபிள்ளைத்தனமானது. மேலே குறிப்பிடப்பட்ட மோதல்களும், முரண்பாடுகளும் தமக்குள்ளேயே முன்னேற்றத்தின் இயக்கவியலைக்

கொண்டிருந்தன. எவ்வாறாயினும், அவை வரலாற்று உண்மை களாகும். நாம் அதனை விரும்பவில்லை என்பதற்காக முன்னேற்றம் என்பது பொய்மை எனக் கருதிவிட இயலாது; நம்மால் உண்மை களையோ முன்னேற்றத்தையோ, மனிதர்களையோ சரியாகப் புரிந்து கொள்ளவில்லை என்றுதான் அர்த்தம். மனிதன்தான் அறிவியலையும், உற்பத்திக் கருவிகளையும் உற்பத்தி செய்ததைப் போல, மூடநம்பிக்கை களையும், ஒடுக்குமுறை நிறுவனங்களையும் உருவாக்கினான்.' இவை இரண்டிலுமே அவன் தன்னை வெளிப்படுத்தி இருக்கிறான்; தன்னை உணர்ந்திருக்கிறான்; தன்னை உருவாக்கி இருக்கிறான்.'[16]

8. தோல்வியுற்ற பரோ

மனிதகுலம் நாகரிகத்தை நோக்கி முன்னேற அமைப்பு ரீதியான மதம் ஒரு வரலாற்று அவசியம் என்ற வார்த்தைகளோடு நாம் இந்த உரையை நிறைவு செய்யலாம். நகர்ப்புறப் புரட்சியின் துவக்கக்கால மையங்களில் சம்சயவாதம் அல்லது வேறுபாடுகளுக்கு இடமில்லை என்ற சைல்டின் பகுப்பாய்வை நாம் ஏற்கெனவே மேற்கோள் காட்டியிருக்கிறோம். இதற்கான காரணமும் அவரால் விளக்கப் பட்டிருக்கிறது. நகர்ப்புறப் புரட்சிக்கான சித்தாந்த இணைப்பு அமைப்புரீதியான மதத்தினால் ஏற்பட்டது. அவற்றில் எந்த வகையான இடையூறும் சகித்துக்கொள்ளப்படவில்லை. ஆனால், ஒருவர் எவ்வளவு ஆழமான அரசியல், பொருளாதார சக்தியைத் தனது அதிகாரத்தின் கீழ் வைத்திருந்த போதிலும், அவர் அமைப்பு ரீதியான மதத்துக்கு எதிராகக் கேள்வி எழுப்பினாலோ அல்லது ஒரு புதிய வழிபாட்டு முறையின் மூலம் அதனை மாற்ற முயன்றாலோ என்ன நிகழும்? அவர் முன் வைத்த சீர்திருத்தம் தோல்வியைத்தான் தழுவும் என்பதுதான் அதற்கான பதிலாக இருக்கும். இது வரலாற்று ரீதியாகப் பக்குவமடையவில்லை; அல்லது அவர் வரலாற்றுக்கு எதிராகச் செல்ல முயல்கிறார் என்பதே அதற்கான சாதாரண காரணமாகும். வேறு வார்த்தைகளில் குறிப்பிட்டால், அத்தகைய சீர்திருத்தங்களை ஏற்றுக் கொள்ளக்கூடிய பொருளாதாரச் சூழல் இன்னமும் உருவாக்கப் படவில்லை என்பதாகும்.

இத்தகைய ஒரு சம்பவம் குறித்து தமது 'வீரபுருஷர்களும், மறுப்பாளர்களும்' என்ற நூலில் சிறந்த பகுப்பாய்வு மேற்கொண்ட தற்காக பர்ரோஸ் டன்ஹமுக்கு நாம் நன்றிக் கடன் செலுத்தக் கடமைப்பட்டுள்ளோம். இதுவே தோல்வியடைந்த பரோ குறித்த நிகழ்வாகும். இந்த உதாரணத்துக்காக நாம் டன்ஹமைப் பின்பற்றி அவரது மேற்கோள்களை நமது விவாதத்தில் தாராளமாகப் பயன் படுத்தலாம். ஏனெனில் இவை நாம் இறுதியாக நிகழ்த்தவுள்ள

உரையில் மதத்தின் எதிர்காலம் குறித்த நமது புரிதலின் மீது பெரும் விளைவுகளை ஏற்படுத்தப் போகின்றன.

மிகவும் அரிதாக - இதற்கான காரணத்தை நம்மால் யூகிக்க மட்டுமே இயலும் - ஓர் எகிப்திய அரசன், அப்பொழுது எகிப்தில் நிலவிய அமைப்பு ரீதியான மதத்தில் சில அடிப்படையான சீர்திருத்தங் களை அறிமுகப்படுத்தினான். அதனை இன்று நாம் நோக்கும்பொழுது அவர் முன்வைத்த சீர்திருத்தம் அவ்வளவு முக்கியத்துவம் வாய்ந்தது போலத் தோன்றாது. ஆனால், அதன் வரலாற்றுப் பின்னணியில் பார்க்கும்பொழுது உண்மையில் அது அற்பமான ஒன்றல்ல.

'நான்காம் 'ஆமென்ஹோடெப்', கி.மு. 1372 முதல் 1354 வரை இருந்துவந்த பரம்பரை ஆட்சியின் பதினெட்டாவது அரசர் ஆவார். அவர் தன்னுடைய விழா ஒன்றில் தனது பெயரை 'அக்னாடன்' என மாற்றிக் கொண்டார். அதாவது, 'ஆமென்' என அழைப்பதற்குப் பதிலாக 'ஆடன்' எனத் தாம் அழைக்கப்படுவதை விரும்பினார். பரோ பௌதீக விளக்கங்களில் ஆர்வம் மிக்கவர் என்பதால் ஆளும் கடவுளை சூரியனின் ஆவியாகக் காண்பதற்குப் பதிலாக, சூரியத் தகடாகக் கண்டார்'[17] என்பதே இதற்குக் காரணம்.

மிகவும் வலிமைமிக்க அரசனாக இருந்ததால் இத்தகைய சீர்திருத்தத்தை அமுலாக்கும்பொழுது பெரும் பிரச்சினை எதுவும் எழவில்லை. அவர் வெறுமனே அதனைப் பிரகடனப்படுத்தினார். ஆனால், இதன் விளைவுகள் விபரீதமானவையாக இருந்தன. டன்ஹம் குறிப்பிடுகிறார்: உண்மைகள் மிகவும் தெளிவானவை. ஆக்னாடன் பழைய இறையியலைச் சட்ட விரோதமாக அறிவித்தார்; மரபுவழிக் கடவுள்களின் கோயில்களை மூடினார். மதகுருமார் அமைப்புமுறை, சேவைகள் மற்றும் இவற்றுடன் தொடர்புடைய லாபங்கள் போன்ற வற்றை ஒழித்தார். அமர்னா என்ற சமவெளிப் பகுதியில் புதிய ஆலயத்தையும், 'சூரியனின் தொடுவான நகரான' அகேடடென் என்ற தலைநகரத்தையும் அவர் கட்டி எழுப்பினார். கத்தோலிக்க மதம், புராட்டஸ்டன்ட், ஜூடாயிசம் போன்ற தற்பொழுது வரை நிலவி வரும் அனைத்து மதங்களையும் சில நவீன அரசாங்கங்கள் அழிக்க முற்பட்டிருந்தால் எந்த அளவுக்கு மதச் சீற்றங்களும், பீதிகளும் கிளம்பி இருக்குமோ அந்த அளவுக்கு அப்போதும் கிளம்பின. மதகுருமார்களுக்கு வேறு மாற்றோ, வேறு வழியோ கிடையாது. பரோவின் உறுதி முக்கியத்துவம் வாய்ந்ததாகும்'[18] சுருக்கமாகக் குறிப்பிட்டால் அக்னாடனின் சீர்திருத்தம் பழைமையான சடங்கு களையும், பழைய இறைக் கொள்கைகளையும் முழுமையாக அழிப்ப தாகவும், மதகுருமார்கள் தமது முந்திய ஆட்சிக் காலத்திலிருந்து

பரம்பரையாகப் பின்பற்றி வந்த பழைய செயல்பாடுகளையும், அதன் மூலம் அவர்களின் பொருளாதார நலன்களையும் பறிப்பதாகவும் இருந்தது. எகிப்தில் நகர்ப்புறப் புரட்சியின் சித்தாந்த ஒற்றுமை தீவிரப் பாதிப்புக்கு உள்ளாயின. பழைய கோயில்கள் அழிக்கப்பட்டன. அதே சமயம் பரோ அங்கு இருந்த வரையிலும் அங்கு எத்தகைய கேள்விக்கும், வெறுப்புக்கும் இடமில்லை. அவர்கள் பின்பற்றி வந்த பாரம்பரிய அதிகாரம் மற்றும் வாய்ப்புகளால் அவர்களுக்குக் கோபம் இருந்தாலும் அவர்கள் தங்களது கோபத்தைக் கட்டுப்படுத்திக்கொள்ள வேண்டி யிருந்தது.

பரோவின் மறைவைத் தொடர்ந்து இந்தக் கோபம் மிகப் பெருமளவில் பழிவாங்கும் வகையில் வெடித்தது. 'அமர்னாவின் கிரிமினல்' என அவரை அழைக்கும் அளவுக்குச் சென்றனர். அரசர் களின் பட்டியலிலிருந்து அக்னாடனின் பெயரை அவர்கள் அகற்றினர். அக்னாடன் உருவாக்கிய 'சூரியனின் தொடுவானம்' என்ற நகரம் முழுமையாக அழிக்கப்பட்டது. அந்நகரின் மிச்ச சொச்சங்கள் இன்றும் அமர்னாவில் உள்ளன. பரோவைத் தொடர்ந்து வந்த 'டுடான் கதேன்' தனது பெயரை நன்கு புகழ்பெற்ற 'டுடான்கமான்' என மாற்றிக்கொண்டார். இவ்வாறாக 'ஆடன்' கடவுளான புனித சூரியத்தட்டு, 'ஆமென்' கடவுளிடம், அதாவது சூரிய ஆவியின் முன் வீழ்ந்தது."[19]

பண்டைய எகிப்தில் அரசு, மதத்துக்குள் புதுமைகள் புகுத்திய வரலாறு இவ்வாறாகத்தான் இருந்தது. இத்தகைய புதுமையினால் மதகுருமார்களிடையே கோபம் அல்லது பழிவாங்கும் உணர்ச்சி ஏற்படுவதை நம்மால் எளிதில் புரிந்துகொள்ள முடிகிறது. மரபு வழியில் மதப் பழக்கவழக்கங்களைப் பின்பற்றுபவர்கள் மற்றும் பழைமை வாய்ந்த சடங்குகளை நிகழ்த்துபவர்கள் என்ற வகையில் அவர்களது வருமானத்துடன் (பொருளாயத நலன்) நேரடியாகச் சம்பந்தமுடையதாகும். இருப்பினும், இதனுடன் நேரடிச் சம்பந்த முடைய - நேரடி உற்பத்தியாளர்களான வெகுஜனங்கள் தங்களது உபரியைக் கோயில்களுக்கு அளித்து மதகுருமார்களைக் கொழுக்க வைத்த மக்களின் எதிர்வினைகள் என்ன என்பதுதான் இங்கு நமக்கு மிகவும் ஆர்வமூட்டக்கூடிய கேள்வியாகும். மதகுருமார்களை நிர்ப்பந்தமாகப் பணிய வைக்கின்ற மத மூடத்தனங்களிலிருந்து கிடைக்கும் எத்தகைய விடுதலையும் (பார்ப்பதற்கு அது எவ்வளவு பலவீனமாக நமக்குத் தோன்றினாலும்) அவர்களுக்கு சில நன்மை களையாவது அளிக்கலாம். வரலாற்று ரீதியாகக் குறிப்பிட்டால் இது நிகழ்ந்ததாகத் தோன்றவில்லை. மக்கள் அவருக்குப் பின்னால்

இல்லாததால் பரோ தோற்றுப் போனார். அல்லது அவரது சீர்திருத்தத்துக்கு ஆதரவாக வெகுஜனங்களைத் திரட்ட அவரால் இயலவில்லை. அவர்கள் வாழ்ந்துவந்த பொருளாயத நிலைமைகள் காரணமாக அந்த வரலாற்றுக் கட்டத்தில் அவர்களுக்கு மதம் தேவைப் பட்டது. அவர்கள் பின்பற்றி வந்த மதம் அவர்களது உணர்வுகளில் ஆழ வேரூன்றி இருந்தது. அதில் ஏற்பட்ட எந்தவொரு திடீர் மாற்றமும் அவர்களை எச்சரிக்கச் செய்தது. எனவே அவர்களால் இதனை ஏற்க இயலவில்லை. பரோஸ் டன்ஹம் பின்வருமாறு குறிப்பிடுகிறார்:

"தாங்கள் வணங்கி வந்த, வாழ்க்கைக்கு ஆதாரமான கடவுள்கள் அனைத்தும் அர்த்தமற்றவை எனில் மக்கள் எதைச் சிந்திப்பது? எவ்வாறு செயல்படுத்துவது? ஒருவரது குழந்தைக்கு உடல்நிலை சரியில்லை எனில் அதற்காக ஆமெனிடம் எப்பொழுது வேண்டு மானாலும் அவர் முறையிடலாம். பெண்ணின் கணவர் இறந்து விட்டார் எனில் இது பற்றி ஒரிசிஸ் வசம் முறையிட்டு தீர்வு காண்பது சாத்தியமானது. ஆனால், அகாடனின் தற்போதைய சட்டப்படி ஆமென் மற்றும் ஒரிசிசை எங்கும் காணவியலாது. அவர்களது மதகுருமார்கள் சிதறிப்போய்விட்டனர். அவர்களது ஆலயங்கள் பயனற்ற புல்வெளிகளாகிவிட்டன. பழங்காலங்களில் ஆமென் குணப் படுத்தினார். ஒரிசிஸ் காப்பாற்றினார். ஆடன் இவற்றையெல்லாம் செய்வார் என ஒருவரால் உறுதி கூற இயலுமா?

சூழ்நிலைகளால் தாம் நிர்க்கதியாக விடப்பட்டு விட்டதாக மக்கள் உணர்ந்ததை நம்மால் கற்பனை செய்ய முடியும். நம்பிக்கைக் குரிய ஒரு பாதுகாவலர் அப்புறப்படுத்தப்பட்டுவிட்டார். புதிய முறைகள் எதுவும் பாதுகாப்பாகத் தென்படவில்லை. ஏனெனில், அவை சோதித்துப் பார்க்கப்படவில்லை. ஆகவே, மனிதன் பழைய மதத்தின் மீதும், பழைய சடங்குகளின் மீதும் ஒரு ரகசிய நம்பிக்கை வைத்திருந்தான். பரோ எத்தகைய சட்டத்தை இயற்றிய போதிலும் மக்கள் மதகுருமார்களின் பக்கமே நின்றனர். இறுதியில் மதகுருமார் களுக்கும், மக்களுக்கும் அவர் என்ன செய்தாரோ அதையே அகனாடன் மறைந்த பின்பு, அவர்களும் திருப்பிச் செய்தனர்."[20]

பரோவின் தோல்வி குறித்து தற்பொழுது நமக்கு ஒரு முழுமையான தெளிவு ஏற்பட்டுள்ளது. சமூகப் பொருளாதார நிலைமைகள் மாறாமல் இருக்கும்பொழுது வெறும் சட்டத்தினால் மட்டும் மதத்தை ஒழிக்க இயலாது. அதனை இல்லாமல் ஆக்குவது மிகக் கடினம். அதனால்தான் மார்க்ஸ் இதனை இதயமற்ற உலகின் இதயம் அல்லது அத்தகைய மக்களுக்குத் தேவையான அத்தியா வசியமான போதை - அபினி - என்றழைத்தார். மதத்துக்கு அடிப்

படையான பொருளாயத நிலைமைகளை மாற்றுவதன் மூலமே மதத்தை அழிக்கமுடியும். பண்டைய எகிப்தியர்களுக்கு எட்டாத வெகு தொலைவில் இருந்த அத்தகைய பொருளாயத நிலைமைகள் இன்று நமக்கு வெகு அருகிலேயே இருக்கின்றன.

அடிக்குறிப்புகள்

1. வி.கோர்டன் சைல்ட் WHH 15.
2. பார்பரா மேக் நாயர் 29.
3. மேலே குறிப்பிட்ட நூல் மேற்கோள் 33.
4. அதே நூல் - 92.
5. வி.கோர்டன் சைல்ட் WHH-8.
6. அதே நூல் 48.
7. அதே நூல் - 68.
8. கோர்டன் சைல்ட், MMH - 105.
9. வி.கோர்டன் சைல்ட் ACI-14.
10. அதே நூல் 17.
11. ஜார்ஜ் தாம்சன் ER 9.
12. வி.கோர்டன் சைல்ட் MMH 142.
13. ஜார்ஜ் தாம்சன் Sags.i.24.
14. கோர்டன் சைல்ட் MMH 227.
15. அதே நூல்.
16. அதே நூல் -236-37.
17. பரோஸ் டன்ஹம்-3.
18. அதே நூல்-4.
19. அதே நூல் - 5.
20. அதே நூல் 4-5.

3. ஹரப்பா மதமும் ஆரியர் பிரச்னையும்

1. துவக்கக் குறிப்புகள்

சிந்துச் சமவெளி நாகரிகம் கண்டுபிடிக்கப்பட்டதைத் தொடர்ந்து மொகஞ்சதாரோ மற்றும் சிந்துச் சமவெளி நாகரிகம் குறித்து மாகே, குஹா, ஹெம்பி மற்றும் பலரது ஆய்வை அடிப்படையாகக் கொண்டு மார்ஷலினால் மூன்று பாகங்களாகத் தொகுக்கப்பட்டு உருவான, 'மொகஞ்சதாரோவும், சிந்துச்சமவெளி நாகரிகமும்' என்ற நூலைக் காட்டிலும் (ஹரப்பாவை முன் மாதிரியாகக் கொண்டு இது ஹரப்பா நாகரிகம் அல்லது ஹரப்பா பண்பாடு என்றழைக்கப்பட்டது), சுமார் 70-80 ஆண்டுகளுக்குப் பின்பு இந்தியாவிலும், பாகிஸ்தானிலும் தொல்லியலாளர்களால் மேற்கொள்ளப்பட்ட அகழ்வாய்வுகள் அளிக்கும் விவரங்கள் நமக்கு மேலும் கூடுதலாகக் கிடைத்துள்ளன. அதேபோல, இதையொட்டி வெளிவந்துள்ள பல்வேறு நூல்கள் தொல்லியல் ஆய்வுகளின் அடிப்படையில் அமையவில்லை. விருப்பங்கள், அனுமானங்கள் - துரதிருஷ்டவசமாக அவற்றில் சில மிகவும் கரடு முரடானவை - போன்றவற்றின் அடிப்படையிலும் இருப்பவையே. ஜி.எல்.போஸே என்பவரால் தொகுக்கப்பட்டு சமீபத்தில் வெளியிடப்பட்ட, 'சிந்துச் சமவெளியின் பண்டைய நகரங்கள்' என்ற நூலில், சிந்துச் சமவெளி நாகரிகம் குறித்த 1607 வரலாற்றுக் குறிப்புகள் உள்ளன. இதிலிருந்து இங்கு நிலவி வந்த சமூக அமைப்பு, சித்தாந்தம், சிதைவு, இறுதியில் அதன் நாகரிகமும், மொழி மற்றும் எழுத்து வடிவங்களும் அழிந்தது போன்றவை குறித்து அறிஞர்கள் கிளப்பும் பல்வேறு புழுதிகள் பற்றி நமக்கு கிட்டத்தட்ட ஒரு அபிப்பிராயம் ஏற்படுகிறது. இத்தகைய சூழ்நிலையில், விமர்சனங்கள் ஒன்றை யொன்று அங்கீகரிக்காத போதிலும் அவற்றை உடனடியாக எதிர் கொள்ளாமல் ஹரப்பா பண்பாட்டின் மதத்தைப் பற்றி விவாதிப்பதால் எவ்விதப் பயனுமில்லை. உதாரணமாக, பண்டைய சிந்துச் சமவெளி நாகரிகத்தில் நிலவி வந்த மதம் குறித்து மார்ஷல் ஒரு நீண்ட அத்தியாயத்தை எழுதினார். பிற்காலத்தில் இந்துமதம் என அழைக்கப் பட்டதில் இருந்து வந்த பல முக்கியக் காரணிகள் - தாய் தெய்வங்கள், சிவ வழிபாடு, சில சமயங்களில் பசுபதி (விலங்குகளின் கடவுள்)யாகவும், வேறு சில சமயங்களில் சாதாரண லிங்கக் குறியீடாகவும் இருப்பது, கடவுளை மிருகங்களாகப் பல வடிவங்களில் காண்பது போன்ற பல குறிப்பிடத்தக்க அளவுக்கு இடம் பெற்றிருந்தாலும், இவை இந்து

மதத்திற்கான முக்கிய அடிப்படைகளாக இருப்பினும் வேத நூல்களில் இவற்றுக்கான ஆதாரங்கள் ஏதுமில்லை. ஹரப்பாப் பகுதிகளை அகழ்வாய்வு செய்த பின்னரே, இவற்றுக்கு ஹரப்பா நாகரிகத்துடன் உண்மையான வேர்கள் இருந்ததையும், அது பிற்கால இந்தியர்களின் மத நம்பிக்கைகளிலும், மரபுகளிலும் ஓரளவுக்கு உயிர்வாழ்ந்து வந்ததையும் நம்மில் உணரமுடிகிறது. எழுபது, எண்பது ஆண்டு களுக்கு முன்னர் எழுதப்பட்ட போதிலும் மார்ஷலின் இந்தக் கட்டுரை 'புகழ்மிக்க' ஒன்றாக உள்ளதென சமகால தொல்லியலாளர்களில் ஒருவரான ஆல்சின்ஸ் கருதுகிறார்.[1] மார்ஷலின் கட்டுரை குறித்து சைல்ட் தனது விமர்சனத்தில் குறிப்பிடுவதாவது;

'சிந்துச் சமவெளி நாகரிகத்தின் தெளிவான இந்தியத் தன்மைகள் குறித்த நம்பத்தகுந்த விளக்கத்தை மதம் நமக்கு அளிக்கிறது. புரிந்து கொள்ள இயலாமல் உள்ள பழைய நகரங்களில் இருந்த பல பொருட் களை இந்து வழிபாட்டு முறையை மேற்கோள் காட்டி திருப்திகரமாக விளக்கலாம். உண்மையில் அங்குக் கிடைத்த ஏராளமான களிமண் உருவ பொம்மைகளுக்கு இணையாக வேறெங்கும் இல்லை. இந்தியாவில் பெரும்பாலானவை பெண் உருவங்களாக உள்ளன. ஏராளமான நகைகள் அணிந்திருப்பது, சில சமயங்களில் கருத்தரித்திருப்பது அல்லது குழந்தைக்கு மருத்துவம் பார்ப்பது, கடவுள் ஆசீர்வதிப்பது போல சில பொம்மைகள் உள்ளன. விலங்குகளின் களிமண் பொம்மை களிலும் சில காளைகள் புனிதமானவையாகக் கருதப்பட்டிருக்கலாம். அசையும் கழுத்துகளைக் கொண்ட எருதுகள் போன்றவை வண்டிகள், பெட்டிகள், ரொட்டித் துண்டுகள், பாத்திரங்கள் போன்ற, சாதாரண பொம்மைகளுக்கு இணையாகக் கருதப்பட்டன. ஆனால், வேறு சில பொருட்கள் சுற்றிலும் வளைந்துள்ள கல்லுக்கு மத்தியில் ஒரு பெரிய கல் நிற்பது போன்று இந்து வளமைச் சடங்குகளுடன் தொடர்புடைய லிங்கமும், யோனியும் போன்ற தோற்றத்தை அளிக்கின்றன.

'முத்திரைகளும்' முத்திரை குத்தப்பட்ட களிமண்ணாலான பலகைகளும், வார்க்கப்பட்ட செம்பு போன்றவையும் கூடுதல் ஆதாரங் களாக உள்ளன. மொகஞ்சதாரோவில் கிடைத்த ஒரு 'முத்திரையில்' ஒரு கொம்பும், மூன்று முகங்களும் கொண்ட தெய்வம் ஒன்று, பல்வேறு பயங்கர விலங்குகளுக்கு மத்தியில் கால்களை மடக்கி வைத்து தியானம் செய்வது போன்று இருந்தது. மூன்று முகங்களைக் கொண்டவர், 'முரட்டு குணமுள்ள மனிதனின் கடவுள்', 'யோகிகளின் இளவரசன்' என மார்ஷல் தெளிவாகக் குறிப்பிடுகிறார். அவை சந்தேகத்துக்கிடமின்றி துவக்கக்கால சிவனுடையதுதான். பல்வேறு களிமண் பொம்மைகள் ஓர் ஆண் தெய்வத்தைக் குறிப்பிடும் வகையில்

உள்ளன. ஓர் தாய் தெய்வத்தின் கருப்பையிலிருந்து ஓர் ஆறு பாய்ந் தோடுவது போல ஒன்று உள்ளது. வேறு சிலவற்றில் மரங்களில் குடியிருக்கும் ஆவிகள் பற்றிக் குறிப்பிடுகின்றன. இந்து உருவவழி பாட்டுடன் தொடர்புடைய இத்தகைய கருத்துகளுக்கு மாறாக வேறு சில கருத்துகளும் உள்ளன. உதாரணமாக, பாபிலோனியாவை நினைவுபடுத்தும் வகையில், 'புலிகளின் மேல் உள்ள ஒரு வீரன்', 'காளை அல்லது புலியுடன் போரிடும் சுமேரியனைப் போன்ற பாதி மனிதனாக உள்ள ஓர் அரக்கன்' போன்றவை இருந்தன. முத்திரை களிலும், பலகைகளிலும் பொதுவாகக் காணப்பட்ட ஸ்வஸ்திக் மற்றும் சிலுவை போன்ற மதரீதியான அல்லது வரலாற்றுக்கு முந்திய காலகட்டத்தில் பாபிலோனியாவிலே இருந்தது போன்ற குறியீடுகள் கிடைத்தன. இவை இந்தியாவிலும், மற்ற இடங்களிலும் தற்போதும் பயன்படுத்தப்பட்டு வருகின்றன.

தற்போது குறிப்பிடப்பட்டுள்ள ஆவணப்படுத்தப்பட்ட மதக் கோட்பாடுகள் நவீன மற்றும் வேதகாலத்திற்குப் பிந்திய இந்து மதத்திற்கு மிகவும் பரிச்சயமானவையாகும். ஆனால், பண்டைய புனித இந்து நூலான ரிக்வேதத்தில் இவை இல்லை. அதேசமயம் இதில் விளக்கப்பட்டுள்ள வழிபாட்டுப் பாடல்களில் உள்ள காட்சிகளை சிந்துச் சமவெளி காலகட்டத்தில் தேடுவது பயனற்றது. ஹரப்பா மற்றும் மொகஞ்சதாரோவில் இருந்துவந்த 'பூர்வீகக் கடவுளான' சிவனை, படையெடுத்து வந்த வேதகால ஆரியர்கள் தங்களது கடவுளாக ஏற்றுக்கொண்டனர். மேலும், முக்கியத்துவம் இல்லாத வேதகால பிரஜாபதியுடன் இது அடையாளப்படுத்தப்படுகிறது. மரங்களில் குடிகொண்டுள்ள ஆவிகள் மற்றும் தாய் தெய்வங்களுக்கு வேதகால புராணங்களில் மிகச்சிறு பங்கே உள்ளன. லிங்க வழிபாடு பற்றிக் குறிப்பிடப்படவில்லை. இவை அனைத்தும் வேதகாலத்துக்குப் பிந்திய பிராமணியத்துக்குள் உள்ளார்ந்து இருந்தவையாக ஐரோப்பிய அறிஞர்களால் கருதப்பட்டன.

மாறாக, இடியைக் கட்டுப்படுத்தும் இந்திரன் போல எழில் மிக்க வேதக் கடவுள்கள் சிந்துச்சமவெளிப் பிரதேசத்தில் கிடைக்க வில்லை. வேதகாலக் கற்பனைகளில் மிகவும் முக்கியமானதும், பலியிடப்படக்கூடிய முதன்மை விலங்கினமுமான குதிரை எப்போதும் மத அடையாளங்களைக் கொண்ட 'முத்திரைகளில்' இடம் பெறவில்லை.

'இத்தகைய காரணங்களுக்காக மட்டுமே சிந்துச்சமவெளி நாகரிகமானது ஆரியர் அல்லாதது மற்றும் ஆரியர்களுக்கு முந்தியது என்பதாகக் கருதப்படுகிறது. உண்மையில் மதம் மற்றும் வேதங்களில் விளக்கப்பட்டுள்ள சடங்குகளிலிருந்து நவீன பிராமணியம் வேறுபடும்

அம்சங்களை விரிவான ஆதாரங்களுடன் விளக்கக்கூடிய மூல ஆவணங்களை இது அளிக்கிறது.'²

இவற்றுக்கு ஆதரவாக ஏ.கோஷ் மேலும் தெளிவாகக் குறிப்பிடுவதாவது:

பிற்கால இந்துமத அடிப்படையிலான பல வழிபாட்டு முறைகளும், ஆன்மா பற்றிய சிந்தனைகளும் ஹரப்பாவிலிருந்து வந்தவை என்பதை வலியுறுத்துவதும், பகுப்பாய்வதும் பயனற்றது என்பது போதுமான அளவுக்குக் கூறப்பட்டுவிட்டது. சிவன் - பசுபதி, லிங்கம், தாய் தெய்வங்கள், உபநிடதக் கற்பனைகள், துறவு, சமணம், தாந்தரீகம், சாங்கியம், யோகம் போன்ற வழிபாடுகள், சிந்தனைகள், நம்பிக்கைகள், வழிபாட்டு முறைகள் அனைத்தும் ஹரப்பாவிலிருந்து வந்தவை எனக் கருதப்படுகிறது. இந்தக் கொள்கைகள் அனைத்தும் அலங்கார மானவை. ஆனால், ஆய்வுக்கு உட்படுத்தப்பட்டால் அவற்றை உறுதிப் படுத்த இயலாது. உதாரணமாக, ருத்ரன் என்ற பெயர் பிற்கால வேத நூல்களில் பசுபதி எனக் குறிப்பிடப்பட்டிருப்பது, அவர் பொதுவில் விலங்குகளின் கடவுள் என்ற அர்த்தத்தில் அல்ல. இவை, பறவைகள், சாதுவான பிராணிகள், வனவிலங்குகள் போன்ற அர்த்தங்களை அளித்தாலும், பசு என்பதற்கு முதன்மையான அர்த்தம் கால்நடை என்பது மட்டுமே. வேதகால ருத்ரன் தியானங்கள் எவற்றையும் மேற் கொள்ளவில்லை. ஆகவே, மொகஞ்சதாரோவில் பெரிதும் பேசப் பட்ட, நன்கறிந்த வனவிலங்குகளுடன் கூடிய முத்திரைகளில் காணப் பட்டவற்றை சிவன் - பசுபதியாகப் பார்ப்பது தவறானது. அதே போல, மொகஞ்சதாரோவின் தெருக்களிலும், சாக்கடைகளிலும் கண்டெடுக்கப் பட்ட லிங்கங்கள் எனப்படுவன, ஒருவர் இவற்றைப் புனிதமானவை எனக் கருதும் அளவுக்கு அவை அறைகளில் அலங்கரிக்கப்பட்டிருக்க வில்லை என சங்கலியா குறிப்பிடுகிறார்.'³

2. ஹரப்பா நாகரிகம்

ஹரப்பாவில் நிலவி வந்த மதத்தின் இயல்புகள், பிற்கால இந்து மதத்தில் வாழ்ந்து வந்ததற்கான சாத்தியக் கூறுகள் குறித்து தொல்லியலாளர்கள் தங்களுக்குள் மிகவும் தீவிரமாக விவாதித்து வருவதை, தற்போது நமது விவாதத்தில் தவிர்ப்பது புத்திசாலித் தனமாகும். அதுமட்டுமன்றி, ஹரப்பா நாகரிகத்தின் நிர்வாக உள் கட்டமைப்பில் அந்த மதம் ஒரு தீவிரக் காரணியாகச் செயல் பட்டிருக்கிறது என்பதை முதலில் நாம் விவாதத்துக்கு எடுத்துக் கொள்ளலாம் என நான் கருதுகின்றேன். இம்மக்களின் நாகரிகத்தை அறிந்துகொள்வதன் மூலம் நமது நோக்கத்துக்கு உதவும் வகையில் ஒரு சுருக்கமான அபிப்பிராயத்தை அது அளிக்கும்.

முதன்மையாக 1983ஆம் ஆண்டில் வெளியிடப்பட்ட அறிக்கைகளை அடிப்படையாகக் கொண்டு ஆல்சின்ஸ் குறிப்பிடுவதாவது: 'இப்பகுதியின் வெளிப்புற எல்லைகளை ஒருங்கிணைத்துப் பார்த்தால் இங்குக் கண்டறியப்பட்டுள்ள நாகரிகத்தின் பொருளாயத அடிப்படையானது நவீன பாகிஸ்தானைக் காட்டிலும் பெரியதாகவும், ஐந்து லட்சம் சதுர மைல்களுக்கு சற்றுக் குறைவாகவும் இருந்திருக்கிறது.'[4] சுமார் ஐந்து லட்சம் சதுர மைல் விரிந்த பரப்பளவு கொண்ட இதில் 258 ஹரப்பா இடங்கள் உறுதியாக இருந்திருக்கின்றன என 1971-ல் பாண்டே மற்றும் ராமச்சந்திரன் ஆகியோர் குறிப்பிடுகின்றனர். அதே சமயம் 1979-ல் டி.கே. சக்கரவர்த்தி குறிப்பிடும் பொழுது, 'மேலும் சில இடங்களை அப்பட்டியலில் இணைத்தாலும், ஹரப்பாவுக்குள் 258 இடங்களும் உறுதியாக வரும் என உத்தரவாதமளிக்க இயலாது'[5] என்கிறார். 1972-ல் எம்.ஆர். முகல் குறிப்பிடுகிறார்: 'சிந்துச் சமவெளி நாகரிகப் பகுதி, வேறெந்தப் பண்டைய உலகின் நாகரிகங்களைக் காட்டிலும் மிகவும் பெரியதாக இருந்ததெனச் சான்றுகள் கூறுகின்றன. இந்தப் பெரும் பரப்பு வெறும் 144 இடங்களுக்குள் (இந்த எண்ணிக்கை உறுதிப்படுத்தப்பட்டது) அடங்காது. மேலும், கிழக்குப் பஞ்சாபிலும், சகாரன்பூருக்கு அருகிலும் ஹரப்பாவை ஒத்த இருபத்தேழு இடங்கள் கண்டறியப்பட்டுள்ளன.'[6]

இவ்வளவு மிகப் பரந்த பிரதேசத்துக்கான அரசாங்க வரைபடத்தை நாம் காண்பது சிரமம். ஆனால், இதுவரை இதில் குறிப்பிடப்பட்டுள்ள இடங்கள் குறித்து சில அம்சங்களைக் கோடிட்டுக் காட்டுவது அவசியமாகும்.

முதலாவதாக, வெளிவந்துள்ள அறிக்கைகளின் அடிப்படையில் டி.கே. சக்கரவர்த்தி, 1,25,000 சதுர அடியில், அதற்குட்பட்ட மக்கள் தொகையை மதிப்பிட்டு, முக்கிய இடங்களைக் கொண்ட பட்டியலைத் தயாரித்துள்ளார். அந்த மக்கள் தொகை மதிப்பீடு, 'வடமேற்கு சிந்துப் பிரதேசத்திலுள்ள, ஹீகாபூருக்கான பத்தொன்பதாம் நூற்றாண்டு புள்ளி விவரத்தினை' அடிப்படையாகக் கொண்டுள்ளது, இது பரிமாணத்திலும், மாதிரியிலும் மொகஞ்சதாரோவைப் பெரிதும் ஒத்ததாக உள்ளது, என்கிறார் லேம்ரிக். இந்த மதிப்பீட்டின்படி, மொகஞ்சதாரோவின் மொத்த மக்கள் தொகை 35,000 ஆகவும், தத்தா கருத்தின்படி 34,469 ஆகவும், ஃபேர்செர்வீஸ் கருத்தின்படி இது 41,250 ஆகவும் இருந்திருக்க வேண்டும். மொகஞ்சதாரோவின் மொத்த பரப்பளவு 8,50,000 ச.கி.மீ. ஆகும். லேம்ரிக் மதிப்பீட்டின்படி, ஹரப்பாக் குடியிருப்புகளில் மக்கள்தொகை அடர்த்தியைக் கணக்கிட்டால், ஒவ்வொரு 1,25,000 சதுர அடியிலும் 5000 அல்லது அதற்கும்

கூடுதலான மக்கள் இருந்திருக்க வேண்டும் என்ற கருத்துக்கு ஒருவர் வரவேண்டியுள்ளது. இதனடிப்படையில் சக்கரவர்த்தியின் கருத்து பின்வருமாறு: 5000 மக்களுக்கும் அதிகமானவர்களைக் கொண்ட ஹரப்பாக் குடியிருப்புகள் குறைந்தபட்சம் 15 இருந்திருக்க வேண்டும் என ஒருவர் உறுதியாகக் குறிப்பிட இயலும். பெரும்பாலான இடங்களிலிருந்து கிடைக்கும் முழு விவரங்களின் அடிப்படையில் இந்த எண்ணிக்கை மேலும் கூடுதலாக இருக்கக்கூடும்.'[7]

இரண்டாவதாக, மொகஞ்சதாரோவில் இருந்துவந்த வேளாண் சாரா, மக்கள்தொகை விவரங்களை எடுக்கும் முயற்சியில் ஃபேர்செர்வீஸ் ஈடுபட்டார். அவரது கருத்தின்படி அங்கு, 1. மதகுருமார்கள், 2. குறிப்பு எழுதுவோர் மற்றும் முத்திரை வடிப்பவர்கள், 3. இசையமைப்போர் மற்றும் நடனமாடுபவர்கள், 4. பொறியாளர்கள், 5. குயவர்கள், 6. நெசவாளர்கள், 7. செங்கல் அறுப்பவர்கள், 8. மேஸ்திரிகள் (கட்டிடம் கட்டுபவர்கள்), 9. தச்சர்கள், 10. உலோகம் உருக்குபவர்கள், 11. வர்த்தகர்கள் ஆகியோர் இருந்தனர். இத்துடன் ஹரப்பாப் பகுதி முழுவதிலும் வியக்கத்தக்க வகையில் ஒரே மாதிரியாக இருந்த பின்வருவன வற்றையும் சேர்த்துக்கொள்வது அவசியமாகும்: எடைகள், அளவீடுகள், பொது எழுத்துகள், முத்திரைகள் - பெரும்பாலும் பொதுப்பணம் - போன்றவற்றில் ஒருமைப்பாடு மற்றும், ஹரப்பாப் பிரதேசம் முழுவதிலும் இருந்த அனைவரது சரக்குகளையும் விரிவாக வர்த்தகத்தில் ஈடுபடுத்தியதற்கான ஆதாரங்கள், கட்டிடக்கலை மற்றும் நகரத் திட்டமிடலில் பொதுத் தன்மைகள், கலை மற்றும் மதத்தில் பொதுத் தன்மைகள் இருந்தன.'[8] மொகஞ்சதாரோவின் மற்ற சிந்துச் சமவெளி நகரங்களிலும் இதே போன்ற மக்கள் ஏற்பாடு இருந்தது என ஃபேர் சர்வீஸ் குறிப்பிட்டிருப்பதில் தவறேதும் இல்லை.

மூன்றாவதாக, முக்கிய ஹரப்பாப் பகுதிகளில் இதே மாதிரியிலான அல்லது குறைந்தபட்சம் இதனை ஒத்த மக்கள் ஏற்பாடு இருந்ததை ஒப்புக்கொண்டால், நகரத்திற்குள் குறிப்பிடப்பட்டுள்ள பதினொரு குழுக்களில் ஒன்றுகூட தமது அடிப்படைத் தேவைக்கானவற்றை உற்பத்தி செய்து கொள்ளக்கூடிய நேரடி உற்பத்தியாளர்கள் என எதிர் பார்க்கவியலாது என்பது கவனத்தில் கொள்ளப்பட வேண்டியதாகும். எனவே, அனைத்து வகையிலும் நோக்கும் பொழுது, பொதுப் பண்பாட்டுப் பகுதிகளில் கிராமவாசிகளால் உற்பத்தி செய்யப்பட்ட உணவைக் கொண்டு, அதாவது, நகரங்களை நோக்கிச் சென்ற உபரியைக் கொண்டு அவர்கள் வாழ்ந்து வந்ததாகத் தோன்றுகிறது.

கிராமவாசிகளால் உற்பத்தி செய்யப்பட்ட சமூக உபரி, நகர மையங்களுக்குக் கொண்டு செல்லப்படுகிறது என்ற முந்திய

விவாதத்துக்கு இது மீண்டும் நம்மை இட்டுச் செல்கிறது. உபரியை நகரங்களுக்குக் கொண்டு செல்வதற்கு விலைக்கு வாங்குதல், கொள்ளை யடித்தல், ஒப்புக்கொள்ளச் செய்தல் - அதாவது மதநம்பிக்கைகளின் வலிமையால் ஒப்புக்கொள்ள வைத்தல் - ஆகிய மூன்று வழிமுறைகள் இருப்பதாக நாம் விவாதித்தோம். இம்மூன்று வழிமுறைகளில் நாம் ஏற்கெனவே விவாதித்தது போல கடைசி அம்சமே மிகவும் சாத்திய மான, அதிகச் சிரமமில்லாததாகும். இதே விவாதத்தை ஹரப்பாப் பண்பாட்டுப் பிரதேசத்திற்கு நாம் பொருத்தும்பொழுது அதனுடைய இயல்பான மதம் எத்தகையதாக இருந்தபோதிலும் (அதாவது அதன் இயல்பு மார்ஷலின் விளக்கத்துக்கு உகந்ததா, இல்லையா? என்பது போன்றவை) அந்தப் பரந்த 'ஹரப்பாப் பேரரசில்' நிர்வாக எந்திரத்துக்கான ஒரு வலுவான சக்தியாக மதம் இருந்திருக்கும் என்ற எண்ணம் ஏற்படுகிறது.

3. கோசாம்பி மற்றும் நீடாம்

நகர்ப்புறப் புரட்சியின் இந்த மூன்று முதன்மை மையங்களில், குறைந்த பட்சம் இரண்டில் - எகிப்து, மெசபடோமியா - நிர்வாக எந்திரம் பெருமளவில் மதகுருமார்கள் அல்லது மத நிறுவனங்களின் பிடியில் இருந்தது என்பதில் எவ்வித சந்தேகமும் இல்லை. ஆனால், தற்போது நமது கவனத்துக்குரிய அம்சம் சிந்துச் சமவெளி நாகரிகம் என்றழைக்கப்படுகிற மூன்றாவது முதன்மை மையம் குறித்ததாகும்.

நகர்ப்புறப் புரட்சியின் பொழுது மற்ற இரு முதன்மை மையங் களிலும் அரசைப் பாதுகாக்கப் பெருமளவில் மூடநம்பிக்கைகளைப் பயன்படுத்தும் பொழுது, மூன்றாவது முதன்மை மையத்திலும் அதுவே உண்மையாக இருக்கவேண்டும் என ஒருவர் வாதிட முன்வரலாம். நாம் ஏற்கெனவே பார்த்தது போல, நேரடி உற்பத்தியாளர்களின் உபரி உற்பத்தி நகரங்களில் குவிக்கப்படுவதற்கும் மூடநம்பிக்கை பயன் படுத்தப்பட்டிருக்கிறது என்ற கருத்தை நன்கு விளக்க இயலும்.

அதுமட்டுமல்லாமல், பரந்த சிந்துச்சமவெளி 'பேரரசு' மத குருமார்களால் அல்லது மத நிறுவனங்களால் ஆளப்படுவது அவ்வளவு எளிதானதாக இல்லை. ஹரப்பாப் பண்பாட்டின் உண்மையான சமூக அரசியல் அமைப்பைப் பற்றிய பிரச்னையில் பெரும் வேறுபாடுகள் இருந்து வருகின்றன. ஹரப்பாப் பண்பாடு குறித்த மற்ற பிரச்னை களைப் போலவே இதிலும் முக்கியமான சிக்கல் என்னவெனில் இங்கே எழுத்துபூர்வமான ஆவணம் எதுவும் இல்லாததே ஆகும். ஹரப்பாப் 'பேரரசு' மீது தனது செல்வாக்கை நிலைநாட்டக்கூடிய, வலுவான, மத்தியப்படுத்தப்பட்ட சில அதிகாரங்கள் இருந்திருக்கவேண்டும்

என்பது சந்தேகத்துக்கு இடமின்றி பொதுவாக ஒப்புக்கொள்ளப் பட்டிருக்கிறது. இவ்வாறு இல்லாமல் இது முழுவதிலும் பல மடங்கு ஒருமைப்பாடு கடைபிடிக்கப்பட்டிருப்பதை விளக்குவது கடினம். ஆனால், இந்த மத்தியப்படுத்தப்பட்ட அதிகாரத்தின் இயல்பு குறித்த நேரடி விவரம் எதுவும் நம்மிடம் இல்லை.

சிந்துச் சமவெளி நாகரிகம் பற்றிய பல விவரங்கள் சந்தேகத்துக்கு இடமின்றி மதம் மற்றும் மத நம்பிக்கைகள் குறித்த பொதுவான அணுகுமுறைகளைக் குறிப்பிடுகின்றன.

ஹரப்பா மற்றும் மொகஞ்சதாரோவில் நிகழ்த்தப்பட்ட அகழ்வாய்வு குறித்த முதலாவது முழு அறிக்கை வெளியிடப் பட்டத்தில் துவங்கி, சமீபத்தில் காலிபங்கன் மற்றும் லோதல் ஆகிய இடங்களில் மேற்கொள்ளப்பட்ட அகழ்வாய்வு வரை கிடைத்த ஏராளமான மதக்குறியீடுகள், மறக்கப்பட்ட இந்த நாகரிக கால கட்டத்தில் எத்தகைய வலுவான மதநம்பிக்கைகள் பரவியிருந்தன என்பதைப் புரிந்துகொள்ள உதவுகின்றன எனத் தொல்லியலாளர்கள் குறிப்பிடுகின்றனர். அத்தகைய மதக்குறியீடுகளை இங்குப் பட்டியலிட வேண்டிய அவசியமில்லை. இதைப் பற்றித் தெரிந்துகொள்ள ஆர்வ முள்ள வாசகர்கள், இவை குறித்து முழுமையாகத் தொகுத்தளிக்கப் பட்டுள்ள ஆல்சினின் சமீபத்திய நூலினைப் படிக்கலாம். இதனால் மதம் குறித்து நம்மிடையே தற்போது ஒருங்கிணைந்த புரிதல் ஏற்பட்டுள்ளது என இதற்கு அர்த்தமல்ல. இது எப்பொழுது, எவ்வாறு முழுமையாக மறுகட்டமைப்பு செய்யப்படும் எனக் கற்பனை செய்வதால் பலன் ஏதுமில்லை. இதன் பொதுத் தன்மைகள் குறித்து பிரபல தொல்லியலாளர்களிடையே முரண்பாடுகள் தோன்றியுள்ளன. ஆயினும் சிந்துச் சமவெளி மதக்குறியீடுகள் உண்மையில் அங்கு மத நம்பிக்கைகள் வலுவாகவும், பரவலாகவும் இருந்ததைக் காட்டுகின்றன என்பதை ஒப்புக்கொள்ள வேண்டும் என்ற நமது முக்கிய விவாதத்தை இவை உறுதி செய்கின்றன. அவ்வாறெனில், இவற்றின் பாதுகாவலர்கள் மதகுருமார்களும், மத நிறுவனங்களுமே என்பதையும் நாம் ஒப்புக் கொள்ள வேண்டும். பண்டைய எகிப்து மற்றும் மெசபடோமியாவை ஆராயும் பொழுது, இந்த மத குருமார்களும், மத நிறுவனங்களும் பரந்த சிந்துச் சமவெளி 'பேரரசின்' உண்மையான நிர்வாகத்திலிருந்து விலகியே இருந்தன என இயல்பாகக் கருதவேண்டியுள்ளது. சிந்துச் சமவெளி நாகரிகத்தின் இயல்பான சமூக அமைப்பு எதுவாக இருப்பினும், மதகுருமார்களும், மத நிறுவனங்களும் ஹரப்பா நிர்வாகத்தில், நிர்வாக எந்திரத்தின் பெரும் பகுதியை - தீர்மானகரமாக இல்லாவிட்டாலும் - கைவசம் கொண்டிருந்தனர் என்ற தர்க்கரீதியான சிந்தனைக்கு நாம் வரவேண்டியுள்ளது. ஹரப்பா நகரங்களில் இருந்து

வந்த வியாபாரிகளது வீடுகளின் மிச்சசொச்சங்களைக் காணும் பொழுது, வியாபாரிகளே அந்தப் 'பேரரசின்' உண்மையான ஆளும் வர்க்கத்தினராக இருந்திருப்பார்கள் எனச் சில சமயங்களில் தோன்றுகிறது. ஆனால், அவ்வாறெனில் தொல்லியலாளர்கள் ஒப்புக் கொண்டுள்ளவாறு ஹரப்பா நாகரிகத்தின் உள்ளார்ந்த அழிவை விளக்குவது கடினமாகிறது. வர்த்தகர்கள் வர்க்கத்தினர், மிகப்பெரும் லாபமடைந்தவர்கள் என்ற வகையில் உற்பத்தி முறையை வளர்ப்பதில் தான் கவனம் செலுத்துவார்கள். அவர்களது அதிகாரத்திலுள்ள அரசாங்கமானது வீழ்ச்சியடையாமல் சிறப்பாகவே இருந்திருக்கும். மாறாக, மதகுருமார்களின் கீழுள்ள அரசாங்கம் வலுவான பழைமை வாதத்தின் பிடியில் மட்டுமே இருந்திருக்கும். அங்குப் பொதுவாக ஒரே மாதிரியான மதநம்பிக்கைகளுக்கு ஆட்பட்டிருந்ததால், தொழில் நுட்ப முன்னேற்றம் ஏதுமின்றி அதன் வீழ்ச்சிக்கு இட்டுச் சென்றிருக்கும்.

அதே சமயம், ஹரப்பா நிர்வாகத்தில் மதமூடநம்பிக்கைகள் ஒரு வலுவான கருவியாகப் பயன்படுத்தப்பட்டு வந்தது குறித்த ஒரு கருத்தை டி.டி.கோசாம்பி குறிப்பிடுகிறார்.

'இறுதியாக, வன்முறைக்கான கருவிகள் மிகவும் பலவீனமடைந்த நிலையில் அரசு அதிகாரம் செலுத்தியதற்கான நேரடியான சமூக வழிமுறைகள் குறித்து எதுவும் தெரியவில்லை. சிந்துச் சமவெளி நகரங்களில் கண்டெடுக்கப்பட்ட கருவிகள் மிகவும் சாதாரணமான வையாக இருந்தன. குறிப்பாக, வெட்டுவதற்குப் பயன்படுத்தப்பட்ட செம்பு முகப்புடன் கூடிய கருவி ஒருமுறை வேகமாகப் பயன்படுத்தி னாலேயே உடைந்துவிடக் கூடியதாக இருந்தது. சிந்துச்சமவெளிப் பகுதிகளில் கத்தி போன்ற எதுவும் இல்லை. கற்களாலும், செம்பு களாலும் ஆன அம்புகள் கண்டுபிடிக்கப் பட்டுள்ளன. வேட்டை யாடுதல் காலகட்டத்தின் மிச்சசொச்சமான வில் கிடைத்திருக்கிறது. இரும்பு கண்டுபிடிக்கப்படவில்லை. அப்போது கையில் இருந்த மிகச்சிறு கருவிகளே போதுமானவையாக இருந்தன. பழைமை வாய்ந்த, அதே சமயம் சிறப்பான கருவிகள் இருப்பினும் ஆயுதங்கள் மோசமானவையாக இருப்பதால் அவை அவ்வளவு முக்கியத்துவம் வாய்ந்தவை அல்ல என்பது புலனாகிறது. எனவே, அரசின் செயல்பாடு எவ்வாறு இருப்பினும் அது கொண்டிருந்த சில அதிகாரங்கள், வன்முறையைக் குறைந்தபட்ச அளவுக்குக் குறைத்தன. நகரங்கள் வர்த்தகத்தைச் சார்ந்திருந்தன; போரை அல்ல. ஆனால், ராணுவம் அல்லது காவல்துறை வலுவாக இல்லையெனில், வர்த்தகர்களின் இணையற்ற லாபத்தின் பங்கைப் பராமரிப்பதற்கு யாரால் உதவ முடியும்?

இதற்கான பதில் மதத்தைச் சார்ந்துள்ளது. பெரும் கடவுள் சிலைகள் இல்லாதபோதிலும், சந்தேகத்துக்கு இடமின்றி மெசபடோமியாவில் 'கோட்டை' என்றழைக்கப்பட்ட ஜிக்குராட், கோயில்களைப் போல இருந்தன. செங்கற்கள் கொள்ளை போனதால் ஹரப்பாப் பகுதிகள் சீரழிந்தன. அதே சமயம் மொகஞ்சதாரோவில் இருந்துவந்த புனிதமான கட்டிடங்கள் குஷான ஸ்தூபியினால் பாதுகாக்கப்பட்டன. ஆனால், மொகஞ்சதாரோவுக்கு அருகிலிருந்த 'மாபெரும் நீச்சல் குளம்' (அருகிலுள்ள ஒரு கிணற்றிலிருந்து மனிதர்களால் நீர் கொண்டு வந்து நிரப்பப்பட்டு, நீர் வெளியேற முடியாத அளவுக்குச் செங்கல் சுவர்களால் அழகாக வடிவமைக்கப்பட்டிருந்தது. கழிவுநீரை வெளியேற்ற வடிகால் இருந்தது, மூன்று புறங்களும் அறைகள் இருந்தன.) ஒரு சடங்குக்கான குளமாக இருந்திருக்க வேண்டும். ஏனெனில், மெசபடோமியா அல்லது எகிப்தில் வரலாற்றின் துவக்கக் காலங்களில் இருந்த நகரங்களில் உள்ள ஒவ்வொரு வீட்டிலும் நன்கு பயன்படுத்தப்பட்டு வந்த அழகான குளியல் அறைகளிலிருந்து வேறுபட்டதாக இருந்ததால் இது புனித காரியங்களுக்குப் பயன்பட்டதாக இருக்கலாம். பிற்காலங்களில் இருந்துவந்த புனித தாமரைக்குளம் புஷ்காராவின் மாதிரிப் படிவம் போல இது இருந்தது."¹⁰

உறுதியான, வலிமைமிக்க உற்பத்திக் கருவிகளை ஒப்பிடும் பொழுது மிகவும் எளிமையாக உள்ள தாக்குதல் ஆயுதங்கள் மக்களைக் கட்டுப்படுத்த அத்தியாவசியத் தேவையாக இல்லை. இதனடிப்படையிலேயே ஹரப்பாப் பேரரசைக் காவல்புரிய மதமூடநம்பிக்கைகள் பெருமளவில் தேவைப்பட்டிருக்க வேண்டும் என்ற கருத்துக்கு ஆதரவாக டி. டி. கோசாம்பி இருக்கிறார்.

இன்னோர் அம்சத்தையும் இங்கு குறிப்பிடலாம்.

ஹரப்பாப் பகுதியில் கண்டெடுக்கப்பட்ட ஆயுதங்கள் உண்மையில் மிகவும் சாதாரணமானவையாக இருந்தன. மிகப் பெருமளவில் பயன்படுத்தப்பட்ட மத மூடநம்பிக்கைகளுடன் ஒப்பிடுகையில் நேரடி வன்முறைகளில் இந்த ஆயுதங்கள் மிகக் குறைவாகப் பயன்படுத்தப்பட்டுள்ளமையை இவை காட்டுகின்றன. இது இந்த விவாதத்தை மேலும் வலுவுள்ளதாக்குகிறது.

மொகஞ்சதாரோ மற்றும் சிந்துச் சமவெளி நாகரிகம் பற்றிய முதலாவது முழு நீள அறிக்கையின் முகவுரையில் ஏற்கெனவே மார்ஷல் குறிப்பிடுகிறார்: 'வில், அம்பு, ஈட்டி, கோடரி, கட்டாரி, போன்றவையே அவர்களது போர்க்கருவிகளாக இருந்தன. அதுவரை அவர்கள் கத்தியைப் பயன்படுத்தவில்லை. தற்காப்பு உடல் கவசங்கள் இருந்ததற்கான ஆதாரங்கள் எதுவும் இல்லை.'¹¹ கடைசி அம்சத்தை நாம்

வலியுறுத்துவது ஏனெனில், நீடாமின் பகுப்பாய்வு அடிப்படையில் நோக்கும்பொழுது, ஹரப்பா ஆட்சியாளர்களுக்கு மத மூடநம்பிக்கைகள் பெருமளவில் பயன்பட்டு வந்திருக்கின்றன என்ற கோசாம்பியின் கருத்துக்கு இது பெரும் முக்கியத்துவம் அளிப்பதாக உள்ளது. மார்ஷல் குறிப்பிட்டுள்ள தாக்குதல் ஆயுதங்கள் - ஈட்டி, கோடரி, கட்டாரி போன்றவை - சிறு தகராறுகளில் அல்லது ஆயுதப் படைகளுக்குத் தேவையெனில் விவசாயிகளிடம் மோதும் சூழ்நிலைகளில் பயன் படுத்தப்பட்டுள்ளன. இருப்பினும் இவை அனைத்தும் மிகச் சாதாரண மானவையே. வில்லும், அம்பும் வெகுதூரம் செல்லக்கூடிய ஏவுகணைகள் ஆகும். தற்பொழுது கோசாம்பி ஒப்புக்கொண்டு உள்ளவாறு வில்லும், அம்பும் வேட்டையாடுதல் கால கட்டத்தி லிருந்து வந்தவை எனில், ஆளும் வர்க்கத்தின் ஆயுதப் படையினர் வைத்திருந்ததையே விவசாயிகளும் வைத்திருந்தனர் என சந்தேகத்துக்கு இடமின்றி குறிப்பிடலாம். கடந்த கால ராணுவத் தொழில்நுட்பத்தின் அடிப்படையில் நோக்கும்பொழுது தற்காப்பு உடற்கவசங்கள் உயர் முக்கியத்துவம் பெறுகின்றன. எனவே, நீண்டகாலம் தற்காப்பு உடற் கவசங்கள் உற்பத்தி செய்யப்படாமலும், பயன்படுத்தப்படாமலும் இருக்கும்பொழுது, வெகுஜனங்களைக் கட்டுப்பாட்டில் வைத்திருக்க நேரடி வன்முறையைக் காட்டிலும் வேறு சில வழிமுறைகள் தேவைப் பட்டன.

நீடாம் சுட்டிக்காட்டியவாறு, சீனநிலைமைகளில் தற்காப்பு உடற்கவசங்கள் போதிய வளர்ச்சி பெறாமல் இருந்ததே ஆளும் சித்தாந்தம் - கன்பியூசியனிசம் - கடவுளுக்குக் கட்டுப்பட்டிருக்க மக்களுக்குப் போதிக்கப்பட்டதே முக்கியக் காரணமாகும். அவர் இவ்வாறு குறிப்பிடுகிறார்:

பண்டைய சீனாவில் அப்பொழுது எத்தகைய நிலைமை இருந்தது? வேறெங்கும் கண்டுபிடிக்கப்படுவதற்குப் பல நூற்றாண்டுகளுக்கு முன்பே அங்கு மிகவும் வலுவான ஆயுதமான வில் கண்டுபிடிக்கப் பட்டிருந்தது. பண்டைய சீனாவில் (கி.மு. 800-கி.மு.300) நிலப்பிரபுக்கள் வலுவான வில் ஆயுதங்களை வைத்திருந்தனர் என்பது நமக்குத் தெரியும். ஆனால் பாதுகாப்புக் கவசங்கள் போதுமான அளவுக்கு வளர்ச்சி பெறவில்லை. தொல்லியலாளர் லாஃபெர் சீனாவின் பாதுகாப்புக் கவசம் குறித்து அருமையான நூலை எழுதியிருக்கிறார். இது மிகவும் பிற்காலத்தில் உருவானது. துவக்கக் காலங்களில் மூங்கிலாலும், மரத்தாலும் உடலை மூடிக்கொள்வதே பாதுகாப்புக் கவசமாக இருந்தது. அதுமட்டுமல்லாமல், அம்புகளின் தாக்குதலால் கொல்லப்பட்ட நிலப்பிரபுத்துவ எஜமானர்கள் குறித்த ஏராளமான

கதைகள் ஸோகூனில் உண்டு. பொது மக்கள் அனைவரும் வலுவான தாக்குதல் ஆயுதங்களை வைத்திருக்கும்பொழுது, ஆளும் வர்க்கத்திடம் உயர்ந்த தற்காப்புக் கருவிகள் இல்லையெனில் சமுதாயத்தின் அதிகாரச் சமநிலையில் முன்னர் இருந்ததைக் காட்டிலும் மாறுபட்ட நிலைகள் ஏற்படுவதை ஒருவரால் காண இயலும். உதாரணமாக, துவக்கக் கால ரோமானியப் பேரரசில் இருந்துவந்த கட்டுப்பாடுமிக்க சேனைகளிடம் வெண்கலத்தாலும், இரும்பினாலும் ஆன சிறந்த தற்காப்புக் கவசங்கள் இருந்து வந்தன. இவற்றைக் கொண்டு அடிமைகளைப் பராமரித்து வருவது எளிதாக இருந்தது. ஏனெனில் அவர்களிடம் ஆயுதங்களோ, தற்காப்புக் கவசங்களைக் கொண்ட சேனைகளோ இல்லை. வலுவான வில் ஆயுதங்களை வைத்திருந்ததற்கான வாய்ப்புகளும் இல்லை. ஈட்டியும், சிறிய கத்திகளுமே ரோமானியர்களின் முதன்மையான ஆயுதங்களாக இருந்தன. ஸ்பார்ட்டகஸ் கலகத்தின்பொழுது அடிமை களுக்கு எதிராக சில சமயங்களில் ஆயுதக் கிடங்குகளிலிருந்து ஆயுதங் களை எடுத்துப் பிரயோகித்தது நாம் அறிந்ததே. சீனாவில் இது வேறு பட்டதாக இருந்தது. துவக்க காலத்திலிருந்தே மக்கள் வில் ஆயுதங் களை வைத்திருந்தனர். நிலப்பிரபுக்களிடம் குறைந்த அளவிலேயே தற்காப்புக் கவசங்கள் இருந்தன. இந்நிலையில் சீன மக்களை ஆயுதங் களைக் கொண்டு கட்டுப்படுத்துவதைக்காட்டிலும் அவர்களைத் தமது பக்கம் ஈர்க்க வேறு வழிகளை நாடவேண்டியிருந்தது. இந்த வகையில்தான் கன்பியூசியஸ்-கள் முக்கியத்துவம் பெற்றனர்.[12] நீடாம் ஏற்கெனவே குறிப்பிட்டது போல, 'சீனாவில் மேலான நிலப்பிரபுத்துவ காலகட்டத்தில் - தோராயமாக கி.மு.800-கி.மு.300 - நிலப்பிரபுக்களுக்கு ஒரு குழுவினர் உதவிகள் செய்தும், ஆலோசனைகள் வழங்கியும் வந்தனர். பிற்காலத்தில் இவர்களே கன்பியூசியஸ் சிந்தனையாளர்கள் என நாமறிந்த தத்துவஞானிகள் ஆவர்.'[13] குடிமக்கள் சட்டத்துக்குக் கட்டுப்பட்டவர்களாக வாழவேண்டும் என்று இதன் மூலம் போதனை செய்யப்பட்டு வந்தது.

இத்தகைய அம்சங்களை மனதில் கொண்டு, நாம் சிந்துச் சமவெளி நாகரிகம் குறித்த பிரச்சினைக்கு மீண்டும் வருவோம். ஹரப்பாவின் பண்பாட்டில் அத்தகைய தத்துவஞானிகள் ஒருவரும் இல்லை. கன்பியூசியஸ் தத்துவம் போன்ற எத்தகைய தத்துவத்தைப் பற்றிய பேச்சுக்கும் அங்கு இடமில்லை என்பது நமக்குத் தெரியும். மார்ஷலின் எதிர்பார்ப்பு அதற்கு மாறாக இருப்பினும், அங்கு அதுபோன்ற ஒன்றும் இல்லை என்பதை அறுதியிட்டுக் கூறமுடியும். அல்லது ஹரப்பாப் பண்பாட்டில் யாராவது ஒரு தத்துவஞானி இருந்திருந்தால் அவரைப் பற்றி நமக்கு ஒன்றும் தெரியாது. இருப்பினும் நமக்குத் தெரிந்தது என்னவெனில், ஹரப்பாவினர் தற்காப்பு உடற்கவசம் எதையும்

உருவாக்கி வைத்திருக்கவில்லை என்பதே ஆகும். அவர்கள் அதைப் போன்ற சில சாதாரணப் பொருட்களை உருவாக்கி வைத்திருப்பதாக எடுத்துக்கொண்டாலும், படையினரும், பொதுமக்களும் வைத்திருந்த, தொலைதூரம் சென்று தாக்கும் ஏவுகணைகளை - அம்புகள் - எதிர் கொள்ளும் அளவில் அவை இல்லை. எனவே, வெகுஜனங்களைத் தமது கட்டுப்பாட்டின் கீழ் வைத்திருக்க ஆளும் வர்க்கத்தினர் அவர்களது ராணுவத் தொழில்நுட்பத்தைக் காட்டிலும் மேலான ஒன்றைக் கொண்டிருக்க வேண்டியது அவசியமானதாக இருந்தது. பொதுமக்களைப் பக்தி சிரத்தையுடன் சட்டத்துக்குக் கட்டுப்பட்டவர் களாக வாழவைக்கக்கூடிய வகையில் அவர்களைக் கவரும் திறன் படைத்த ஒன்றாக இது இருக்க வேண்டும். வேறு வார்த்தைகளில் குறிப்பிட்டால், திறமையான தற்காப்புக் கவசங்கள் இல்லாத சமயங் களில் அவர்கள் சித்தாந்தக் கருவிகளைச் சார்ந்து அல்லது மேலும் வெளிப்படையாகக் கூறினால் பெருமளவில் மத மூடநம்பிக்கைகளைச் சார்ந்து வாழவேண்டியிருந்தது. நமது தொல்லியலாளர்கள் அங்கு நிலவிய மதம் குறித்து இதுவரை எவ்விதக் கருத்துக்கும் வராத நிலையில் இருந்த போதிலும் ஹரப்பாப் பகுதியில் கிடைத்த சில சிறுபொருட்கள் உண்மையில் அங்கு மதம் திணிக்கப்பட்டிருந்த தற்கான சில அபிப்பிராயங்களை நமக்கு ஏற்படுத்துகின்றன. எனவே, மதம் அங்கு இருந்திருக்குமெனில், அதன் முக்கிய அடிப்படையான மூடநம்பிக்கை கட்டாயம் இருந்திருக்க வேண்டும்.

இந்த மதத்தின் உண்மையான தன்மை குறித்து தொல்லிய லாளர்கள் மற்றும் பிறருக்கு இடையே முரண்பாடுகள் இருப்பினும், மத சித்தாந்தம் ஹரப்பாப் பண்பாட்டில் அரசைக் காப்பதற்கான முக்கியக் கருவியாக இருந்திருக்கவேண்டும். வேறுபட்ட தன்மையில் இவை மீண்டும் நம்மை கோசாம்பியின் கருதுகோளுக்கு இட்டுச் செல்கின்றன. தற்காப்பு உடற்கவசம் இல்லாத நிலையில், சாதாரணத் தாக்குதல் ஆயுதங்கள் குறித்த கோசாம்பியின் கருத்து அதனை உறுதிப்படுத்துவதாக உள்ளது.

4. ஹரப்பாவின் முடிவும், ஆரியர் பிரச்னையும்

ஒளிமயமான ஐநூறு ஆண்டு காலத்துக்குப் பிறகு சிந்துச் சமவெளி நாகரிகம் வீழ்ச்சிக்கும், சீரழிவுக்கும் உள்ளானது குறித்து தொல்லியலாளர்களிடையே கருத்து வேறுபாடு ஏதுமில்லை. மக்கே (Mackay)யின் நூலை அடிப்படையாகக் கொண்டு கோர்டன் சைல்டு சில உதாரணங்களை நமக்கு அளிக்கிறார்: 'இறுதியாக மறுகட்டமைப்பு செய்யப்பட்ட ஹரப்பா நகரங்களில் வீழ்ச்சியின் அனைத்து வகையான அடையாளங்களும் தென்பட்டன. முதலாளிகளின்

பெரும் மாளிகைகளில் முன்னர் பயன்படுத்தப்பட்டு வந்த பழைய செங்கற்கள் மீண்டும் பயன்படுத்தப்பட்டிருந்தன. குடிமைச் சமூக அதிகாரிகள் செழுமையான காலகட்டங்களில் கட்டிட விதிகளை மிகவும் கறாராகப் பின்பற்றியதைப் போல தற்போது பின்பற்ற இயல வில்லை. எனவே வீடுகள் தெருக்களையும் ஆக்கிரமித்துக் கொண்டன.[14] மொகஞ்சதாரோ நகரத்தின் கதி குறித்து வீலர் பின்வருமாறு குறிப்பிடு கிறார்: மொகஞ்சதாரோவில் அதன் இறுதிக்கட்டம் நெருங்குவதற்கு முன்பே, ஏற்கெனவே அந்நகரம் மெதுவாக அழிந்துகொண்டிருந்தது என்ற குறைந்தபட்ச அம்சம் தெளிவாகத் தெரிந்தது. வீடுகள் அவர்களது முன்னோர்களின் இடிபாடுகளின் மீது படிப்படியாகக் குவிந்து கொண் டிருந்தன அல்லது வெள்ளப் பெருக்கினால் உருவான செயற்கையான மேட்டுப் பகுதிகள் கட்டுமானத்தைப் பாதிக்கத் தொடங்கின. இவ் விடங்கள் படிப்படியாக அடித்தட்டு மக்களின் வசிப்பிடங்களாக மாறின. வீடுகளில் பெயரளவுக்கே பிரிவினைகள் இருந்தன. கோட்டையின் மேற்குப் பகுதியில் 30 அடி அல்லது அதற்கும் கூடுதலான உயரம் இருந்த பெரும் தானியக் களஞ்சியம் மிகவும் சாதாரண தரத்தில் கட்டப்பட்டிருந்தது. புதிய செங்கற்களுக்குப் பதிலாக, இதில் ஏற்கெனவே உபயோகிக்கப்பட்ட செங்கல் துண்டுகள் பயன்படுத்தப்பட்டிருந்தன. அந்த நகரம் 'ஒரு குடிசைப் பகுதியாக மாற்றப்பட்ட நிகழ்வு' அகழ்வாய்வின் மூலம் தெரிய வருகிறது.[15]

ஐநூறு ஆண்டுகள் அல்லது அதற்குக் கூடுதலாக இருந்து வந்த ஆச்சரியப்பட்டத்தக்க நிலைமைகளுக்குப் பிறகு ஏற்பட்ட இத்தகைய சீரழிவுக்கும், வீழ்ச்சிக்கும் காரணம் என்ன? இக்கேள்வி குறித்து சமகாலத் தொல்லியலாளர்களிடையே பெரும் முரண்பாடுகள் நிலவுகின்றன. தற்போதைய ஆய்வுக்கட்டத்தில் இதற்குத் தெளிவான மற்றும் உறுதியான பதிலை எதிர்பார்ப்பது அவசரப்பட்ட ஒன்றாகவே இருக்கும். இருப்பினும், ஒப்பீட்டளவில் சரியான குறிப்புகளைக் கொண்ட அவர்களது சில முக்கிய கண்ணோட்டங்களைக் குறிப் பிடுவது சாத்தியமாகும்.

மிகப் பரந்த அளவிலான ஹரப்பாப் பண்பாடு, மொகஞ்சதாரோ நகரைப் போல முழுமையாக இல்லை என்ற உண்மையிலிருந்து நாம் துவங்கலாம். அதுமட்டுமன்றி, மொகஞ்சதாரோ நகரின் வீழ்ச்சியை நம்மால் ஒதுக்கித் தள்ளிவிட இயலாது. தொடர்ச்சியான வெள்ளச் சேதமும் இந்நகரின் வீழ்ச்சிக்கு ஒரு முக்கியக் காரணமாகும். 'உள்ளூர் அழிவுக்கான காரணங்களை முழுமையாகக் குறைத்து மதிப்பிட்டுவிட முடியாது என்பது ஏற்கெனவே அறிந்த ஒன்று'[16] என ஆல்சின்ஸ் குறிப்பிடுகிறார். பேரழிவுகரமான வெள்ளச்சேதத்திற்குப் பிறகு நகரம்

ஹரப்பாவினரால் தொடர்ந்து மறுகட்டுமானம் செய்யப்பட்டது அல்லது பழுதுபார்க்கப்பட்டது என்பது உண்மையாகும். ஆனால், இதற்காக அவர்கள் பெருமளவு சக்தியையும், பலத்தையும் இழக்க வேண்டியிருந்தது. மேலும் இது, அவர்களது முக்கியக் கவனம் திசை திரும்புவதற்கும் காரணமாக அமைந்தது. அத்தோடு இது மத குருமார்கள், மத நிறுவனங்கள் அல்லது மதகுரு - அரசர்கள் போன்ற நகர ஆட்சியாளர்களின் நன்மதிப்பைப் பெருமளவில் பலவீன மடையச் செய்தது அல்லது எதிர்மறையான விளைவை ஏற்படுத்தியது. ஏனெனில், அவர்கள் தங்களது வான சாத்திர அறிவு மற்றும் பஞ்சாங்கத்தின் அடிப்படையில் வெள்ளம் வருவதை முன்கூட்டியே அறியும் அதீத திறன்கொண்டவர்கள் என்ற நம்பிக்கை மக்கள் மனதில் இருந்தது. இவ்வாறு இருக்கும்பொழுது அவர்கள் வெள்ளம் வருவதை முன்கூட்டியே (அவர்களது அதீத சக்தியின் மூலம் அதைத் தடுப்பது குறித்துப் பேசவில்லை) அறியத் தவறிவிட்டனர். இதனால், நகரவாழ் மக்களுக்கு அவர்கள் மீதான நம்பகத் தன்மை கேள்விக்குரியானது.

எனவே, வெள்ளத்தால் ஏற்பட்ட பாதிப்பும் மொகஞ்சதாரோ நகரச் சீரழிவுக்கு ஒரு காரணமாகும். இந்த வெள்ளச் சேதமே - சீதோஷ்ண மற்றும் பருவநிலை மாற்றங்கள் போன்ற மற்ற அம்சங் களுடன் சேர்ந்து - ஹரப்பாப் பண்பாட்டின் வீழ்ச்சிக்கும், அழிவுக்கும் அடிப்படைக் காரணம் எனச் சில தொல்லியலாளர்கள் ஒரு படி மேலே சென்று குறிப்பிடுகின்றனர். அவர்களது கண்ணோட்டத்தை மறு ஆய்வுக்கு உட்படுத்த முயல்வது நமது தற்போதைய நோக்கத்துக்கு அவசியமற்றது. ஏனெனில், நமது மிகச்சிறந்த தொல்லியலாளரும், அறிஞருமான டி.பி. அகர்வால்[17] ஏற்கெனவே இதனைச் செய்திருக் கிறார்.

சிந்துச் சமவெளி நாகரிகத்தின் கதியை புவியியல் மாற்றங்களும் பாதித்திருக்கின்றன என அவர் தனது விவாதத்தில் குறிப்பிட்டுள்ளார். அதே சமயம், சிந்துச் சமவெளி நாகரிகத்தின் சரிவும், வீழ்ச்சியும் ஒரு சிக்கலான நிகழ்வுப் போக்காகும். இவற்றில் ஏதாவது ஒன்றை மட்டும் கொண்டு முழு விளக்கம் அளிப்பது - அல்லது ஒரு வகையான எளிய காரணங்களை வைத்து விரிவாக விளக்குவது - குறைத்து மதிப்பிட்டு விடும் ஆபத்தில் போய் முடிந்துவிடும் என்பதைக் குறிப்பிடுவது அவசியம். ‘அந்த மகத்தான ஹரப்பாப் பண்பாட்டைச் சரிவடையச் செய்து, வீழ்த்தியதில் தனித்த ஒரு காரணமன்று, பல்வேறு காரணிகள் செயல்பட்டுள்ளன என்பதை வலியுறுத்த வேண்டியுள்ளது’[18] என அகர்வால் குறிப்பிடுகிறார். இந்த விஷயத்தில் பெரும்பாலான முன்னணி தொல்லியலாளர்கள் ஒத்துப் போகின்றனர். ‘பல்வேறு

காரணிகளின் வெற்றிகரமான ஒருங்கிணைப்பினாலேயே ஓர் அமைப்பின் தோற்றமும், பராமரிப்பும் உள்ளன. இவற்றில் ஒன்று பலவீனப்படுவதே அல்லது அதன் ஒருங்கிணைந்த தன்மையில் பாதிப்பு ஏற்படுவதே அதன் வீழ்ச்சிக்குக் காரணமாகிறது."[19] என ஆல்சின்ஸ் குறிப்பிடுகிறார். வீலரும் - பெருமளவில் இத்துடன் ஒத்துப் போகிறார்.

வரலாற்றுப் புகழ்மிக்க நாகரிகங்களின் வீழ்ச்சிக்கான காரணங்கள் ஒருபோதும் சிக்கலற்றவையாக இருந்ததில்லை. எனவே, வரலாற்றுக்கு முந்திய அல்லது வரலாற்றுக் கால நாகரிகங்கள் இதுபோன்றே முடிவுக்கு வந்தன. வேறு வார்த்தைகளில் குறிப்பிட்டால், ஒன்றை மட்டும் வைத்துக்கொண்டு எல்லாவற்றையும் விளக்க முடியாது. பேராசை கொண்ட போர்கள், காட்டுமிராண்டித்தனமான படையெடுப்புகள், ராஜவம்ச அல்லது முதலாளித்துவ சதிகள், பருவகாலம், மலேரிய கொசுக்கள் போன்ற பலவும் காரணங்களாக விளங்கின. மற்ற கோட்பாடுகள் இனரீதியான வீழ்ச்சியை அடிப்படையாகக் கொண்டு பல்வேறு வழிகளில் விளக்கப்படுகின்றன. 'ஒரு நீண்டகால செயல்பாட்டின் விளைவாக வாழ்க்கை சலித்துப் போகிறது' என சாமுவேல் பட்லர் குறிப்பிடுகிறார். சிந்துச்சமவெளி நாகரிகத்தின் வீழ்ச்சிக்கு, தீவிர புவி வரைபட மாறுதலை ஏற்படுத்திய பெரும் வெள்ளச் சேதமே காரணம் என சமீபத்தில் கூறப்பட்டது. இது போன்ற குறிப்பிட்ட ஓர் அம்சம் சில சமயங்களில் எவ்வித எச்சரிக்கையும் இன்றி மிகைப்படுத்தியோ அல்லது குறைத்தோ காட்டப்பட்டு வருகிறது. இந்த நிகழ்வுப் போக்கை முடித்து வைத்ததில் இந்திரனுக்கும், அவனது படையெடுப்பாளர்களான ஆரியர்களுக்கும் பங்கு உண்டு என ஒருமுறை நான் சாதாரணமாகக் குற்றம் சுமத்தினேன். இப்பட்டியலை மேலும் விரிவுபடுத்த வேண்டியதில்லை. இப்பிரச்சினைக்கான காரணம் இவற்றில் ஏதாவது ஒன்றாக இருக்கும் எனக் குறிப்பிடுவது, ஏதோ ஒன்றைக் குறிப்பிட்டு ஏமாற்றமடைவதைக் காட்டிலும் சிறந்ததாகும். ஒரு நாகரிகத்தின் எழுச்சியைப் போல வீழ்ச்சியும், ஒரு மிகச் சிக்கலான நடவடிக்கையாகும். சாதாரணமாக எளிமைப்படுத்திக் கூறுவது திரிபுக்கும், தெளிவின்மைக்கும் இட்டுச் செல்லும்.'[20]

சிந்துச் சமவெளிப் 'பேரரசின்' சரிவுக்கும், வீழ்ச்சிக்கும் ஆன காரணங்களில், நகர்ப்புறங்களில் இருந்து வந்த சுரண்டல் பேர் வழிகளை எதிர்த்து நடைபெற்ற விவசாயிகளின் கலகமும் ஒன்றாக இருக்க வாய்ப்பு உண்டு என்ற ஆர்வமூட்டக்கூடிய தகவலை போஸெல் குறிப்பிடுகிறார். 'உணவு உற்பத்தியில் ஈடுபட்ட மக்களை அழித்தது அல்லது விவசாயம் சாரா நகரவாசிகள் பெரிதும் சார்ந்திருந்த நிலத்தின்

உற்பத்தித் திறனை அழித்த அரசியல் மோதல்கள் இதற்கான மற்றொரு காரணமாகும்' என அவர் குறிப்பிடுகிறார். பெரும்பாலும் அல்லது முழுமையாக நகரங்களில் வாழ்ந்துவந்த ஆளும் வர்க்கங்களுக்கு எதிராக விவசாயிகள் நடத்திய கலகம் பற்றிய கருத்துக்குள் நாம் நுழையவேண்டாமா?'[21]

அவ்வாறெனில், எந்தவொரு சாத்தியமான காரணிக்கும் தீவிர அழுத்தம் கொடுக்கத் தேவையில்லை என்ற எச்சரிக்கையுடன் சிந்துச் சமவெளி நாகரிகத்தின் சரிவுக்கும், முடிவுக்கும் காரணமான சில அனுமானங்கள் உள்ளன. அன்னிய வர்த்தகத்தின் விளைவாக பொருளாதார நெருக்கடி ஏற்பட்டது போன்ற வாய்ப்புகள் உள்ளிட்ட பல அனுமானங்களையும் சேர்த்து, உண்மையில் இப்பட்டியலை மேலும் விரிவுபடுத்தலாம். ஏனெனில், 'மெசபடோமியர்கள் அரேபிய மற்றும் ஆப்பிரிக்கச் சந்தைகளைக் காட்டிலும் மாகன் மற்றும் மெலூகா - 'மெலூகா என்பது சிந்துச்சமவெளி நாகரிகப் பகுதிக்கான பொதுப்பெயர்' - மீது பெரிதும் கவனம் செலுத்தி வந்தனர்.' மிகையான சாகுபடிக்காக நிலத்தைத் தொடர்ந்து பயன்படுத்தி வந்ததும் மற்றொரு காரணியாகக் குறிப்பிடப்படுகிறது. இருப்பினும், 'மக்கள் தொகை நெருக்கம் பெருமளவில் இல்லாததால், பிற்காலங்களில் நிலம் பெரும் வளத்தைத் தக்க வைத்துக் கொண்டது' என ஆல்சின்ஸ் குறிப்பிடுகிறார். அதேபோல, 'பெரும் வெள்ளத்தைத் தொடர்ந்து ஏற்பட்ட கொடிய நோய்களுக்கான மற்றொரு வாய்ப்பைப் புறக்கணித்துவிட இயலாது'[22] என்கிறார் அவர்.

இவையனைத்தும் அனுமானங்கள் மட்டுமே. மேலும், இத்தகைய காரணிகளைப் பல்வேறாக அல்லது கூட்டாக எடுத்துக் கொண்டாலும் நாகரிகத்தின் உள்ளார்ந்த வீழ்ச்சியை அல்லது அதன் இறுதியான முழு அழிவை மட்டுமே விளக்க முடியும் என்பது வெளிப்படை. 'உள்ளார்ந்த அழிவு தீவிரப்படுத்தப்பட்ட நிலையில், காட்டுமிராண்டித் தனமான தாக்குதல் நிகழ்ந்ததால் இந்த நாகரிகம் முழுமையாகச் சீரழிந்தது'[23] என கோர்டன் சைல்டு குறிப்பிடுகிறார்.

இதற்கு ஆதாரமாக பின்வரும் தொல்லியல் சான்றுகளை அவர் அளிக்கிறார்:

'காட்டுமிராண்டித்தனமான படையெடுப்பாளர்களால் நாகரிகம் சீரழிக்கப்பட்டதைத் தொடர்ந்து நாகரிகமற்ற அயல்நாட்டினரால் நகரங்கள் மறு ஆக்கிரமிப்பு செய்யப்பட்டன. இவை ஹரப்பாவின் பரந்த இடுகாடுகளில் அவர்களிடமிருந்த புதுமையான வண்ணம் தீட்டப்பட்ட ஜாடிகளில் பிரதிபலித்தது. சிந்துப் பகுதியில் சானு - தாரோ மற்றும் ஜுகுர் ஆகிய இடங்களில் இருந்த - ஒரு வித்தியாசமான

காட்டுமிராண்டி பண்பாடு - ஜுகுர் பண்பாடு ஹரப்பா நாகரிகத்தின் இடத்தைப் பிடித்துகொண்டது. எல்லா இடங்களிலும் 'முத்திரை களில்' பொறிக்கப்பட்டிருந்த அறிவார்ந்த மரபு சீரழிக்கப்பட்டது. ஹரப்பாவின் இடுகாடுகளிலிருந்த பானைகளும், ஜுகுர் பகுதிகளில் இருந்த உலோக வேலைப்பாடுகளும் சில தொழில்நுட்ப மரபுகள் எடுத்துச் செல்லப்பட்டதை உறுதிப்படுத்தின. குயவர்களும், கருமான் களும் புதிய நுகர்வோருக்குப் பணிபுரிவதற்காக வாழ்ந்து வந்தனர். உண்மையில் அவர்கள் அன்னியரின் விருப்பத்துக்கு ஏற்ற சிறந்த பொருள்களை உற்பத்தி செய்தனர்.

ஜுகுர் மற்றும் ஹரப்பா இடுகாடுகளில் கிடைத்த மண் பாண்டங்கள் சக்கரங்களால் செய்யப்பட்டவையாக இருந்தன. பழைய முறைகளிலேயே வண்ணம் தீட்டப்பட்டு வேகவைக்கப்பட்டிருந்தன. ஆனால் வேறுபட்ட வடிவிலும், புதிய மாதிரியிலும் வடிவமைக்கப் பட்டிருந்தன. ஜுகுர் கருமான்கள் துளையுள்ள அம்பு, கோடரி தலைகள், கை வாய்ச்சு மற்றும் பெரிய கழுத்து கொண்ட ஊசிகள் போன்றவற்றைச் செய்திருந்தனர்.

துளையுள்ள அம்புக்கோடரி போன்ற பொத்தான் குறியீடுகள் வடமேற்குப் பகுதியிலிருந்து இந்தியாவிற்குள் வந்தவையாகும். ஜுகுர் குறியீடுகளை ஒத்த, சரியாகக் கூறினால் கை வாய்ச்சு போன்றவை வடக்கு ஈரானில் உள்ள ஹிஸ்ஸார் பகுதியிலிருந்து வந்தவையாகும். பிற்காலத்தில் மக்ரான் மற்றும் பலுசிஸ்தானிலிருந்து இடைநிலைத் தொடர்புகள் இருந்திருக்க வேண்டும். வடமேற்கு ஈரானிலிருந்து வந்த படையெடுப்பாளர்கள் உள்ளிட்ட காட்டு மிராண்டிகள் ஹரப்பா நாகரிகத்தை அழித்துள்ளனர் என்பதை இவை காட்டுகின்றன. வீலர், அவர்களது அடையாளங்கள் மூலம் அவர்கள் வேதகால ஆரியர்கள் எனத் துணிவுடன் குறிப்பிடுகிறார். எவ்வாறு இருப்பினும் படை யெடுப்பு அறிவார்ந்த மரபை முழுமையாகச் சிதைத்த பின்பு வரலாற்றுக்கு முந்திய காலத்தில் ரிஷிகள் தங்களது வேதப்பாடல்களைப் பாடி யுள்ளனர். தாரியஸ் ஆட்சி வரை இந்திய வரலாற்றுக்கு ஒரு குறிப்பிட்ட அம்சம் ஏதுமில்லை.

5. ஆரியர்களும், சிந்துச்சமவெளி நாகரிகத்தின் முடிவும்

அழிந்து கொண்டிருந்த அல்லது ஏற்கெனவே பெருமளவில் அழிந்துபோன சிந்துச்சமவெளி நாகரிகம் இந்தோ ஆரியர்களின் - அல்லது மேலும் எளிமையாகக் கூறினால் வேதகால மக்களின் - படையெடுப்பால் இறுதி முடிவுக்கு வந்தது என வீலர் குறிப்பிட்டார். சைல்ட் இதனை ஆதரித்தபொழுது நமது அறிஞர்கள் மத்தியில் மிகப்பெரும் எதிர்ப்புகள் கிளம்பின.

வீலர் முதலில் 1947-ல் 'பண்டைய இந்தியா' என்ற நூலில் இந்தக் கண்ணோட்டத்தை வெளிப்படுத்தினார். 1968-ல் (1979-ல் மறுபதிப்பு வெளிவந்தது) சில வலுவான விமர்சனங்களை எதிர் கொண்டார். சிந்துச் சமவெளி நாகரிகத்தின் இறுதி அழிவுக்குக் காரணமான பிற தொல்லியலாளர்கள் குறிப்பிட்ட சாத்தியமான காரணிகளையும் கவனத்தில் எடுத்துக்கொண்டு தனது மூலகருத்துக்கள் சிலவற்றை வாபஸ் பெற்றுக்கொண்டார் அல்லது அவற்றில் ஓரளவுக்கு மாறுதல் செய்து கொண்டார். அவர் ஒரு காலத்தில் இந்திரனைக் கடுமையாகக் குறை கூறியிருந்ததாகக் கருதினார். இந்தக் குரல் ஓரளவுக்கு ஒடுக்கப் பட்டு விட்டதாகத் தோன்றியது. இவையெல்லாம் அவசியம்தானா என்பது குறித்துக் காண நாம் முயலுவோம். ஆனால், முதலில் தனது அடிப்படையான நோக்கில் காட்டிய மேற்கோளிலிருந்து துவங்கலாம். 1947-ல் அவர் குறிப்பிட்டுள்ளதாவது:

பஞ்சாபிலும், அதன் சுற்றுப்புறங்களிலும் ஏழு ஆறுகள் ஓடிய நிலத்தில் ஏற்பட்ட ஆரியப் படையெடுப்பானது அங்கிருந்த நகரங் களின் மீது தொடர்ச்சியான பெரும் தாக்குதலை நடத்தியது. ரிக் வேதத்தில் இந்த நகரங்கள், 'புரங்கள்' என்றழைக்கப்பட்டன. 'கோட்டை கொத்தளங்கள்' அல்லது 'வலுவான தளம்' என்பது இதன் பொருளாகும். பரந்தது (பிரிதிவி), விரிந்தது (ஊர்வி) என இது அழைக்கப்பட்டது. வலுவான தளம் என்பது சில சமயங்களில் 'உலோகம்' (அயசி) என உருவகப்படுத்தப்பட்டது. ஆரியத் தாக்குதலின் பொழுது அல்லது ஆற்றில் பெருவெள்ளம் ஏற்பட்ட சமயத்தில் இக்கோட்டை பயன்படுத்தப்பட்டது. 'நூறு சுவர்களைக் கொண்ட' கோட்டையைப் (சதபூஜி) பற்றிக் குறிப்பிடப்பட்டுள்ளது. கோட்டை கற்களால் (ஆஸ்மாமயி) உருவாக்கப்பட்டிருக்கலாம். 'அமா' என்னும் ஈரசெங்கற்களும் பயன்படுத்தப்பட்டிருக்கலாம். ஆரியர்களின் போர்க் கடவுளான இந்திரன் 'கோட்டையை அழிப்பவர்' எனப் பொருள் படும் புரந்தரன் என்றழைக்கப்பட்டார். அவர் தனது ஆரிய சிஷ்யன் திவோதாசாவுக்காக 'தொன்னூறு கோட்டைகளை' சுக்குநூறாக உடைத்திருக்கிறார். பழங்குடி தலைவர் சம்பாராவின் வெவ்வேறான தொண்ணூற்று ஒன்பது, நூறு கோட்டைகளை உடைத்தது குறித்த வேறு பாடலிலும் இக்கோட்டைகள் வருகின்றன. சுருக்கமாகக் குறிப்பிட்டால், வயதுக்கேற்ப உடைகளை மாறுவதைப் போல, அவர் தொடர்ந்து கோட்டைகளை அழித்து வந்தார்.

அக்கோட்டைகள் எங்கு இருந்தன? 'கடந்த காலங்களில் அவை புராணக் கதைகளாக அல்லது வெறும் இடங்களாக அல்லது தாக்குதலுக்கு எதிரான புகலிடமாக உள்ள குழிகளைக் கொண்ட

கடினபூமியாக இருந்திருக்கக்கூடும்' என அப்போது முடிவு செய் திருந்தனர். சமீபத்தில் ஹரப்பாவில் மேற்கொள்ளப்பட்ட அகழ்வாய்வு, மேற்கூறிய கருத்தை மாற்றியிருக்கிறது. பெரும் பாதுகாப்பு அரணைக் கொண்ட ஆரியரல்லாத வகைப்பட்ட, நன்கு வளர்ந்த நாகரிகத்தைப் பெற்றிருக்கிறோம். துவக்க கால ஆரியப் படையெடுப்பின் பொழுது அப்பகுதியில் இருந்ததைப் போன்று வடமேற்கு இந்தியாவின் ஆறுகள் போன்றவையும் உள்ளன. இவ்வளவு உறுதியாக நிலைபெற்றிருந்த நாகரிகத்தை அழித்தது எது? பருவநிலை, பொருளாதார, அரசியல் பாதிப்புகள் இதனைப் பலவீனப்படுத்தி இருக்கலாம். ஆனால், இதன் முழுமையான முடிவு தெளிவான மற்றும் பெருமளவிலான அழிவினாலேயே ஏற்பட்டிருக்கும். மொகஞ்சதாரோவின் இறுதிக் காலத்தில் அங்கிருந்த ஆண்கள், பெண்கள், குழந்தைகள் அனைவரும் படுகொலை செய்யப்பட்டிருப் பதற்கான வாய்ப்புகள் தெரிகின்றன. இத்தகைய ஆதாரங்களின் பின்னணியில் இந்திரனின் நிலை மீது குற்றம் சுமத்தப்பட்டது.'[24]

மொகஞ்சதாரோவின் பிந்திய காலகட்டத்தில் ஆண்கள், பெண்கள், குழந்தைகள் படுகொலை செய்யப்பட்டது குறித்த மெக்கே அளித்த சான்று, ஹரப்பா நகரங்கள் இறுதியில் படையெடுத்து வந்த ஆரியர்களால் தரைமட்டமாக்கப்பட்டன என்ற மைய விவாதத்துக்கு அவ்வளவு பெரும் முக்கியத்துவம் வாய்ந்தது அன்று. மொகஞ்ச தாரோவில் பரவலாகக் கிடைத்த எலும்புக்கூடுகள் குறித்து மற்றக் கருதுகோள்கள் மூலம் விளக்கலாம் என பி.வி.கான் மற்றும் பலர் குறிப்பிட்டுள்ளனர். அதுமட்டுமல்லாமல், ஆரியப் படையெடுப்பு குறித்த பிரச்னையை வலுவாக ஆதரிக்கும் சில தொல்லியலாளர்களை மற்ற சிலர் உறுதியாக மறுக்கின்றனர். அவர்களில் சிலரைப் பற்றி முதலில் காண்போம்:

1964-ல் 'மொகஞ்சதாரோவில் நடைபெற்ற படுகொலைகள் பற்றிய கதைகள்'[25] என்ற தலைப்பில் ஜி.எப்.மேல்ஸ் ஒரு கட்டுரை எழுதினார். அதில் தாராளமாகப் பயன்படுத்தப்பட்டுள்ள மிகைப்படுத்தல்களையும், ஆரவாரங்களையும் தவிர்த்துப் பார்த்தால், அவர் மார்ஷல் மற்றும் ஹார்கிரேவ்ஸ் ஆகியோரின் கருத்துகளையே அடிக்கடி மேற்கோள் காட்டுகிறார். அவர்களது சில கருத்துகள் காலாவதியானவை என்ற உண்மை வெளிப்படையாக அதில் மறைக்கப்பட்டுள்ளன. தொல்லியல் கண்ணோட்டத்தில் நோக்கும்பொழுது அவரது முதன்மையான - அல்லது அவரது முதன்மையானவற்றில் ஒரு விவாதம் பின்வருமாறு:

படையெடுப்புகளும், படுகொலைகளும் நிகழ்ந்திருப்பதற்கான உருப்படியான பொருளாயத சான்றுகள் என்ன உள்ளன? எரிக்கப் பட்ட கோட்டைகளும், அம்புகளும், ஆயுதங்களும், கவசத்துண்டு

களும், உடைக்கப்பட்ட வாகனங்களும், படையெடுப்பாளர்கள் மற்றும் தற்காப்பாளர்களின் உடல்களும் எங்கே இருக்கின்றன? பரந்த ஹரப்பா பிரதேசத்தில் விரிவான அகழ்வாய்வுகள் மேற்கொள்ளப் பட்ட போதிலும் ஆரியப் படையெடுப்பால் ஆயுதப்போரும், அழிவு களும் நிகழ்ந்ததற்கான ஒரு சிறு ஆதாரம்கூட சந்தேகத்துக்கு இடமின்றி நிலைநாட்டப்படவில்லை.' டால்ஸ், 'ஹரப்பாவின் எதிரி இயற்கையே; இந்திரனும், காட்டுமிராண்டிக் கூட்டமும் குற்றமற்றவர் களாவர்'[26] என தனது விவாதத்தை நிறைவு செய்கிறார்.

இந்திரனின் அறியாமையை நிறுவ இது போதுமானதல்ல வெனில், சிந்துச்சமவெளி நாகரிகத்தின் முடிவுக்கு இயற்கைப் பேரழிவுகளே காரணம் என்ற கொள்கையை முக்கியமாக வலியுறுத்தும் வகையில் கே.எம்.ஸ்ரீவத்சவா, 'இந்திரனின் நிலை முழுமையாகக் குற்றமற்றது'[27] என்கிறார். அதற்கும் மேலாக ஒரு படி சென்று ஆரியப் படையெடுப்பு குறித்த வீலரின் கொள்கை பற்றி அவர் குறிப்பிடுவதாவது:

'இங்கிலாந்திலும், இந்தியாவிலும் ஒரு தொல்லியலாளர் என்ற வகையிலும், இரண்டாம் உலகப்போரின் போது பிரிட்டிஷ் ராணுவத்தில் பிரிகேடியர் என்ற வகையிலும் வீலரை நாங்கள் காணும் பொழுது, மொகஞ்சதாரோ மற்றும் ஹரப்பா குறித்து சந்தேகத்துக் கிடமான சான்றுகளை வேறு எந்த வகையிலும் அவர் குறிப்பிட்டிருக்க முடியும் என நாங்கள் கருதவில்லை. மெய்டன் கோட்டை அகழ்வாய்வி லிருந்து அவர் தனது உண்மையான தொல்லியல் பணியைத் துவக்கினார். விரைவில் அவர் ரோமானிய தொல்லியல் துறையில் வல்லுநராக ஆனார். அவர் தனது, 'ஏகாதிபத்திய எல்லைகளுக்கு அப்பால் ரோம்' என்ற நூலில் ரோமானியக் கலை, கட்டிடக்கலை, கோட்டைகள், தாழ்நிலையிலுள்ள நகரங்கள், கூட்ட அரங்குகள் போன்றவற்றில் ரோமானிய நகரத் திட்டமிடல் குறித்து மிக ஆழமான ஈடுபாடு கொண்டிருந்ததைத் தெளிவாக விளக்கியுள்ளார். ஆகவே, மண்மேடாகிப் போன ஹரப்பா மற்றும் மொகஞ்சதாரோவில் நிகழ்ந்ததாகக் கூறப்படும் 'படுகொலைகள்' குறித்த படங்கள் போன்ற வற்றைக் காணும் அவர், ரோமானிய வரலாறு மற்றும் தொல்லியல் துறையை நினைவு கூர்கிறார். மொகஞ்சதாரோ மற்றும் ஹரப்பா குறித்த மார்ஷல் (1931) மற்றும் வாட் (1940) ஆகியோரின் அறிக்கை களும், பிகோட்டின் வரலாற்றுக்கு முந்திய இந்தியா என்ற நூலும் (1950:244,248) ஆரியப் போர் மற்றும் ஹரப்பா நகரங்களின் மீதான இந்திரனின் தாக்குதல் குறித்தும் அனுமானங்களை உருவாக்க அவருக்கு உதவின. இந்திய வரலாறு குறித்த பொதுவான பாட நூல்கள் அவரது நூலகத்தை அலங்கரித்தன. முன்னாள் ராணுவ அதிகாரி

மற்றும் இந்தியத் தொல்லியல் துறையின் நிர்வாக இயக்குநர் என்ற வகையில் வீலர், சிந்துச் சமவெளி நகரங்களில் நிகழ்ந்த ஆரியப் படையெடுப்பானது (1961:249), பிரிட்டனிலும், துருக்கியிலும் நிகழ்ந்த ரோமானியப் படையெடுப்புகளைப் போன்ற சாதாரணமான ஒன்றுதான் எனக் கருதுகிறார்.'[28]

ரோமானிய மாதிரியில் மூழ்கிப்போன ஒரு பிரிட்டிஷ் ராணுவ தளபதிக்கு இயல்பாகவே வேதங்களைப் பற்றிப் பெரிய அளவில் தெரிந்திருக்க வாய்ப்பில்லை. பிறகு, ஆரியப் படையெடுப்பு குறித்த தனது கொள்கைக்கு ஆதாரமான வேத அடிப்படைகளை அவர் எங்கிருந்து பெற்றார்? 'ஹரப்பாவில் சுற்றுப்பயணம் மேற்கொண்ட பொழுது, அப்போதைய இந்தியத் தொழில்துறை அதிகாரியாக இருந்த பேராசிரியர் வி.எஸ்.அகர்வாலிடம் டாக்டர் வீலர் கேட்டுக் கொண்டதற்கு இணங்க, உண்மையில் அவர் அளித்த விவரங்களே இவை. ஆனால், வீலர் தனது நூல்களில் எங்கும் இதனைக் குறிப்பிட வில்லை'[29] என ஸ்ரீவத்சவா இதற்கு சாதாரணமாக பதிலளிக்கிறார்.

இவையனைத்தும் வீலரின் நேர்மை மீது கேள்வியை எழுப்பு கின்றன. இருப்பினும், வேதங்களிலிருந்து எடுத்துத் தான் அளித்துள்ள தகவல்கள் குறித்துக் குறிப்பிடாததற்காக (துரதிருஷ்டவசமாக அவர் அவ்வாறு செய்திருக்கிறார்) உண்மையில் வீலர் விமர்சிக்கப்பட வேண்டியவரா என்பதே நமது கேள்வியாகும். சிந்துச் சமவெளி நாகரிகத்தின் மீதான ஆரியப் படையெடுப்பு குறித்த கொள்கை - பெரும்பாலும் வேதங்களின் அடிப்படையிலானது (வீலரால் பயன் படுத்தப்பட்டது உட்பட) - ஆர்.பி. சந்தாவினால் 1926-லும், 1929-லும் ஏற்கெனவே செழுமைப்படுத்தப்பட்டுள்ளது. இந்தியத் தொல்லியல் துறையின் ஆய்வுரை (எண் 31,41) வீலரின் தேவைக்கு அவ்வளவு எளிதில் கிடைத்திருக்காது.

உண்மையில், சிந்துச்சமவெளி நாகரிகம் கண்டுபிடிக்கப்பட்ட சில ஆண்டுகளுக்குள், சிறந்த வேதவியல் அறிஞரான ஆர்.பி.சந்தா, அந்த நகரங்களின் அழிவு இறுதியில் வேதகால மக்களால், அவர்களது போர்க் கடவுளான இந்திரனின் தலைமையில் நடைபெற்ற தாக்குதலால் தான் ஏற்பட்டது என்ற கண்ணோட்டத்தை வீலருக்கு ஏற்படுத்தினார். இதுதான் அவர் மேற்கொண்ட குறிப்பிடத்தக்க பணியாகும். ஆனால், இந்தியத் தொல்லியல் குறித்து எழுதியுள்ள பலர் இதனைக் குறிப்பிடுவ தில்லை. மேலும், இந்த அடிப்படையான அம்சங்கள் பொதுவாக வீலர் மற்றும் பிகோட்டுடன் சம்பந்தப்பட்டதாகும். இவர்கள் கிட்டத்தட்ட ஆர்.பி.சந்தாவைப் பின்பற்றுவோர் ஆவர். எனவேதான், ஆர்.பி.சந்தாவின் எழுத்துக்களை இங்கு நாம் மறுபிரசுரம் செய்ய முன் வந்தோம்.

6. ஆர்.பி. சந்தாவும், ஆரியப் படையெடுப்பு குறித்த கொள்கையும்

1926-ல் ஆர்.பி.சந்தா வெளியிட்ட இந்தியத் தொல்லியல் துறையின் ஆய்வுரையில் (எண்:31) அவர் குறிப்பிட்டுள்ள சில அம்சங்கள் பின்வருமாறு:

பஞ்சாபிலுள்ள ஹரப்பாவிலும், சிந்துவிலுள்ள மொகஞ்சதாரோவிலும் கிடைத்த தொல்லியல் கண்டுபிடிப்புகள் மகத்தான இந்திய வரலாற்றை ஒரே அடியில் கி.மு.3ஆம் நூற்றாண்டிலிருந்து, குறைந்தபட்சம் கி.மு.3000ஆம் ஆண்டின் துவக்கத்துக்குப் பின்னுக்குத் தள்ளியது. வேத சம்ஹிதைகள், பிரமாணங்கள், சூத்திரங்கள் என நீண்ட காலமாகத் தொடர்ச்சியாக அறியப்பட்ட இலக்கிய நினைவுக் குறிப்புகளில் மிகவும் இளமையான ஒன்றின் வயதே கி.மு.300 ஆண்டுக்கும் பழைமையானதாக இருக்கக்கூடும். ஆனால், இந்நூல் களின் வயது பற்றிய அம்சத்தில், குறிப்பாக ரிக்வேதத்தின் வரலாற்று மூலம் குறித்து அறிஞர்களிடையே பரவலான வேறுபாடுகள் உள்ளதால் இவற்றை வரலாற்று ஆதாரங்களாகப் பயன்படுத்துவது சிரமம்.

தொல்லியல் சான்றுகளை இலக்கிய ஆதாரங்களுடன் ஒருங் கிணைக்க உதவும் வகையில் வேத இலக்கியங்களிலிருந்து சில அத்தியாயங்களை இப்பகுதியில் விவாதிக்க விரும்புகிறேன். அது சிந்துச்சமவெளியின் துவக்கக்கால வரலாற்றை அறிவதற்குத் தேவையான வெளிச்சத்தைத் தரும்.

'ரிக் வேதத்தின் பல பகுதிகளில் 'நகரம்' என்ற அர்த்தமுடைய புரம் மற்றும் பூர் ஆகிய வார்த்தைகள் சமஸ்கிருத செம்மொழியில் குறிப்பிடப்பட்டுள்ளன. ஓர் அத்தியாயத்தில் (7.15.4) ஒரு விரிவான (சதாபுஜி) தாமிரம் அல்லது இரும்பினால் ஆன (அவாஸ்) புரம் பற்றிக் குறிப்பிடப்பட்டுள்ளது. மற்றொரு பகுதியில் (1.58.8)இரும்பு பூர் வசமிருந்து பக்தனைக் காப்பதற்காக அக்னியிடம் பிரார்த்தனை செய்யும் காட்சி உள்ளது. அத்தகைய அத்தியாயங்களில் இரும்பு, வலிமையை உணர்த்தும் உருவகமாகத் தெளிவுபடுத்தப்பட்டுள்ளது. சூஸ்னா என்ற துர்தேவதை இயங்கக்கூடிய (கரிஸ்வனா) புரமாகக் (8.1.28) காட்டப்படுகிறது. ரிக்வேதத்தில் புரமானது ஆரிய ரிஷி களுடனும், போர் வீரர்களுடனும் காட்டப்படுவதைக் காட்டிலும், ஆரிய எதிரிகளுட்னேயே பெரும்பாலும் இணைத்துக் காட்டப் படுகிறது. புகழ்மிக்க இரண்டு ரிக்வேத அரசர்களான தேவர்களின் தலைவர் தேவதாஸ், புருவின் தலைவரான புரு குட்வி ஆகியோர் விரோதிகளான புரங்களின் அரசர்களுடன் போர் புரியும் காட்சிகளே காணப்படுகின்றன. தேவதாஸ், வித்ரியாசவரின் மகனும், மிகவும் புகழ் பெற்ற சூடாவின் தாத்தாவும் ஆவார். அவர் புருஷ்னி (ரிஷி) ஆற்றின்

மேற்குக் கரையில் இருந்து வந்த யாதுக்கள், தூர்வாசர் மற்றும் புரு உள்ளிட்ட பத்து பழங்குடி கும்பலைத் தோற்கடித்தவர் ஆவார். தனது பக்தன் தேவதாசனுக்காக கற்களாலான (அஸ்மான் மயி) நூறு புரங்களை இந்திரன் வீழ்த்தியதாகக் (4.30.20) கூறப்பட்டுள்ளது.

'தேவதாசனுக்காக இந்திரனால் வீழ்த்தப்பட்ட புரங்கள் தெளிவாக மலையின்தாசன் (ஆரியரல்லாதவர்) என்றழைக்கப்பட்ட சம்பாராவுக்குச் சொந்தமானவை (6.26.5) ஓர் அத்தியாயத்தில் (9.61.2) யது (யதுக்களின் தலைவர்) மற்றும் துர்வாசர் (துர்வாசர்களின் தலைவர்) ஆகியோரும் சம்பாராவுடன் சேர்த்து தேவதாசனின் எதிரிகளாகக் குறிப்பிடப் பட்டுள்ளனர். புருவின் தலைவரான புருகுட்சாவுக்காக இந்திரன் நிகழ்த்திய மாபெரும் வீரசாகசம் ஓர் அத்தியாயத்தில் (6.20.10) பின்வருமாறு விளக்கப்பட்டுள்ளது: 'ஓ இந்திரனே, உனது ஆதரவினால் நாங்கள் புதியதை (செல்வத்தை)ப் பெற்றிருக்கலாம். பக்திப் பாடல்கள் மற்றும் வேள்விகள் மூலமாக புருஷ கடவுளை நாங்கள் வணங்குகிறோம். இடி என்னும் ஆயுதம் கொண்டு நீங்கள் ஏழு ஆட்டுமனல் (சாரதி) புரத்தை அழித்தீர்கள்' எனச் சாயனா பல்வேறு வழிகளில் விளக்குகிறார். இப்பகுதியில் சாரதி என்ற வார்த்தையை விளக்கும்பொழுது, துர்தேவதைக்கு உரியதையே சாரதி என தனது வியாக்கியானத்தில் குறிப்பிடுகிறார். ஆனால் வேறு சில இடங்களில் (1.131.4) எதிரிகளின் வருடாந்திர புரமானது கோட்டை கொத்தளங்கள், அகழிகள் போன்றவை ஓராண்டாக வலுப்படுத்தப் பட்டனவென்று அவர் விளக்குகிறார். ஆரியத்தாக்குதலுக்கு எதிராக அல்லது ஆற்றில் வெள்ளப்பெருக்கு ஏற்பட்ட காலங்களில் மக்கள் அடைக்கலம் புகுந்ததை வேத நூல்களின் ஆசிரியர்கள் சாரதி அல்லது ஆட்டுமனல் புரங்கள் என்றழைத்தனர். அதே போல தலைவர் புருவின் சார்பாக இந்திரனால் நிகழ்த்தப்பட்ட சுரண்டலும் வேறு சில அத்தியாயங்களில் குறிப்பிடப்பட்டுள்ளன...'

புரம் மற்றும் பூர் என்பதற்குப் 'பட்டணம்', 'நகரம்' என்பன அர்த்தங்களாகும்; கோட்டை என்பதன்று. கோட்டை என்பதற்கு இணையான சமஸ்கிருத சொல் துர்கா என்பதாகும். இதுவும் ரிக்வேதத்தில் (5.34.7; 7.25.2) வருகிறது. ஓர் அத்தியாயத்தில் (1.41.3) துர்காவும் புரமும் அருகருகே வருவதை வேத நூல்களின் ஆசிரியர்கள் குறிப்பிடவில்லை. 'அருகிலுள்ள' என்ற அர்த்தமுடைய துர்காவின் பண்புப் பெயராக புரம் வருவதாக சாயனா கூறுகிறார். ரிக்வேதகால கட்டத்தில் நகரங்கள் ஏதுமில்லாத நிலையில், எத்தகைய சார்பு நிலையுமின்றிக் கூற வேண்டுமெனில், இங்குக் கூறப்பட்டுள்ள கோட்டை, நகரம் ஆகிய இரண்டையும் நம்மால் அங்கீகரிக்க இயலும்.

கண்டெடுக்கப்பட்ட, அழிந்த நகரங்களான ஹரப்பா, மொகஞ்ச தாரோவில், ரிக்வேதகால ஆரியர்கள் வெளிநாடுகளிலிருந்த நகரங்கள் மற்றும் பட்டணங்கள் பற்றி நன்கு அறிந்திருந்தனர் என்பது புலனாகிறது. தேவதாசன், புருகுட்சனின் கதைகளில் அவ்வீரர்களின் பெயர்களைத் தவிர வேறு வரலாற்று ஆதாரங்களைத் தேடுவது பயனற்றதாகும். ஆனால், இவற்றிலுள்ள புராண மற்றும் அழகிய சொல்லாடல்களைத் தவிர்த்துப் பார்க்கையில் அதன் உட்கருக் களுக்கான வாய்ப்புகள் இருப்பதை சந்தேகிப்பதற்குக் காரணம் இல்லை. நகரங்களில் வாழ்ந்துவந்த, வலுவான தளங்களில் தங்களுக்குள் மோதிக் கொண்டிருந்த நாகரிகமடைந்த பழங்குடிமக்களுக்கு எதிராக, இந்திரனை வணங்கும் ஆரியர்கள் போர்தொடுத்தது ஒரு காலத்தில் நிகழ்ந்தது என்ற சாதாரண அம்சங்கள் நினைவு கூரப்பட்டன. பிறகு, ஆரியர்களின் எதிரிகள் யாவர்? அவர்களைப் பற்றி ரிக்வேதப் பாடல் களில் வேறு ஏதாவது கூடுதலான விவரங்கள் உள்ளனவா?

சிந்துச் சமவெளியில் இருந்த பழங்குடி நகரங்களில் ஆரியர்கள் வருகை தந்து போர் புரிந்ததை பாணிஸ் என ரிக்வேதயாசகம் (நிருக்தா 6.27) என்ற நூலிலுள்ள பாடல்கள் குறிப்பிடுவதாக எனக்குத் தோன்று கின்றது. ரிக் வேதத்தின் மீதான (8.66.10) வியாக்கியானத்தில், 'பாணிஸ் என்றால் வியாபாரிகள்' எனவும், ரிக்வேதத்தில் 10.108.1 (நிருக்தா 11.25) என்ற வியாக்கியானத்தில் பாணிஸ் துர்தேவதை எனவும் குறிப்பிடப் பட்டுள்ளன. ரிக்வேத வியாக்கியான நூலாசிரியர் சாயனாவும், மனிதர் களுக்கும், உயர்ந்த மானுடனான பாணிக்கும் உள்ள வேறுபாட்டை அங்கீகரித்திருக்கிறார். இந்த வேறுபாட்டை அந்நூலின் உள்ளடக்கம் நியாயப்படுத்துகிறது. பாணி என்ற வார்த்தை பணம், 'விலை' என்பதி லிருந்து வந்ததாகும். ரிக்வேதத்திலுள்ள மானுட பாணிகள் வியாபாரி களாவர். அவர்கள் வேள்வி புரியவில்லை. மத குருமார்களுக்கு அன்பளிப்புகள் வழங்கவில்லை. விழிக்காமல் (என்றும்) உறங்கிக் கொண்டிருக்கின்ற பாணிகள் வேள்வி புரியவோ, அன்பளிப்புகள் வழங்கவோ வேண்டியதில்லை என ரிக்வேதத்தில் (1.124.10) கவிஞர், டானை நோக்கிக் கூறுகிறார்: 'ஓ வலிமைமிக்கவனே (அஸ்வின்ஸ்) அங்கே நீ என்ன செய்துகொண்டிருக்கிறாய்? வேள்வி செய்ய முன் வராத போதிலும், பெரும் மதிப்பு வைத்திருக்கக்கூடிய மக்களிடையே எதற்காகத் தங்கி இருக்கிறாய்?' என வினவுகிறார். அவர்களைப் பொருட்படுத்தாதீர்கள். பாணிகளை ஒழித்துக் கட்டுங்கள் '(ரிக்வேதம் 1.83.3)' என மற்றொரு கவிஞர் பாடுகிறார். 'பாணி போல' நடந்து கொள்ளா தீர்கள் என ஒரு கவிஞர் இந்திரனிடம் (1.33.3) பிரார்த்தனை செய்தார். பாணி போன்ற கடவுளுக்குத் தான் அளித்த சோமபானத்துக்குப் பொருத்தமான பரிசாக ஒன்றை எதிர்பார்ப்பதாக (8.45.14) மற்றொரு

கவிஞர் குறிப்பிடுகிறார். சோமபானத்தை வேள்வியில் வைக்க முன் வராத பணக்கார பாணிகளுடன் நட்பு கொள்ள சோமபான குடிகாரரான இந்திரன் விரும்புவதில்லை (4.28.7) எங்களிடமுள்ள பாணியின் மனோநிலையை அழியுங்கள் என ஒரு கவிஞர் பிரார்த்தனை (3.58.2) செய்கிறார். சில சமயங்களில் ரிஷி (கவிஞர்) ஒரு சமாதானப் படுத்தும் மனோநிலையைக் காட்டுகிறார். பாணியின் இதயத்தை மென்மையாக்கவும், பாணிகளிடையே பணிவை உருவாக்கவும் பூசன் கடவுளிடம் தொடர்ந்து முறையிடும் வகையில் ஒரு பாடல் உள்ளது. பரத்வாஜர் குடும்பத்தைச் சேர்ந்த ரிஷியினால் தொகுக்கப்பட்ட ரிக் வேத நூல் ஒன்றில் இப்பாடல்கள் வருகின்றன. ஆயிரக்கணக்காக தாராளமாக பரிசு அளித்தமைக்காக ஒரு பாணியின் தலைவர் பிரபுவை கவிஞர் பரத்வாஜர் புகழ்வது ஒரு பாடலில் (6.45.31-33) வருகிறது. ஒரு சிறப்பு விதியாக துயரத்தில் வீழ்ந்திருக்கும் ஒரு பிராமணன், ஒரு வெறுக்கத்தக்க மனிதனிடமிருந்து அன்பளிப்புகள் பெறுவதில் எவ்விதப் பாவமுமில்லை என்பதற்கு பாணிபிரபுவிடமிருந்து பரத்வாஜர் பெற்ற அன்பளிப்புகள் குறித்த உதாரணம் நீண்ட காலமாக இந்திய மரபில் இருந்த வந்துள்ளது. தனித்த வனம் ஒன்றில் தனது மகன்களுடன் பட்டினியால் தவித்துக் கொண்டிருந்தபொழுது, ஒரு பெரும் யாகம் நிகழ்த்துபவரான பரத்வாஜர், ஒரு தச்சரான பிரபுவிடம் பல பசுக்களைப் பெற்றுக் கொண்டதை' மனுதர்மம் (10.107) நமக்குக் கூறுகிறது. சாயனா ரிக்வேதம் (6.45.31) மீதான தனது வியாக்கியானத்தில் பிரபுவை பாணியின் தச்சராகக் குறிப்பிடுகிறார்.

ஆரியர்கள் மதகுருமார்களாகவும், போர்வீரர்களாகவும் இரண்டு முக்கிய வர்க்கங்களாகப் பிரிந்திருந்தனர் என்பதை ரிக்வேதப் பாடல் வரிகள் தெளிவாகக் குறிப்பிடுகின்றன. கால்நடை வளர்ப்பு அவர்களின் வாழ்க்கைக்கான முக்கிய ஆதாரமாக இருந்து வந்தது தெரியவருகிறது. பசுவே அவர்களது முக்கியச் செல்வமாகும். வேளாண்மை குறைந்த அளவுக்கே மேற்கொள்ளப்பட்டு வந்தது. பல்வேறு தொழில்கள் நடைபெற்று வந்ததையும், ஆரியர்கள் கைத்தொழில்கள் மேற்கொண்டு வந்ததையும் ஒரு பாடல் (9.112) குறிப்பிடுகிறது. அப்பட்டியலில் வர்த்தகம் இடம்பெறவில்லை. எனவே, துவக்கக்கால வியாபாரத்தில் 'வெறுக்கப்பட்ட பாணிகளே' ஈடுபட்டு வந்துள்ளனர் என்பது மறுக்க வியலாததாகத் தோன்றுகிறது. சிந்துச் சமவெளியில் துவக்கக்கால வியாபார வாழ்வுக்கான அடையாளங்களை மொகஞ்சதாரோவில் கண்டெடுக்கப்பட்ட பழங்காலப் படங்களுடன் கூடிய நாணயங்கள் காட்டுகின்றன. சிந்துச் சமவெளி நாகரிகத்தின் இறுதிக் கட்டத்தில், படையெடுத்து வந்த ஆரிய நாகரிகத்துடன் தொடர்பு ஏற்பட்ட பொழுது, வரலாற்றுக்கு முந்திய இந்த நாகரிகத்தை பாணிகள்

பிரதிநிதித்துவப்படுத்தினர். ஆரியர்கள் என ரிக்வேதத்தில் அழைக்கப் படுகிற இந்தப் படையெடுப்பாளர்கள் சமவெளியில் தெற்குப் பகுதியில் இருந்து வந்த நகரங்களிலும், கோட்டைகளிலும் வாழ்ந்துவந்த, தங்கள் வாழ்வுக்காக வியாபாரத்தைச் சார்ந்திருந்த நாகரிகமடைந்த மக்களை எதிர்கொண்டுள்ளனர். பண்பாட்டில் பின்தங்கிய நிலையி லிருந்த ஆரிய படையெடுப்பாளர்கள் இந்த நகரங்களை அழித் துள்ளனர் அல்லது சீரழிவுக்கு ஆளாக்கியுள்ளனர். அவர்களது பெரும் கடவுளான புரோஹா அல்லது புரந்தரா என்ற இந்திரன் 'நகரங்களைச் சீரழித்தவர்' என அழைக்கப்படுகிறார். வரலாற்றுக்கு முந்திய ஏஜியன் நாகரிகத்தைப் போல, வரலாற்றுக்கு முந்திய சிந்துச் சமவெளி நாகரிகமும் ஆரியப்படையெடுப்பின் தாக்குதலைச் சமாளிக்க முடியாமல் வீழ்ந்தது.

7. வேத ஆய்வுக்குத் தொல்லியலின் உதவி

நாம் விவாதிக்க முயலும் இந்த அம்சத்தைச் சுருக்கமாக முன் வைப்போம். சிந்துச்சமவெளி நாகரிகம் கண்டுபிடிக்கப்பட்டதானது பண்டைய இந்திய வரலாறு குறித்த நமது அறிவை விரிவுபடுத்தி இருப்பதுடன், வேறொரு கோணத்தையும் கொண்டுள்ளது. வேத இலக்கியம் குறித்த குறிப்பாக, அதன் ஒரு பகுதியான ரிக்வேதம் குறித்த விளக்கத்தை அளிக்க நமக்கு இது ஒரு கருவியாகப் பயன்படுகிறது. ரிக்வேதத்தை வேறு வகையில் விளக்கிட அல்லது மிகவும் தெளிவாக விளக்கிட வேதவியல் அறிஞர்கள் தொல்லியல் சான்றுகள் மீது கவனம் செலுத்தவேண்டும். உதாரணமாக, ஏழு கடல்களைக் கொண்ட நிலப் பகுதியில் இருந்துவந்த ஏராளமான நகரங்கள் பற்றியும், போர்க் கடவுளான இந்திரனின் தலைமையில் ஆரியர்களால் அவை சீரழிக்கப் பட்டதைப் பற்றியும் ரிக்வேதம் குறிப்பிடுகிறது. வேதம் பாடிய கவிஞர்கள், நகரங்களை ஒருபோதும் பார்த்ததில்லை என்ற சாதாரண காரணத்துக்காகவே இவை அனைத்தும் கற்பனையான கட்டுக் கதைகள் என ஒதுக்கித் தள்ளிவிட இயலாது. அவர்கள் கால்நடைகள் மேய்க்கும் நாடோடிகளாக இருந்ததற்கான மிகவும் வெளிப்படையான ஆதாரங்கள் ரிக்வேதத்திலேயே குறிப்பிடப்பட்டிருப்பதால் வேதகால மக்களுக்கு நகரவாசிகள் பற்றிய கற்பனை உருவாகியிருக்க வாய்ப் பில்லை. எனவே, மொகஞ்சதாரோவும், ஹரப்பாவும் கண்டறியப் படுவதற்கு முன்பே - ஹரப்பாப் பண்பாட்டுப் பிரதேசத்துக்குள் வேறு சில நகரங்கள் கண்டறியப்பட்டதைத் தொடர்ந்து - இந்தப் புரங்கள் அல்லது நகரங்கள் மற்றும் இந்திரனின் புரந்தரா பாத்திரம் அல்லது நகரங்களை அழித்தவர் என்பது பற்றிய அனுமானங்கள் ரிக்வேதத்தில் குறிப்பிடப்பட்டுள்ளன. இத்தகைய அனுமானங்களுக்கான சில

உதாரணங்கள் மேக்டொனால் மற்றும் கீத் ஆகியோரது 'வேத அட்டவணை' என்ற நூலில் காணப்படுகின்றன. ஹரப்பாப் பண் பாட்டுப் பிரதேசத்தில் அழிந்து போன நகரங்கள் தொல்லியலாளர் களால் கண்டறியப்பட்டதைத் தொடர்ந்து, வேத அறிஞர்கள் இத்தகைய யூகங்களை வெளிப்படுத்துவதை நிறுத்திக் கொண்டனர். தொல்லியல் கண்டுபிடிப்புகள் குறித்த பல பிரச்சினைகள் இன்னமும் முரண்பாடுகள் கொண்டவையாக அல்லது இன்னும் முழுமையாக விளக்கப்படாதவையாக உள்ளன. உதாரணமாக, மொகஞ்சதாரோவில் பரவலாகக் கிடைத்த எலும்புக் கூடுகள் பற்றிய உண்மைக் கதைகள் தொல்லியாளர்களிடையே இன்னமும் பிரச்சினைகளாக உள்ளது. அவை ஆரியப் படைவீரர்களின் இறந்த உடல்கள் மற்றும் கரங்கள் அவர்களுடையவையா என்பது தொல்லியாளர்களுக்குப் பிடிபடாத ஒன்றாகவே உள்ளது. மேலும் அகழ்வாய்வு செய்வதன் மூலமும், சிறந்த அனுமானங்கள் மூலமும் தொல்லியலாளர்கள் இப்பிரச்சினைக்குத் தீர்வு காண்பார்கள் என நாம் நம்பலாம். அதேசமயம் ரிக்வேதம் மீதான பார்வையில் தொல்லியலாளர்களுக்குக் கிடைத்த ஆதாயத்தைப் புறக்கணித்துவிட இயலாது. நகரங்கள் பற்றியும், அவை சீரழிக்கப் பட்டமை குறித்தும் ரிக்வேதத்தில் குறிப்பிடப்பட்டுள்ள விவரங்கள் ஹரப்பாப் பண்பாட்டு மையங்களில் கிடைத்துள்ள பொருளாயத மிச்சசொச்சங்களைக் காட்டிலும் சிறந்த விளக்கங்களாக இருக்க வியலாது. தொல்லியலை இலக்கிய ஆதாரங்களுடன் ஒருங்கிணைப்பது தந்திரமான, நுட்பமான ஒன்றாகக் கருதப்படுகிறது. எவ்வாறாயினும், வேதத்தின் சில அத்தியாயங்களைப் புரிந்துகொள்ள அல்லது விமர்சிக்க ஒரு கருவி என்ற வகையில் தொல்லியலின் முக்கியத்துவம் மேலும் தேவையான ஆய்வுகளை மேற்கொள்ளப் பயன்படும் வகையில் உள்ளது. ஒரு கருவி என்ற வகையில் சில சமயங்களில் இது வியக்கத் தக்க அளவில் பெரும் முக்கியத்துவம் வாய்ந்ததாக உள்ளது.

8. டி.டி. கோசாம்பியும், விருத்திரன் மாயையும்

எவ்வாறாயினும், வேதக் கவிஞர்களும், கவிஞர்கள்தாம் என்பதை நாம் மறந்துவிடக்கூடாது. மேலும், அக்கவிஞர்கள் பண்டைய உலகைச் சேர்ந்தவர்கள். எனவே, எல்லா வகையான போக்குகள் குறித்த எதார்த்தபூர்வமான விளக்கங்களையும் அவர்களால் புரிந்துகொள்ள வியலாது. அதனை அவர்கள் தமது சொந்த வழிகளில் பதிவு செய்து உள்ளனர். அவர்களது பாடல்களிலுள்ள மாயைகளிலிருந்து எதார்த்தத்தைக் கண்டறிவது நமக்குக் கடினமான பணியாக உள்ளது. இதற்காக டி.டி.கோசாம்பி மேற்கொண்ட முயற்சி குறித்த உதாரணம் ஒன்றை இங்கே காண்போம்.

'புரந்தரன் அல்லது 'நகரங்களை நாசமாக்கியவன்' என்பதைப் போல இந்திரன் ரிக்வேதத்தில் விருத்திராகன் அல்லது விருத்திரனைக் கொன்றவன் என்றழைக்கப்பட்டான். வேதக் கவிஞர்களைப் பொருத்த வரையில் தெளிவாக இது ஒரு பெரும் சாதனையாகும். 'இந்திரனின் முதன்மையான, சிறப்பான பண்புப் பெயரே விருத்திரன், 'விருத்திரனைக் கொன்றவன்' என மேக்டொனால் குறிப்பிடுகிறார். ரிக் வேதத்தில் சுமார் 70 முறை இவ்வாறு கூறப்படுகிறது.'[30] ஒரு பயங்கர விலங்காக பொதுவாக நம்பப்படும் விருத்திரனைப் பிற கடவுள்களின் உதவியுடன் அழிப்பு வேலைகளில் ஈடுபடுவது - குறிப்பாக, மாருதி எனப்படும் அரைக் கடவுளின் சேமிப்புகளை அழிப்பது அவனது முக்கியமான செயல்களில் ஒன்றாகக் கருதப்படுகிறது. ஆனால், இந்தச் செயல்பாடு களில் குறிப்பிட்ட சிறப்பம்சங்களை எளிதில் புறக்கணித்துவிட இயலாது. விருத்ரன் என்றால் தடை ஏற்படுத்துபவன் மற்றும் 'பாம்பு' என்றழைக்கப்படுகிற 'அஹி' என்று பொருள்படும். வேறு வார்த்தை களில் குறிப்பிட்டால், ஒரு பெரிய பாம்பு போல உள்ள இது ஒரு தடை ஏற்படுத்தக் கூடியதாகும். இத்தகைய பாம்பு போன்ற தடை ஏற்படுத்து பவர் குறித்து வேதக் கவிஞர்கள் பலவாறாகக் குறிப்பிட்டுள்ளனர். அவற்றில் சில மிகவும் ஆர்வமூட்டக் கூடியனவாகும். அவற்றின் உண்மையான பலவீனங்கள் பற்றி ஒருவருக்கும் தெரியாது என விருத்திரன் பற்றிக் குறிப்பிடப்படுகிறது. மாருதியுடன் சேர்ந்து இந்திரன், அதன் பலவீனமான பகுதியைக் கண்டறிந்து (iii 32.4, V 32.5), சொர்க்கத்தையும், பூவுலகையும் அசைக்கும் அதே தீவிரத் தன்மையுடன் 'தடை ஏற்படுத்துபவனை' அடித்தான். இதன் விளைவு என்ன? மொத்தப் பகுதியும் தண்ணீரால் சூழப்பட்டு பாம்பு போன்ற தோற்றம் கொண்ட தடை ஏற்படுத்துபவனால் தடை செய்யப்பட்டது. இந்திரனின் வீரதீரங்கள் குறித்து மேக்டொனால் குறிப்பிடும் சில பகுதிகள் இதோ: 'அவன் தண்ணீரால் சூழப்பட்ட விருத்திரனையும் தாக்கினான் (vi 20.2) அல்லது அந்தக் கொடிய விலங்கு தண்ணீரைச் சூழ்ந்து கொண்டது. (பாரிசயனம்), தண்ணீரின் மேல் விழுந்த அக் கொடிய விலங்கை அவன் அழித்தான் (V.30.6). தண்ணீரில் மறைந்து கொண்டு, தண்ணீரையும், வானத்தையும் இடையூறு செய்துகொண் டிருந்த பாம்பை அவன் கொன்றான். ஒரு மரத்தைச் சுற்றியிருப்பது போல தண்ணீரைச் சூழ்ந்திருந்த விருத்திரனைத் தாக்கினான் (ii 14.2). இவ்வாறு 'தண்ணீரை வென்றது' (அப்சுஜித்) அவனது சிறப்பான வெற்றியாகும். விருத்திரனை அழித்த பிறகு, காலங்காலமாக இந்திரன் அந்த ஓடையைப் பாய விடுகிறான் (iv 19.8)... மலையைப் பிளந்து ஓடையை தாராளமாக ஓடவிட்டான் (i 57.6; X 89.7). அவனது கால் அசைவிலேயே இதனைச் செய்து முடித்தான் (vi 27.1). அவன்

மலையைத் தகர்த்தெறிந்து, வேகமான ஓடையைக் கட்டவிழ்த்துவிட்டு தனவாவைக் கொன்றான். மலையின் மடியில் சுரந்திருந்த நீரூற்றை பீறிட்டு வெளிவரச் செய்தான் (5.32.1.2). அவன் தனவாவைக் கொன்ற பிறகு, பெரும் மலையைக் குடைந்து கிணற்றைத் தோண்டி, அடக்கி வைக்கப்பட்டிருந்த தண்ணீரை வெளியேற்றினான் (i 57.6; V. 33.1). சிறை பிடிக்கப்பட்டிருந்த பசுக்களை வெளியேற்றுவதைப் போல அவன் ஓடையை விடுதலை செய்தான் (i.61.10). கீழே இறங்கி ஓடும் பசுக்களைப் போல அது கடலை நோக்கிப் பாய்ந்தோடியது (i.32.2). அவன் பசுக் களையும் சோமனையும் வென்று ஏழு ஆறுகளை ஓடச் செய்தான் (i.32.12, ii.12.12). சிறைபிடிக்கப்பட்ட தண்ணீரை அவன் வெளியேற்றினான் (i.57.6, 1.103.2). கொடிய விலங்கினால் தடைசெய்யப்பட்டிருந்த ஓடையை விடுவித்தான் (ii 11.2)... வெள்ளப் பெருக்கு ஆற்றை நோக்கிப் பாயட்டும் (ii 19.3), அடக்கி வைக்கப்பட்டிருந்த, தண்ணீர் விருத்திரனால் பாய்ந்தோடட்டும் (iii 26.6; iv 17.1)[31] எனப் பலவாறாகக் குறிப்பிடப் பட்டிருந்தது. பாம்பு போன்ற தோற்றமுடைய விருத்திரனை அழித்த இந்திரன் பற்றி மேக்டொனால் குறிப்பிடும் முழு அத்தியாயத்தையும் முழுமையாகப் படிக்க வேண்டியுள்ளது. இவை அனைத்தும் அடக்கி வைக்கப்பபட்ட தண்ணீரை வெளியேற்றுவதைப் பற்றியதாகவே இருந்தது என வேதக் கவிஞர்கள் குறிப்பிடுகின்றனர்.

மேக்டொனால் ரிக்வேதத்தில் இருந்த அர்ணாக்கள் அல்லது அவற்றோடு தொடர்புடைய வெள்ளப்பெருக்கு என்ற அம்சத்தைப் பயன்படுத்தினார்.

கவித்துவக் கற்பனைகளை நீக்கி, பண்டைய பாடல்களிலிருந்த தவிர்க்கவியலாத மாயையைத் தவிர்த்துப் பார்த்தால் உண்மையில் அவற்றின் அர்த்தம்தான் என்ன? டி.டி. கோசாம்பி பதிலளிக்கிறார்:

'வேதகால இந்திரன் ஓடைகளை விடுவித்தவனாக மீண்டும் மீண்டும் குறிப்பிடப்படுகிறது. மேகங்களில் சிறைபிடிக்கப்பட்டிருந்த தண்ணீரை விடுவித்து மழையாகப் பொழியச் செய்யும் மழைக் கடவுள் எனக் கவிஞர்களால் குறிப்பிடப்பட்டவை, இயற்கை - மாயை என மேக்ஸ்முல்லர் காலத்தில் கருதப்பட்டது. பதிவு செய்யப்பட்ட அச் செயல்களில் மறைக்கப்பட்ட விவரங்களைக் கொண்டு இத்தகைய விளக்கம் அளிப்பது சற்றும் சாத்தியமில்லை. ஒரு விருத்திர பேயின் பிடியிலிருந்து இந்திரன் ஆற்றை விடுவித்தான். இரண்டு சிறந்த மொழியியல் வல்லுநர்கள் (ஈரானிய, ஆரிய) மற்றும் சமஸ்கிருதத்தில் முழுமையான புலமை பெற்றவர்கள்) இந்த வார்த்தையைப் பகுப்பாய்வு செய்தனர். தூய்மையான மொழியியல் நோக்கில் 'விருத்திரன் என்பதற்குத்' 'தடை', 'இடையூறு' எனக் குறிப்பிடப்பட்டுள்ளது, ஒரு

பேயாக அல்ல என்ற முடிவுக்கு அவர்கள் வந்தனர். உண்மையான ரிக்வேத விளக்கத்தில் இது முழுமையாகத் தெளிவாகிறது. இருண்ட ஒரு பாம்பைப் போல, பேய் மலையின் மீது படுத்திருந்தது. இந்திரனின் அழித்தொழிக்கும் ஆயுதத்தால் (வஜ்ராயுதம்), 'பேய்' தாக்கப்பட்ட பொழுது, ஆறுகளின் இயக்கம் தடைபட்டுப் போயிற்று (டேஸ்டா பந்த்), மைதானம் உடைந்தது, தேர்ச்சக்கரங்களைப் போல கற்கள் உருண்டன. பேயின் உடலின் மீது தேக்கி வைக்கப்பட்ட தண்ணீர் பாய்ந்தோடியது (ரிக்வேதம் 4.19, 4-8, 2.15.3). அணைகள் உடைந்ததைக் காட்டும் மிகச் சிறந்த விளக்கமாக இது உள்ளது. அதே சமயம் அத்தகைய வரலாற்றுக்கு முந்திய, தற்போது கேபர் பேண்ட் என்றழைக்கப்படுகிற அணைகள் போன்று இப்பிரதேசத்தின் மேற்குப் பகுதிகளில் இன்னமும் பல்வேறு நீர்ப்பாசன அமைப்புகள் இன்றும் உள்ளன. இந்திரன் அணைகளை உடைத்தது, விருத்திர மாயையை நியாயப்படுத்துவதற்கான சான்றுகள் மட்டுமல்ல (ரிக்வேதம் 2.15.8), அவர் செயற்கையான தடைகளை நீக்கியதையும் இது தெளிவு படுத்துகிறது. பிற்கால சமஸ்கிருதத்தில் உள்ளவாறு ரிக்வேதம் முழுவதிலும் ரோதா என்பதற்கு 'அணை' என்றுதான் குறிப்பிடப் பட்டுள்ளது. நீர்த்தேக்கத்திலிருந்து வெள்ளம் பாய்ந்தோடி நிலத்தினுள் புகுந்த பொழுது, விபாலி ஆற்று நீரை அதன் இயல்பான போக்கில் திருப்பிவிட்டதற்காக இந்திரன் புகழப்பட்டார். ஆரியர்களுக்கு முன்னர், இயற்கையான மழை, வெள்ளத்தையும், சிற்றாறுகளின் மீது கட்டப்பட்ட பருவகால அணைகளிலிருந்து நீரை வெறியேற்றிய பிறகு, அணையின் அடியில் தங்கியிருந்த உரச்சத்துமிக்க வண்டல் மண்ணைப் பயன்படுத்தியும் வேளாண்மை மேற்கொள்ளப்பட்டது. ஆரியர்கள் இத்தகைய அணை அமைப்பு முறையை உடைத்து நொறுக்கினர். அதனால் அப்பிரதேசத்தில் வேளாண்மையும், நீண்ட காலத்திற்கு மக்கள் நகர வாழ்க்கையைத் தொடருவதற்கான அல்லது நகர மக்களைப் பராமரிக்கும் வாய்ப்பும் சீரழிக்கப்பட்டது. மொகஞ்சதாரோ அகழ்வாய்வில் கண்டறியப்பட்ட பெருவெள்ளம் ஏற்பட்டதற்கான வண்டல்மண் இருப்புகள் உள்ளிட்ட கிடைக்கின்ற எந்தவொரு புள்ளி விவரமும், அழிவு என்ற உண்மையை மறுக்கவியலாது. அங்கு வாழ்ந்த மக்கள் வேளாண்மை மேற்கொள்வதற்குப் பயன்பட்ட அதே வெள்ளம் தான் நகரங்கள் மற்றும் கிராமங்களின் பேரழிவுக்கும் காரணமாக இருந்தது.'³²

கோசாம்பியின் கொள்கையின்படி ஹரப்பாப் பிரதேசத்தில் ஏர்க்கலப்பைக்கு மாறாக, பற்களைக் கொண்ட பரம்பினால் மேற் கொள்ளப்பட்டு வந்த வேளாண்மைக் கருவி மறைந்திருக்க வேண்டும். காலிபங்கனில் மேற்கொள்ளப்பட்ட அகழ்வாய்வில் உண்மையான

கலப்பையைக் கொண்டு உழவு செய்யப்பட்ட நிலங்கள் கண்டறியப்
பட்டன. இருப்பினும், தொல்லியலாளர்கள் சிலர் மத்தியில் 'வெள்ளக்
கோட்பாடு' முக்கியத்துவம் பெற்று வருகிறது. இக்கொள்கைகளில்
சாரம் இருக்குமானால், பாம்பைப் போன்று தண்ணீரைத் தடை
செய்த விருத்திரனுக்கு எதிரான இந்திரனின் செயலுடன் தொடர்
புடைய ரிக்வேதத்தின் பகுதிகளைப் புரிந்துகொள்ள உதவும். இந்த
அத்தியாயத்திலுள்ள வெவ்வேறு புராணக் கதைகளைப் படிக்க
வேண்டும் என்ற முந்திய பார்வையைக் காட்டிலும் இது சாலச்
சிறந்ததாகும். சில அம்சங்களில் ரிக்வேதம் இன்னமும் நமக்கு கிட்டத்
தட்ட ரகசியமாகவே இருந்தபோதிலும், தொல்லியல், ரிக்வேதத்தை
விளக்க ஒரு முக்கியக் கருவியாகப் பயன்பட்டு வருகிறது.

9. முடிவாக

ஏற்கெனவே வீழ்ச்சியுற்று வந்த சிந்துச்சமவெளி நாகரிகத்தின்
அழிவுக்கான இறுதிக்காரணம் ஆரியப் படையெடுப்பே என்ற
கொள்கைக்கு உறுதியான எதிர்ப்பு ஏற்பட்டதற்கு இனவெறி அடிப்
படையே காரணமாகும். பிறகு, இந்திரன் கடவுள்களின் அரசன் என்ற
நம்பிக்கையை நம்மிடையே ஏற்படுத்த இந்தியப் புராணக் கதைகள்
விரும்பின. பண்டைய இந்தியாவின் சிறப்பு வாய்ந்த நாகரிகத்தைச்
சீரழித்த எதிர்மறைத் தன்மை கொண்டவராக அவரைச் சித்திரிப்பது,
ஆழமான மத நம்பிக்கை கொண்ட சிலரது உணர்வுகளைப் புண்
படுத்தும் என்பது புரிந்து கொள்ளக்கூடியதே. உதாரணமாக, ஹரப்பா
நகரத்திற்குள் ஆரியப் படையெடுப்பு மாயை என்ற கட்டுரையில்
கே.எம். ஸ்ரீவத்சவா இதனைக் குறிப்பிடுகிறார். ஆரியப் படையெடுப்புக்
கொள்கையை விரிவாக மறுக்க முயற்சிசெய்த பிறகு, கிடைக்கும்
ஆதாரங்களின் அடிப்படையில் இந்திரனின் நிலை கண்டிக்கத்தக்கது
என்ற வீலரின் கூற்றுக்கு எதிராகக் கடுமையாகக் குறிப்பிடுகிறார்.
ஏற்கெனவே கூறியவாறு, 'இந்திரன் முழுமையான நிரபராதி' என
ஸ்ரீவத்சவா உணர்ச்சிபூர்வமாகப் பிரகடனப்படுத்துகிறார்.

வேதக் கடவுளை இவ்வாறு உணர்ச்சிபூர்வமாகத் தற்காப்பதற்கு
எதிராக, குறைந்தபட்சம் ஓர் அம்சத்தை நினைவுபடுத்துவது அவசிய
மாகும். ரிக்வேதம் என்பது பழங்காலப் பாடல்களின் தொகுப்பு என்ற
வகையில் அதில் காணப்படும் நெறிமுறைகளின் தன்மையை நமது
சமகாலத் தன்மையிலிருந்து பார்ப்பது சாத்தியமில்லாதது. ஹரப்பா
நகரத்தைச் சீர்குலைத்தது அல்லது அழித்தது என்பதை இக்கால
நெறிமுறைகளின்படி அணுகினால் அது வருந்தத்தக்கதாக நமக்குத்
தோன்றும். ஆனால், இத்தகைய செயல்கள் மிகவும் முக்கியத்துவம்
வாய்ந்த வீரச்செயல்கள் என்றும், பலம் என்றும் பார்க்கும் வேதக்

கவிஞர்களுக்கு அவ்வாறு தோன்றாது. எனவே, அது அவர்களது நிலையில் மிகவும் போற்றுதலுக்குரிய ஒரு நிகழ்வாக இருந்திருக்க வேண்டும். ஆகவேதான், அவர்கள் புரந்தரன் அல்லது நகரங்களை அழித்தவன் என இந்திரனின் பெருமைகளைப் பாடியுள்ளனர். இன்றைய நெறிமுறைகளுக்கு உட்பட்டவர்களாக இருந்திருந்தால் நிச்சயம் அவர்கள் அவ்வாறு செய்திருக்கமாட்டார்கள்.

எனவே, இந்திரன் முழுமையான நிரபாரதி என்ற உணர்ச்சி பூர்வமான கூற்றுக்கு உண்மையில் அர்த்தமில்லை. போதையின் ஆளுமைக்கு உட்பட்டிருந்த நிலையிலும் அல்லது சோமபானம் என்றழைக்கப்பட்ட மதுவுக்கு ஆட்பட்டிருந்த போதிலும், பழங்கால ரிக்வேதக் கவிகள் இந்திரனின் தனிப்பட்ட துணிவு மற்றும் பலத்தின் மீது பெரும் மரியாதை கொண்டிருந்தனர்.

காலங்கள் மாறியிருப்பதனால் மட்டுமல்ல, அவை வெளிப்படும் சமூக நிலைமைகளின் மாற்றத்தினாலும் நெறிமுறைகளின் தன்மையில் மாற்றங்கள் ஏற்படுகின்றன. வேதக் கவிஞர்கள் வாழ்ந்த சமூகச் சூழலில் நம்முடைய நெறிமுறைகளின் தன்மைக்கு மிகவும் வெறுக்கத்தக்கதாகத் தோன்றும் குறிப்பிட்ட செயலை, அக்கவிஞர்கள் உண்மையில் புகழும் பொழுது நமக்கு மிகவும் அதிர்ச்சி தரத்தக்கதாக இருக்கும். அதற்கொரு சிறந்த உதாரணம் இங்கே உள்ளது. ரிக்வேதத்திலுள்ள ஒரு பாடலில் இந்திரனை ஒரு கவிஞர் பின்வருமாறு புகழ்ந்து பாடுகிறார்:

‘அவரது தாயை விதவையாக்கியது யார்? அவரது உறக்கத்தையும், விழிப்பையும் ஒழிக்க முயன்றது யார்? அவரைக் காட்டிலும் மிகவும் அழகான தெய்வம் எது? (ரிக்வேதம் iv.*18.12*) அவரது தந்தையைக் கொன்று அவரைக் காலடியில் வீழ்த்தியது யார்?’

இன்றைய நமது நெறிமுறைகளின் அடிப்படையில் நோக்கும் பொழுது, சாயனா குறிப்பிட்டுள்ளவாறு, இந்திரனிடமிருந்து அவனது தந்தை சிறிது போதைப் பொருளைக் களவாடியதற்காக (தாத்ரிய சம்ஹிதா vi.*1.3.6*), இந்திரன் தனது தந்தையைக் கொன்றான். இத்தகைய செயலைக் கண்டிக்கப் போதுமான வார்த்தைகள் இல்லை!

நம்முடைய நெறிமுறைகளின்படி இந்திரனைக் குற்றமற்றவனாக நம்மால் கூற இயலுமா? இயலாது, ஆனால், வேதக் கவிகளிடையே இத்தகைய கேள்வி எழவில்லை. ‘இந்திரனின் நிலை கண்டனத்துக் குரியது’ என்ற வீலரின் கூற்று ஒரு வேளை அதீதமானதாகக்கூட இருக்கலாம். ஆனால், இந்திரன் முழுமையான நிரபாரதி என்ற ஸ்ரீவத்ஸவாவின் கூற்று ஆரிய இனவாதமே அன்றி வேறன்று.

அடிக்குறிப்புகள்

1. B&R ஆல்சின்ஸ் RCIP - 213.
2. கோர்டன் சைல்ட் NLMAE 184-85.
3. ஏ.கோஷ், 83-84.
4. B&R ஆல்சின்ஸ் RCIP 167.
5. D.K. சக்கரவர்த்தி EIP 205.
6. M.R. முகல் ACI 91.
7. D.K. சக்கரவர்த்தி EIP 207.
8. B&R ஆல்சின்ஸ் BIC 129.
9. B&R ஆல்சின்ஸ் RCIP 213.
10. டி.டி.கோசாம்பி 59-60.
11. துமார்ஷல் MIC I.
12. ஜெ.நீடாம் GT 168-169.
13. அதே நூல் 155-156.
14. கோர்டன் சைல்டு NLMAE 187.
15. REM வீலர் IC 127.
16. B&R ஆல்சின் Rcip 224.
17. டி.பி. அகர்வால் AI - 188.
18. அதே நூல் 191
19. B&R ஆல்சின்ஸ் RCIP - 191
20. REM வீலர் I.C. 126.
21. G.L.போஸெல் ACI 288.
22. அதேநூல் 225.
23. வி. கோர்டன் சைல்டு WHH 128.
24. எம்.வீலர் மறுபதிப்பு, ACI - 291
25. G.F. டேல்ஸ் மறுபதிப்பு ACI 293-296.
26. G.F. டேல்ஸ் ACI 296.
27. K.M. ஸ்ரீவத்சவா FIC 441.
28. அதே நூல் 442.
29. அதே நூல்.
30. ஏ.ஏ.மேக்டொனால் V.M. 60.
31. அதே நூல் 59.
32. டி.டி. கோசாம்பி 70 -71.

4. வேத மதம் - மாயையும், எதார்த்தமும்

1. துவக்கக் குறிப்புகள்

'ஆரியப் படையெடுப்பாளர்கள் காட்டுமிராண்டிகள் எனக் கூறமுடியாத சாதாரண மக்களாக, 'செங்கல்' என்ற வார்த்தையைக் கூட அறியாத பெரும்பாலும் கால்நடைகள் மேய்க்கும் நாடோடி களாக, வெகு சிலர் பாமர விவசாயிகளாக இருந்தனர். அவர்களால் அழிக்க இயலும்; மறு கட்டுமானம் செய்ய இயலாது."[1] என 1963-ல் லியோனார்டு வூலி குறிப்பிட்டார்.

பொருளாயதப் பண்பாட்டின் அடிப்படையில் நோக்கும் பொழுது, வேதங்களின் மீதும், அவற்றைத் தொகுத்தவர்கள் மீதும் தேவையற்ற ஒரு புகழ்ச்சி கொண்டிருந்தால் ஒழிய, இந்தப் புரிதல்மீது கேள்வியெழுப்ப எத்தகைய அடிப்படையும் இல்லை. இருண்ட காலகட்டம் எனப்படுகிற, ஹரப்பாப் பண்பாடு இறுதியாக அழிக்கப் பட்டதைத் தொடர்ந்த ஆயிரம் ஆண்டு காலத்தைப் பின்னோக்கிப் பார்த்து, அங்குள்ள உண்மையான பொருளாயத மிச்சசொச்சங்களை அகழ்ந்தெடுக்க வேண்டிய கடமை தொல்லியலாளர்களின் மீது சுமத்தப்பட்டுள்ளது. ஏனெனில், கடந்த நாற்பது, ஐம்பது ஆண்டுகள் வரையிலும் கூட உருப்படியான எதுவும் கண்டறியப்படவில்லை. இந்திய விடுதலையின்போது கிடைத்ததைக்காட்டிலும், அக்கால கட்டம் குறித்து தற்பொழுது கூடுதலான விவரங்கள் கிடைக்கப் பெற்றமைக்காக சமீப ஆண்டுகளில் சுறுசுறுப்புடன் களப்பணியாற்றிய இந்தியத் தொல்லியல் துறையினருக்கு நாம் நன்றி செலுத்த வேண்டும்.

பொருளாயதப் பண்பாட்டு அடிப்படையில் நோக்கும்பொழுது இக்காலகட்டம் 'இருண்ட' காலமாகவே தொடர்ந்தது. சிலரது கருத்தின்படி, இது இரும்புக் காலத்தின் துவக்கத்திற்கான அடை யாளமாக இருந்தது. ஆனால், கி.மு. ஆறாம் நூற்றாண்டு வரை வட இந்தியா முழு அளவில் இரும்புக் காலத்திற்குள் நுழையவில்லை.[2] எனப் பொருத்தமான ஆதாரங்களைப் பரிசீலித்த ஆர்.எஸ்.சர்மா சரியாகக் குறிப்பிடுகிறார். ஹரப்பா நாகரிகத்தின் இறுதி வீழ்ச்சி மற்றும் உண்மையான இரும்புக்காலம் துவங்கியதற்கும் இடைப்பட்ட காலம் சுமார் ஆயிரம் ஆண்டுகள் இருக்கும் என்பது இதற்கு அர்த்தமாகும். ஏனெனில், ரேடியோ கார்பன் கால அளவு அடிப்படையில் ஹரப்பா நாகரிகத்தின் முடிவு சுமார் கி.மு. 1750-ல் நிகழ்ந்ததால், இதன் மீது

தற்பொழுது சந்தேகம் கிளப்புவது கடினமான ஒன்று என டி.பி. அகர்வால் குறிப்பிடுகிறார். இந்த இடைப்பட்ட ஆயிரம் ஆண்டு காலத்தைத்தான் இருண்டகாலம் என நமது தொல்லியலாளர்கள் குறிப்பிடுகின்றனர். ஏனெனில், இக்கால கட்டம் அனைத்து வகையிலும் தொழில்நுட்ப ரீதியாகப் பின்தங்கி இருந்தது. பிறகு, நிதானமாக நகர வாழ்க்கை மீண்டும் அறிமுகமாகத் துவங்கியது. ஹரப்பாப் பண்பாட்டுடன் ஒப்பிடுகையில் இது இரண்டாவது நகர்மயமாக்கக் காலகட்டம் என்றழைக்கப்பட்டது. தனது, அடுத்த நகரங்களுக்காக, ‘இரண்டாவது நகர்மயமாக்கலுக்காக' வரலாற்றுக் காலகட்டம் துவங்கிய கி.மு. ஆறாம் நூற்றாண்டு வரை (அதாவது சிந்துச்சமவெளி நகரங்கள் மறைந்த பின் சுமார் ஆயிரம் ஆண்டுகள்) இந்தியத் தாய் காத்திருக்க வேண்டியிருந்தது.'[3] என இதனை ஏ.கோஷ் குறிப்பிடுகிறார். அச்சமயத்தில் படையெடுத்து வந்த வேதகால மக்கள் தங்களை ஆரியர்கள் என அழைத்துக் கொண்டனர். இங்கு வந்ததும் தங்களது இன அடையாளத்தைப் பெருமளவில் இழந்திருந்தனர். மேலும் உள்ளூர் மக்களுடன் இரண்டறக் கலந்திருந்தனர் அல்லது ஏ.கோஷ் மிகச் சரியாகக் குறிப்பிட்டவாறு, ‘ஆரம்பகால ஆரிய சமூகம், இந்திய சமூகத்துக்கான உள்ளடக்கத்தைக்கொண்டிருந்தது. அதில் ஆரியர் மற்றும் ஆரியரல்லாதோர் கூறுகளைப் பிரித்துப் பார்ப்பது கடினமானதாகும்.'[4]

2. வேதம்

லியோனார்டு வூலியின் கூற்றில் வெளிப்படையான உண்மை உள்ளது என்பதிலிருந்து நாம் இந்த உரையைத் துவக்கினோம். பொருளாயதப் பண்பாட்டு அணுகுமுறையுடன் நோக்கும்பொழுது மட்டும் இது உண்மையாகும். இருப்பினும், வேறொரு கோணத்தில் நோக்கும்பொழுது இதே வேதகால மக்கள்தான் ஆச்சரியங்களுக் கெல்லாம் ஆச்சரியமான சிலவற்றை உருவாக்கினர். இதில் பரந்த அளவில் பாடல்களும் செய்யுட்களும் - ‘தெய்வீகப் பாடல்கள்' என அடிக்கடி குறிப்பிடப்படுவது - ரிக்வேத - சம்ஹிதை என்றழைக்கப் படும் தொகுப்பும் அடங்கும். இவை சுமார் ஆயிரம் ஆண்டுகளாக வாய்மொழியாக இருந்து வந்தன. இவற்றுக்கான சட்டதிட்டங்கள் பற்பல நூற்றாண்டுகளுக்குப் பிறகு உருவாயின. ஏனெனில், இப் பாடல்களைத் தொகுத்தவர்கள் உண்மையில் கல்வியறிவற்ற மக்களாவர். வாய்மொழியாகப் பாடப்பட்ட இத்தகைய பாடல்கள் மிகவும் ஆச்சரியப்படத்தக்க வகையில், அவற்றின் மூலச் சொற்கள் எவ்விதத்திலும் பாதிக்கப்படாத அளவில் கலப்படமற்ற நினைவுகளாகப் பாதுகாக்கப் பட்டு வந்தன. வேதகால மக்கள் தமது பாடல்களுக்கு எவ்வளவு

பெரும் முக்கியத்துவம் அளித்து வந்துள்ளனர் என்பதை இது காட்டு கின்றது. இந்து பழமைவாதிகள் - அல்லது குறைந்தபட்சம் அவர்களுள் மேலாதிக்கம் செலுத்தி வந்த ஒரு பிரிவினர் - இப்பாடல்களின் உண்மையான அர்த்தத்தில் படிக்கவோ அல்லது புரிந்துகொள்ளவோ முயலாமல் இப்பாடல்கள் 'கவிஞர்கள்' அல்லது 'ஞானிகளின்' உயர்ந்த ஆன்மீக அறிவைக் காட்டுவதாக பறைசாற்றும் அளவுக்குச் சென்றனர். இப்பாடல்களைப் படிப்பது அல்லது குறைந்தபட்சம் காதால் கேட்பது தாழ்ந்த சாதியினருக்கும், பெண்களுக்கும் மறுக்கப் பட்டு, அவை மிகவும் புனிதமானவை எனப் பிரகடனப்படுத்தப் பட்டன. 'இந்தியப் பிராமணர்கள், வேதங்களைப் படிப்பதற்கான உரிமையைத் தாங்கள் மட்டுமே வைத்துக்கொண்டு அதன் புனிதத் தன்மையை நிறுவி வந்தனர்'[5] என மார்க்ஸ் கேலியாகக் குறிப்பிட்டார்.

மார்க்ஸ் வேதத்தில் நிபுணத்துவம் வாய்ந்தவராக இல்லாமல் இருக்கலாம். மிகச்சிறு அளவிலான பிராமணர்கள் உண்மையில் வேதங்களைப் படிப்பதில் உண்மையான பொறுமை அல்லது ஈடுபாடு காட்டி வந்தனர் என்பதைத் தெளிவாக உணராமலும் இருக்கலாம். வேதத்தின் ஆன்மிக அறிவைத் தொழிலாகக் கொண்டு வாழ்ந்துவரும் பெரும்பாலான பிராமணர்கள், வேதம் என்பது இந்து மதத்தின் அடிப்படைக் கொள்கை எனக் கூறும் அளவுக்குச் சென்றனர். வேதம் என்ற வார்த்தை நடைமுறையில் ஒரு பேச்சு வியாபாரம் அல்லது அவர்களது முன்னுரிமையை நியாயப்படுத்தும் அரசியல் முழக்கம் என்பதற்கு மேலாக வேறொன்றும் இல்லை.. இவை அனைத்தையும் கணக்கில் கொண்டு, நமது தலைசிறந்த அறிஞர்களில் ஒருவரான எம்.எம்.ஹெச்.பி.சாஸ்திரி வேதத்தைப் பற்றி எழுதியுள்ள ஒரு கட்டுரையில், உண்மையில் வேதத்தைப் படிக்காமல் சமஸ்கிருதத்தைத் தொழிலாகக் கொண்டவர்கள் இக்கட்டுரையையாவது படிக்க வேண்டும் எனக் குறிப்பிடுகிறார்.

ரிக் வேதத்தைப் பற்றி நான் குறிப்பிடவுள்ள அடிப்படையான அம்சங்கள் மகாமகோபாத்தியாய ஹர பிரசாத் சாஸ்திரியால் ஏற்கெனவே கூறப்பட்டுள்ளது. எனது கருத்துக்களைக் காட்டிலும் இது பல மடங்கு அதிகார பூர்வமானதாகும். இவை குறித்து நான் பேச முனைவதைக் காட்டிலும் அவரைப் பேச அனுமதிப்பதே எனக்கு அறிவார்ந்ததாக இருக்கும். அவர் வங்காள மொழியில் வேதம் பற்றி நேர்த்தியாகவும், அழகாகவும் எழுதியுள்ள கட்டுரையிலிருந்து விரிவாக மேற்கோள் காட்ட விரும்புகிறேன். முழு கவனத்துடன் இதிலிருந்து சிலவற்றை எடுத்து எளிமையான ஆங்கிலத்தில் குறிப்பிட விரும்பு கிறேன். அவ்வாறு எடுத்துக் கையாளும் பொழுது, அவரது கேலியும்,

ஒப்புக்கொள்ள வைப்பதற்கான அவரது திறனும் இங்கு ஓரளவுக்கு விடுபட்டுப் போயிருக்கலாம் என்பதை நான் முழுமையாக அறிவேன்.

அவரை மேற்கோள்காட்ட முற்படும் முன், ஓர் அம்சத்தை நான் குறிப்பிட விரும்புகிறேன். 1885-87 ஆம் ஆண்டுகளில்தான் ரிக்வேதம் முழுமையாக வங்காளத்தில் மொழிபெயர்க்கப்பட்டு முதலில் வெளியிடப் பட்டது என்பதை உங்களில் பெரும்பாலோர் அறிவீர்கள். ரமேஷ் சந்திர தத்தா என்ற மொழிபெயர்ப்பாளர் கூடுமான வகையில் இலக்கிய நயத்துடன் இதனை மொழி பெயர்த்துள்ளதாகத் தோன்றுகிறது. தலைசிறந்த குடிமகனாகவும், இந்தியப் பொருளாதார வரலாற்றின் முன்னோடியாகவும் திகழும் ரமேஷ் சந்திர தத்தா ஒரு சமஸ்கிருத அறிஞர் அல்லர்; அவ்வாறு இருப்பதற்கான அடிப்படையும் இல்லை. ரிக் வேதத்தை அவரால் சொந்தமாக மொழிபெயர்க்க இயலாது. குறிப்பாக, ரிக்வேதம் எழுதப்பட்டுள்ள பழைமையான சமஸ்கிருதத்தை மொழிபெயர்ப்பதற்கு சமஸ்கிருத மொழியில் மிகப்பெரும் புலமை தேவைப்படுகிறது. எனவே, சமஸ்கிருதத்தில் மிகவும் திறமை வாய்ந்த ஒருவரது உதவியை அவர் நாடவேண்டிய அவசியம் ஏற்பட்டது.

ஆனால், அப்பொழுது அவ்வாறு ஒருவர் கிடைப்பது மிகவும் கடினமான ஒன்றாக இருந்தது. அக்காலத்தில் சமஸ்கிருதம் பயிலும் வாய்ப்பு முதன்மையாக பிராமணர்களுக்கு மட்டுமே அளிக்கப்பட்டு வந்தது. வேதங்களைப் பயில்வது பிராமணர்களுக்கு மட்டுமே உரிமை யானது என அவர்களில் பெரும்பாலானோர் நம்பினர். ஆர்.சி.தத்தா பிறப்பால் பிராமணர் அல்லர். பிராமணர் அல்லாத ஒருவர் வேதத்தில் தலையிடுவதைக் கண்டு பழைமைவாத பிராமண சமூகத்தினர் முகம் சுழிப்பதாகத் தோன்றியது. பிறகு அவரால் வேறென்ன செய்ய இயலும்?

எனவே, அவர் பண்டிதர் ஈஸ்வர சந்திர வித்தியாசாகரின் உதவியை நாடினார். இந்தப் பண்டிதர் பழைமைவாதத் தொழில்முறை பிராமணர் களைக் காட்டிலும் சமஸ்கிருதத்தில் ஆழ்ந்த புலமை பெற்றிருந்த அதே சமயம், பிராமணியப் பழைமைவாதத்தின் அருவருப்பான தன்மை களுக்கு எதிராக ஏற்கெனவே பல்வேறு வழிகளில் போராடி வந்த வராவார். தத்தாவின் ரிக்வேத மொழிபெயர்ப்புக்கான முன்னுரையி லிருந்து தேவையான உதவிகளை அளிப்பதற்கு வித்யாசாகர் தயாராக இருந்ததாகத் தெரிய வருகிறது. ரிக்வேதத்தை முழுமையாக மொழி பெயர்க்கும் அம்மாபெரும் பணியை முடிப்பதற்காக தத்தாவுக்கு உதவிட வித்தியாசாகர் பல வழிகளிலும் முழுமையாக, ஈடுபாடு காட்ட முடியாத அளவுக்கு அவருக்குப் பல்வேறு பணிகள் இருந்தன. அதிர்ஷ்டவசமாக, அவரது சொந்த மாணவர்களில் அப்பொழுது இளமையாக இருந்த ஒருவர் ஏற்கெனவே சமஸ்கிருத மொழியில் மிகச்

சிறந்த புலமையுடன் விளங்கினார். அவர் ஹர பிரசாத் சாஸ்திரி ஆவார். எனவே வித்தியாசாகர், ரமேஷ் சந்திர தத்தாவுக்கு உதவிட எச்.பி. சாஸ்திரியை அனுப்பி வைத்தார். எச்.பி. சாஸ்திரி பிராமணிய பழைமை வாதத்திலிருந்து முழு அளவில் விடுபட்டு சாயனாவின் வியாக்கியானத்தைச் சார்ந்து நின்று ரிக்வேதம் முழுமைக்குமான சரியான அர்த்தத்தை விளக்கும் சிரமமான காரியத்தை மேற்கொள்ளத் தொடங்கினார். இவ்வாறு தான் வங்காள மொழியிலிருந்த ரிக்வேதம் ஆர்.சி.தத்தாவினால் முழுமையாக மொழிபெயர்க்கப்பட்டது. ரிக் வேதத்தை இலக்கிய நடையில், நேர்த்தியும், அழகும் கொண்ட எளிய, நேரடியான உரைநடையாகக் கொண்டு வருவதற்கு எச்.பி.சாஸ்திரி எந்த அளவுக்கு உழைத்திருப்பார் என்பதை நினைத்து நான் அடிக்கடி ஆச்சரியமடைந்ததுண்டு.

குறிப்பான ஓர் அம்சத்தைத் தெளிவுபடுத்தவே நான் இவற்றைக் குறிப்பிட்டேன். எச்.பி. சாஸ்திரியின் கட்டுரையிலிருந்து எடுத்து நாம் பயன்படுத்தும் விரிவான சாரமானது, நமது பிற்போக்கு வாசகர்கள் பலருக்கு ஆட்சேபனைக்கு உரியதாகவும், கொடியதாகவும் கூட தோன்றலாம். அவை ஒருபுறம் இருப்பினும், வேதத்தைப் பற்றி ஒன்று மறியாதவர் இக்கட்டுரையை எழுதவில்லை. ரிக்வேதம் முழுமையும் விரிவாகத் தேர்ச்சி பெற்றவரால் இது எழுதப்பட்டுள்ளது. எனவே, அவரது கருத்தை எளிதில் ஒதுக்கிவிட இயலாது.

இத்தகைய விளக்கத்துடன், வேதத்தைப் பழைமைவாத பின்னணியில் நோக்குபவர்களுக்கு எதிரான சிலேடைகளுடன் துவங்கும் எச்.பி.சாஸ்திரியின் கட்டுரையை நாம் மேற்கோள் காட்டலாம். அவரது கூற்று பின்வருமாறு:

வேதம் என்ற பெயரே ஒவ்வோர் இந்தியர் மத்தியிலும் பெரும் அச்சத்துடன் கூடிய உணர்ச்சியை ஏற்படுத்துகிறது. வேதத்தைப் படிக்கும் பேறு கிடைப்பது அரிய மானுடப் பிறப்பாகும். அதனைப் புரிந்துகொள்பவர்கள் சிவன் அல்லது விஷ்ணுவின் உண்மையான அவதாரமாவர். வேதத்தைப் பயில்வதற்கு உடலும், மனமும் தூய்மை யாக இருக்கவேண்டியது அவசியமாகும். சாதிக்க முடியாததையும் அடைவதற்கான சக்தியை மந்திரங்களின் உதவியுடன் இது கொண்டு வருகிறது. விசுவாமித்திரர் இந்த மந்திரத்தை ஓதியதால் பன்னிரண்டு ஆண்டுகால கடும் வறட்சிக்குப் பிறகு, மழை, வெள்ளம் பெருக்கெடுத்து ஓடியது. நான் ஒரு மந்திரத்தை இங்கு உச்சரித்தால் டெல்லியிலுள்ள எனது எதிரி கொல்லப்படுவார். வேத மந்திரத்தினால் மலடி தாய் ஆனாள், நோயாளி குணமானார், ஏழை, வசதியானவரானார், இறந்த மனிதன் உயிரோடு வந்தான். உங்களுக்கு இதற்கான ஏதாவது நிரூபணம்

தேவைப்படும் பொழுது இது வேதத்தில் இருக்கிறது எனக் கூறி விடுங்கள். யாரும் உங்களிடம் முரண்படத் துணியமாட்டார்கள். உண்மையில் அறியாமையில் உள்ளவர்களிடம் இத்தகைய கருத்துதான் உள்ளது. வேதம் ஓர் அதிசயம்; ஓர் அதிசயத்தை உருவாக்குவது. இது ஆய்வுக்கு உட்படாதது, படிக்கவியலாதது, புரிந்துகொள்ள முடியாதது, அணுக முடியாதது. சரஸ்வதியின் கருணை இல்லாமலும், முற்பிறவி களில் பக்தி சிரத்தை இல்லாமலிருக்கும் ஒருவராலும் வேதத்தைப் புரிந்துகொள்ள இயலாது.

துல்லியமாக வேதம் என்றால் என்ன? இது வெவ்வேறு சிறந்த கவிஞர்களால், பல்வேறு காலகட்டங்களில், பலவகையான சூழ்நிலை களில், பலவகை நோக்கங்களுடன் பாடப்பட்ட இறைச் செய்யுட்கள் என்பதைத் தவிர வேறொன்றுமல்ல. இதனை விளக்க முயலும் பொழுது, சமஸ்கிருதத்தைப் பற்றி உயர்வாகக் கருதிக் கொண்டிருப் பவர்கள், இதனைத் தொழில் சார்ந்த ஒன்றாக மாற்றி விடுகின்றனர் என நாம் கருதவேண்டியுள்ளது. உண்மையாகக் குறிப்பிட்டால், இந்த நூல் பல்வேறு சிறந்த கவிஞர்களால் பாடப்பட்ட இறைப்பாடல்கள் மற்றும் செய்யுட்களான பால்கிரேயின், 'பாடல்களும், கவிதைகளும் கொண்ட தங்கப் பெட்டகம்' என்ற நூலைப் போன்றதே ஆகும். இறைப் பாடல் தொகுப்பு என்பது சாதாரணமான ஓர் இறைப்பாடல் தொகுப்புதான். ஆனால், இவ்வாறு உள்ள வேதம், மதத்தின்மீது எவ்வாறு இத்தகைய ஆச்சரியப்படத்தக்க செல்வாக்கைக் கொண்டு உள்ளது? வேதத்தின் மீது நூற்றுக்கணக்கான ஆண்டுகளாக உள்ள மரியாதையை எவ்வாறு விளக்குவது?

'வேதத்தின் பழம்பெருமையே இதற்கான முக்கியக் காரணமாகும். இவ்வுலகிலுள்ள நூல்கள் அனைத்திலும் உண்மையில் பழைமை வாய்ந்தது வேதமாகும். மேலும் அது இயற்றப்பட்ட காலம் குறித்து ஏதாவது அறிய முயன்றால் அதற்கும் நாம் வேதத்தைத்தான் சார்ந்து நிற்கவேண்டியுள்ளது. சுமார் 3000 ஆண்டுகளுக்குப் பின்னர் ஆங்கிலேயர்களால் இயற்றப்பட்ட 'தங்கப்பெட்டகம்' தவிர மற்றவை அனைத்தும் அழிந்துபோன நிலைமையைக் கற்பனை செய்து பார்ப்போம். இத்தகைய சூழ்நிலையில் 'தங்கப் பெட்டகமும்' அதே மாதிரியான முக்கியத்துவத்தையே பெற்றுள்ளது. எனவே, இது மட்டுமே ஆங்கிலேயர்களின் சிந்தனைகள், கவிதைத் திறன்கள் மற்றும் சமூகப்பழக்கவழக்கங்களை நமக்கு உணர்த்தக் கூடியனவாக இருக்கும்.

'வரலாற்று ஆய்வாளர்களும், தொல்லியலாளர்களும் வேதத்தின் மிகப்பெரும் பழைமை மற்றும் வரலாற்று ரீதியான மதிப்பு ஆகிய வற்றின் மீது கவனம் செலுத்துவார்கள். கவிஞரின் அணுகுமுறையிலிருந்து

நோக்கினால், வேதத்துடன் எளிதில் ஒப்பிடக்கூடிய அளவுக்கு உலகில் வேறெந்தச் செய்யுளும் கிடையாது. வேதத்தின் ஒவ்வொரு செய்யுளும் (சுக்தம்) தமது சொந்த புராண அம்சத்தைக் கொண்டிருப்பது; அதே சமயத்தில் வேதம் என்பது ஹோமர் இயற்றியது போன்ற புராணக் கதையும் அல்ல. அப்பொழுது மனிதகுலம் குழந்தைப் பருவத்தில் இருந்தது. இன்று மனிதன் வெளியுலகின் மீது கொண்டுள்ள பிரம்மாண்டமான ஆற்றலுக்கு இணையாக அப்பொழுது ஒன்றுமில்லை.'

இத்தகைய சூழ்நிலையில் ஒவ்வொன்றும் - காற்று, தீ, மேகம், இடி, மின்னல், புயல் போன்றவை கடவுளின் உருவங்களாகவே கவிஞர்களுக்குத் தோன்றின. சூட்சுமமான கடவுள் பற்றிய கருத்தைக் கொண்டுவர குறிப்பிடத்தக்க ஒரு வளர்ச்சி ஏற்பட வேண்டியிருந்தது. குழந்தைப் பருவத்தில் இருந்த மனிதன் இதனை வளர்க்கவில்லை. பிரகாசமாக ஒளிவீசிக் கொண்டிருக்கும் 'குழந்தைக் கண்களிலிருந்து' அனைத்தையும் அவர்கள் கண்டனர். அவர்களின் கண்கள் கவிஞர்களின் கண்களாக இருந்தன.

அதே சமயம் வெளியுலகின் மீதான அறிவு, உழைப்பு மற்றும் ஆளுகையைக் கொண்டிருந்த ஹோமரின் பெருங்காவியத்துக்கான அடிப்படைகள் அவர்களிடம் இல்லை. அவர்கள் தங்களது இதயத்தின் அடியாழத்தை, துணிவு, அச்சம், கவலைகள், நம்பிக்கைகள், விருப்பங்கள் போன்றவற்றை எளிமையாக வெளிப்படுத்தினர். அங்கு செயற்கையான புத்திசாலித்தனம் ஏதுமில்லை; தெளிவான சிந்தனை ஏதுமில்லை; அவர்களது வெளிப்பாட்டுக்காக எதுவும் செய்வதில்லை. எப்பொழுதெல்லாம் அச்சப்படுவதாக அவர்கள் உணர்கிறார்களோ, அப்பொழுதெல்லாம் அது விரைவில் அவர்களது உள்மனதை முழுமையாகப் பற்றிக் கொள்கிறது. உடனே அவர்கள் அதனை வார்த்தைகளால் வெளிப்படுத்துகின்றனர். அந்த வார்த்தைகள் உணர்ச்சிகளைப் போல எளிமையும், தெளிவும், உயர்ந்த தன்மையும் கொண்டவையாகும். அங்கு ஆரவாரம் ஏதுமில்லை; எத்தகைய ரகசியத்தையும் மறைக்க வேண்டிய கவலையோ, நல்லதற்கும் தீயதற்கும் இடையிலான பாகுபாடோ இல்லை. மற்றவர்களிடத்தில் வேண்டுகோள் வைப்பதற்கான திட்டமிட்ட உபாயம் ஏதுமில்லை. அவர்களது உணர்ச்சிகளைப் போல, அவர்களது வெளிப்பாடுகளும் அதே பெருந்தன்மையுடன் உள்ளன. அவர்கள் எதைக் கண்டாலும் அவர்களுக்கு அவை பிரம்மாண்டமானவையாகவும், ஆச்சரியமானவையாகவும் அதிசயமானவையாகவும் தோன்றுகின்றன. மாபெரும் இமயமலை நமக்கு இன்று உத்வேகமூட்டுவதைக் காட்டிலும், சில குன்றுகள் அவர்களுக்கு நூறு மடங்கு உத்வேக மூட்டியிருக்கும். சமூக முறைகள் பாதிப்

படையாமல் இருக்க வேண்டும் என்பதற்காக நாம் உணர்வதை சில சமயங்களில் வெளிப்படுத்த மறுத்து வருகிறோம். இந்தக் கவிஞர்கள் அதே உணர்ச்சிகளை மிகவும் பெருந்தன்மையுடன் சாதாரண மொழியில் வெளிப்படுத்துகின்றனர். அவர்கள் கவிஞர்கள். ஏனெனில், கவிஞர்களின் இதயங்களில் பொதுத் தன்மையாக உள்ள ஆச்சரிய மூட்டும் உணர்வுகளை அவர்கள் முழு அளவில் கொண்டுள்ளனர். அவர்களுடன் ஒப்பிடுகையில் இன்றைய நமது கவிஞர்கள் வறட்சியான சிந்தனை கொண்டவர்களாவர்.

இன்று இது ஒரு மத நூலாகக் கருதப்படுகிறது. ஆயிரக்கணக்கான ஆண்டுகளாக இலட்சோபலட்சம் மக்களால் இது எவ்வாறு வணங்கப் பட்டு வருகிறது? சில செய்யுட்களும், பாடல்களும் இறுதியில் புனித நூல்களின் அந்தஸ்தைப் பெற்றமை எவ்வாறு? மனிதர்கள் இத்தகைய கற்பனைகளைக் கொண்டிருக்கக் கூடிய சாதாரண முட்டாள்கள் எனக் குறிப்பிடுவது அறிவீனமாகும். உண்மையாகக் குறிப்பிட்டால், இந்த நடவடிக்கை சில முக்கியமான மனோவியல் உண்மைகளைப் பறை சாற்றுகின்றன. இன்று நாம் ஆத்ம உணர்ச்சி என்று குறிப்பிடக்கூடிய சில வகையான நேரடி ஒளியைப் பெற்றதாலேயே இப்பணியை மேற்கொண்டதாக இப்பாடல்களைத் தொகுத்தவர்கள் நம்பினர். இந்தத் தொகுப்பாளர்கள் தேவாம்சம் பொருந்திய உந்துதலினாலேயே இப்பணியை மேற்கொண்டதாக அவர்களது சகதோழர்களும் கூட நம்பினர். பொதுவாக நீங்கள் ஒரு கவிஞராக இருந்து, நான் கவிஞராக இல்லாத நிலையில் நாம் இருவரும் ஒன்றாக இருப்பதாக வைத்துக் கொள்வோம். உங்களது வலுவான கற்பனைக்கு நீங்கள் காண்பதனைத்தும் முழுமையான அழகாகத் தோன்றும். ஒரு கவிஞராக இல்லாத நான் காணக்கூடிய பூமி உள்ளது உள்ளபடியாகவும், வானம் சாதாரண வானமாகவும் தோன்றும். இங்குதான் நமது இருவருக்கும் வேறு பாடுகள் உள்ளன. நமது வேறுபட்ட இரண்டு மனோநிலை காரணமாக இத்தகைய வேறுபாடுகள் தோன்றியிருப்பது நமக்குத் தெரியும். ஆனால், மக்கள் அப்பொழுது இதனை அறியாமல் இருந்தனர். கவிஞன் ஒரு வித்தியாசமான மனக்குழப்பத்தால் பாடுவதாகவும், அது இயல்பான ஒன்றல்ல என்பதையும் மக்கள் கவனித்தனர். இந்த மனக்குழப்பத்தை எவ்வாறு கணக்கிடுவது? நீக்கமற நிறைந்துள்ள கடவுளை அவரால் காணமுடியும் என்ற வகையில், இதனையும் கடவுளின் செயலாகக் கவிஞர் காண்கிறார். 'கடவுள் என் மீது இவ்வாறு செயல் புரிகிறார்' என அவர் குறிப்பிட்டார். நம்மால் முடியாததை அவரால் செய்ய முடியும் எனில், அவர் கடவுளின் கருணையினைப் பெற்றவராகத்தான் இருக்கமுடியும் என்பதை நினைத்து மற்றவர்கள் ஆச்சரியப்பட்டனர். காலப்போக்கில் இப்பாடல்களைத் தொகுத்த கவிஞர்களின் பெயர்கள்

மறந்து போயின. கவிஞர்களுக்கு உதவிய கற்பனையான கடவுள்களே வேதத்தின் உண்மையான ஆதர்ச சக்தியாகத் தோன்றினர். 'ரிஷி என்பதன் அர்த்தம் 'பார்த்தல்' என்ற அடிப்படையில் ஒரு ரிஷி (வேதக்கவி) என்பவர் மந்திரங்களைப் பார்த்தவராவார்' என மாதவாச் சாரியார் கூறும் நிலைக்கு இது இட்டுச் சென்றது. இதேபோல மீண்டும், மந்திரகிரதம் என்பதற்குப் பதிலாக மந்திரகிருதி (மந்திரத்தை உருவாக்குபவர்) என்ற வார்த்தையை உபயோகித்ததால் காளிதாசர் மீது பவபூபதிக்கு ஓரளவுக்கு சினம் ஏற்பட்டது. மந்திரதரிசனம் என்றுதான் இந்த வார்த்தை குறிப்பிடப்படவேண்டும் என அவர் கூறினார். ரிஷிகள் ஒரு போதும் மந்திரங்களை உருவாக்கவில்லை. அவர்கள் வெறுமனே அவற்றைப் பார்த்தனர் என்றார் அவர். இறுதியில், பிராமணிய மதத்திலுள்ள ஒற்றைக் கடவுள் அதிகாரத்தைக் கொண்டு, இது மேலான கடவுளின் செயல் எனக் குறிப்பிட்டு விட்டார்கள். கடவுள் அழிவற்ற வராக இருக்கும் பொழுது, வேதமும் அழிவற்றதாகக் கருதப்பட்டது. கடவுளின் செயல் என்ற வகையில் வேதத்தில் பிழையேதும் இருக்க முடியாது. இது அனைத்தும் உண்மை; அனைத்தும் புதுமையானவை; அனைத்தும் தெளிவானவை. ஆகவே, இது புனித நூல்களின் அந்தஸ்தைப் பெற்ற சாதாரணப் பாடல் தொகுப்பாக அமைந்தது.

இருப்பினும், வேதகால கட்டங்களில் மக்கள் மிகவும் எளிமை யாகவும், நேர்மையாகவும் இருந்தனர். அவர்களது அக உலகில் நாம் நுழைவது மிகவும் கடினமானது. வேதகால உலகிற்குள் நுழைய நம்மால் இயலுமானால், வேதத்தை நம்மால் சிறந்த முறையில் புரிந்து கொள்ள முடியும். எனவே, அக்கால 29. அதே நூல் 442.கட்டத்தின் செயல்பாடுகள் மற்றும் சமூகநிலை குறித்து நமக்கு ஒரு முழு தெளிவு வேண்டும். அந்தக் கவிஞர்கள் எதைக் குறிப்பிட முன்வந்தனர் என்பது குறித்து ஏராளமான புரிதல் வேண்டும். ஆனால், அந்த உலகில் நுழைவது அவ்வளவு எளிதானதல்ல. இதற்காக, பண்டைய உலகைப் பற்றியும், பழங்கால மக்களின் மனநிலை குறித்தும் பெரிதும் அறிந்துகொள்ள வேண்டியது மிகவும் அவசியமாகும். இந்தியாவைப் பற்றி மட்டும் அறிந்து கொண்டால் போதாது; ஆரியர்கள் எங்கெங் கெல்லாம் தோன்றினார்களோ அந்தப் பண்டைய உலகின் வரலாற்றையும் அறிந்துகொள்ள வேண்டியது அவசியமாகும்.'[6]

இவையனைத்தும் புராதன தொல்குடி செய்யுட்களின் தொகுப்பாக இருக்கிறது. இந்த வேதத்தில், குறிப்பாக உள்ள மதச்சார்பற்ற பார்வை சந்தேகத்துக்கு இடமின்றி இந்தியப் பழைமைவாதிகளுக்கு அநியாய மானதாகத் தோன்றும். சில மனிதர்கள் ஸ்விட்சர்லாந்தில் ஒரு வேதப் பல்கலைக் கழகத்தை நிறுவி நவீன விஞ்ஞானத்தின் கண்டுபிடிப்புகள்

'ஞானிகள்' உள்ளுணர்வில் ஏற்கெனவே இருந்ததாக நிரூபிக்க முயன்றனர். அதில் உண்மை ஏதுமில்லை. எச்.பி. சாஸ்திரியின் பார்வையை நிரூபிப்பதற்காக ரிக்வேதத்திலுள்ள சில பாடல்களைச் சாதாரண ஆங்கிலத்தில் நாம் மொழிபெயர்த்து வேதக் கவிஞர்கள் அவர்களது சொந்தக் கடவுள்கள் என்ற வார்த்தைகளோடு எவ்வாறு ஒன்றிப் போயிருந்தனர் என்பதைக் காட்ட முயலலாம். அதன்மூலம் கடவுளிடமிருந்து மனிதனை வேறுபடுத்திக் காட்டும் 'புனிதமான உணர்வு' என்ற கற்பனை வேதக் கவிஞர்கள் அறியாத ஒன்று என நிறுவிட முடியும். விதியை உருவாக்கியவர்களின் சாதுரியத்தாலும், மத்திய கால பெரும் அரசியல்வாதிகளாலும் உண்மையில் வேதத்தின் மீது ஒருவித அச்ச உணர்வு ஏற்படுத்தப்பட்டது என்ற எச்.பி.சாஸ்திரி கூறாமல் தவிர்த்துவிட்ட அடுத்த ஓர் அம்சம் குறித்து நாம் விவாதிப் போம். இறுதியில், வேதத்தின் மீது பெரும் மரியாதை இருந்தபோதிலும் இந்தியாவின் மத வரலாற்றில் வேதக் கடவுள்களுக்கு உண்மையில் ஏன் எவ்வித எதிர்காலமும் இல்லை என்ற மிகவும் சிக்கலான அம்சம் குறித்தும் விவாதிக்க முயல்வோம்.

ரிக் வேதத்திலிருந்து சில உதாரணங்களை முதலில் குறிப்பிடுவோம். நமது உணர்வில் உள்ள எத்தகைய மத உணர்வையும் அல்லது ஆன்மிக மதிப்பையும் அசல் ரிக்வேதத்தின் பழைமை வாய்ந்த பக்கங்களில் எந்த அளவுக்குக் காணமுடியும் என்பது உண்மையில் கேள்விக்குரியதாக உள்ளது. இறைப்பாடல்கள் கடவுளை அல்லது தேவர்களை அளவு கடந்து புகழக்கூடியனவாக உள்ளன என்பதில் எவ்வித சந்தேகமும் இல்லை. ஆனால், அவர்கள் அறிவு வளர்ச்சி பெறாத மனித வீரர்களே. உணவையும், கால்நடைகளையும் கொள்ளையடித்து தங்களுக்குள் பங்கு போட்டுக்கொள்ளும் மானுடப் பிறவிகளே. அவர்களுடன் அமர்ந்திருக்கக்கூடிய 'நண்பர்கள்', 'மிகச்சிறந்த நண்பர்கள்' என அழைக்கப்படுபவை திடமான இயற்கைப் பொருட்களே. மலை (பர்வதம்), மூலிகை (ஔஷதி), மரம் (வனஸ்பதி), காடுகள் (ஆரண்யம்), ஆயுதம், வில், அம்பு (ஆயுதா) போன்றவையே. சில சமயங்களில் இத் தெய்வங்கள் வெறும் உலக ஆசைகளே. 'கருச்சிதைவுக்குப் பாதுகாப்பு'[7], 'எலும்புருக்கி நோய்க்குப் பாதுகாப்பு'[8], 'கோரக் கனவு வியாதிக்குப் பாதுகாப்பு'[9] போன்றவை. இதுபோன்ற ஒரு தெய்வம்தான் பிது. அதாவது உணவு. காட்டுமிராண்டிக் கவிஞர்கள் தங்கள் பசி காரண மாக உணவைக்கூட புகழ்ந்து பாடினர். ஏனெனில், அது உடலுக்குக் கொழுப்பை அளிக்கிறது. மிகச்சிறந்த ஆன்மீக அறிவு ரிக்வேதத்தில் பொதிந்து கிடக்கிறது என்று கூறி வரும்போது, பிது பற்றி பாடப்பட்ட இப்பாடல் ஆர்வத்தைத் தூண்டுவதாக அமைந்துள்ளது.

ரிக்வேதம் 1.87 பிது தெய்வம் அல்லது உணவு அகத்திய கவி

மகத்தானவனும், பாதுகாப்பவனும், வலியவனுமான பிதுவை (உணவை)ப் புகழ்கிறேன். அவனுடைய உத்வேக உணர்ச்சியூட்டும் சக்தியில் பிரபலமடைந்திருந்த திருதன், ஊனமுற்றிருந்த விருத்திரனைச் சித்திரவதை செய்தான். சுவையான பிதுவே, தேன் ஒழுகும் பிதுவே, நாங்கள் உன்னை வரவேற்கின்றோம். நீ எங்களின் பாதுகாவலனாகி விடு. நன்மை பயக்கும் பிதுவே எங்களிடம் வரவும். நீ மகிழ்ச்சியின் ஊற்றுக்கண்; மிகவும் மதிக்கப்படும் நண்பன். உன்னிடம் பொறாமை குணம் இல்லை. பிதுவே, உன்னுடைய சமையல், நறுமணம் புழுதி பரவுவது போன்று உலகமெங்கும் பரவியிருக்கின்றது. காற்று போல நீ வானில் பரவியிருக்கிறாய், பிதுவே, இந்த மக்கள் உன்னை விநியோகிப் பவர்கள், மனிதர்கள் உன்னை உண்டு, உன்னுடைய ரசங்களைப் பருகி, உன்னைப் போல நீண்ட கழுத்துடன் வளருகின்றனர். பிதுவே, பலம் பொருந்திய தேவர்களின் மனம் உன்னில் நிலைத்திருக்கிறது. உன் உதவியால் இந்திரன் அஹியைக் கொன்றான். பிதுவே, மலைகளுடன் தொடர்புள்ள செல்வம் உன்னிடம் வந்தது. இனியவனே, நாங்கள் உண்பதற்காக நீ எங்கள் அருகில் வா. நாங்கள் நீரையும், செடிகளையும் உண்பதால் எங்கள் உடல் பருமனாகட்டும். சோமனையும், பாலையும், பார்லியையும் உண்பதால் எங்கள் உடலே நீ பருமனாகுக!.'[10]

பாடலில் கடைசி வரி மீண்டும் வருகிறது. குறிப்பாகக் கவனிக்க வேண்டும். 'உடலே, நீ பருமனாகுக' (வாபதே பீவஹ இதம் பவ)

பிது அல்லது உணவு எவ்வகையிலும் முக்கிய வேதக் கடவுள் களின் வரிசையில் வர இயலாது என்பது உண்மை. மீண்டும் சந்தேகத்துக்கிடமின்றி இந்திரனும் அவற்றுள் ஒன்று. இங்குத் தன்னைத்தானே பேசிக்கொள்ளும் ஒரு மகிழ்ச்சியான குடிகாரனாக இந்திரன் உள்ளார். அவர் பெருமளவில் சோமனை அருந்தியுள்ளார். எத்தகைய இறையியலும் இப்பாடல்களிலிருந்து மத உணர்வுகளைப் பெற இயலாது.

ரிக்வேதம் X.119. இந்திரன், இந்திரனின் மகன் கவி லாவா

'நான் பசுக்களையும், குதிரைகளையும் தானம் அளிக்கக் கூடியவன். நான் ஏராளமாக சோமனை அருந்தியிருக்கிறேன். காற்று வீசும்பொழுது மரங்கள் அசைவதைப் போல, நான் சோமனை அருந்தியிருக்கும் பொழுது அது என்னை அசைத்தது. நான் ஏராளமாக சோமனை அருந்தியிருக்கிறேன். வேகமாக ஓடும் குதிரைகள், தேரை வேகமாக இழுத்துச் செல்வதைப் போல, நான் அருந்தியிருந்த சோமபானம் என்னை வேகமாக இயங்கச் செய்தது. நான் ஏராளமாக

சோமனை அருந்தியிருக்கிறேன். பசு தனது கன்றை நோக்கி தாவி ஓடுவதைப் போல, கவிதைகள் என்னை நோக்கி வந்தன. நான் ஏராளமாக சோமனை அருந்தியிருக்கிறேன். தச்சர் தேரின் மேற் பாகத்தைக் கட்டியமைப்பதைப் போல நான் மனதளவில் கவிதை களைக் கட்டமைத்திருக்கிறேன். நான் ஏராளமாக சோமனை அருந்தி யிருக்கிறேன். ஐந்து வருணங்களைச் சேர்ந்த (பஞ்சக்கிருஷ்தி) எந்த வொரு மனிதனும் எனது பார்வையிலிருந்து தப்பிச் செல்ல முடியாது. நான் ஏராளமாக சோமனை அருந்தியிருக்கிறேன். சொர்க்கமும், பூமியும் ஒருங்கிணைந்து நின்றாலும், என்னில் ஒரு பகுதிக்கு அவை ஈடு இணையாகா. நான் ஏராளமாக சோமனை அருந்தியிருக்கிறேன். எனது பெரும் புகழ் இப்பரந்த பூமியைத் தாண்டி சொர்க்கத்துக்கும் பாய்ந் தோடி இருக்கிறது. நான் ஏராளமாக சோமனை அருந்தியிருக்கிறேன். நான் இந்த பூமியை இங்கோ அல்லது அங்கோ (நான் கருதும் இடத்தில்) வைப்பேன். என்னால் உலகத்தையே எரிக்க இயலும், நீங்கள் குறிப்பிடும் எதையும் அழிக்க என்னால் முடியும். நான் ஏராளமாக சோமனை அருந்தியிருக்கிறேன். எனது உடலின் ஒரு பாகம் சொர்க்கத்தில் உள்ளது. மற்றொரு பகுதி கீழே தரையைத் தொட்டுக் கொண்டுள்ளது. நான் ஏராளமாக சோமனை அருந்தியிருக்கிறேன். நான் பெரியவற்றுக் கெல்லாம் பெரியவன். நான் வானத்தை நோக்கி உயர்ந்து நிற்கின்றேன். நான் ஏராளமாக சோமனை அருந்தியிருக்கிறேன். கவிதைகளைக் கொண்டு கடவுளைப் பூஜிப்பதற்காக நான் செல்கிறேன். நான் ஏராளமாக சோமனை அருந்தியிருக்கிறேன்.'

குடிகாரக் கடவுளின் அதீதமான உளறல்களை இங்கே நம்மால் எளிதில் புரிந்துகொள்ள முடிகிறது. இன்று நீங்கள் ஏராளமாக சோமபானம் அருந்தினால் நீங்களும் ஓர் உளறல் பேர் வழிதான். இருப்பினும், வேதக் கற்பனைகளில் இது ஓர் அறம் சார்ந்த மதிப்பாகப் புகழப்படுவதைத்தான் நம்மால் எளிதில் புரிந்துகொள்ள இயலவில்லை. ஆனால் இது, எதிர்பார்ப்பு மட்டுமே. வேதக் கவிகள் நாம் இப்போது மதிக்கும் அறத்துடனும், ஒழுக்கத்துடனும் இல்லை; இருக்க முடியாது. மாறாக, அடிக்கடி குடிக்கு ஆட்படும் இந்திரனின் வீரதீரத்தைக் கண்டு அவர்கள் வியக்கின்றனர். பெண் உறுப்புக்குள், ஆண்குறி நுழைவதைப் போல (ரிக்வேதம் ix.IIII.4) இயல்பாக இந்திரனுக்கு சோமபானம் கிடைக்க வேண்டுமென்ற தனது விருப்பத்தை வெளிப்படுத்தும் அளவுக்குக்கூட ஒரு கவிஞர் சென்றிருக்கிறார். வேதமதத்தின் ஆதர வாளர்கள் இதிலிருந்து எத்தகைய மதஉணர்வுகளைத் தோண்டி யெடுக்க முடியும்? இதுவரை ரிக்வேதம் என்ற பெயரில் அவர்கள் தரும் அனைத்தும் இவ்வாறுதான் உள்ளது.

இந்தப் புராதனக் கவிதைகள் மீது சுமத்தப்பட்டுள்ள இறையியலைக் காட்டிலும் ரிக்வேதகால மனநிலையை நாம் புரிந்து கொள்ளப் பெரிதும் துணைபுரியும் விண்டர்நிட்ஸ்-ன் விமர்சனத்தை மேற்கோள் காட்டுவது பொருத்தமானது எனக் கருதுகின்றேன். அவர் குறிப்பிடுவதாவது:

“பண்டைய இந்தியாவின் அறநெறிகளைப் பெரிதாக நாம் போற்ற வேண்டியதில்லை; மேக்ஸ்முல்லர் ஒரு காலத்தில் உறுதியாகச் செய்ததைப் போல இதை நாம் பூஜிக்க வேண்டியதும் இல்லை. ரிக் வேதப் பாடல்களில் நாம் முறைதவறிய பாலுறவு, கற்பழிப்பு, ஏமாற்றுதல், கருச்சிதைவு போன்றவற்றையும், திருடு, கொள்ளை போன்ற செயல்பாடுகளையும் கேட்கின்றோம். இருப்பினும், இவை அனைத்தும் ரிக்வேதத்தின் பழைமைக்கு எதிராக எதையும் நிரூபிப்ப தில்லை. புராதன மக்கள் அனைவரையும் காட்டுமிராண்டிகளாக அல்லது நரமாமிசம் உண்ணும் அரக்கர்களாகக் காட்டுவதைத் தவிர இந்த இயற்கையின் குழந்தைகளைப் பற்றி நவீன இனவரைவியலுக்கு வேறொன்றும் தெரியாது. மிகப் பரந்த, வேறுபட்ட கலாசார நிலைமைகள் கொண்ட முடிவற்ற ஏணி புராதன மக்களிடமிருந்து, பாதி நாகரிக மக்கள் என்ற நிலைக்கு இட்டுச் சென்றது. அதிலிருந்து நாகரிகமடைந்த தேசமாக வளர்ச்சி அடைந்தது. எனவே, ரிக்வேதகால மக்கள் ஒன்றுமறியாத கால்நடை மேய்ப்பவர்களாகவோ அல்லது முரட்டுத்தனமான காட்டுமிராண்டிகளாகவோ மிகச் சிறந்த பண்பாடு உடைய மக்களாகவோ இருந்ததாக நாம் கற்பனை செய்து கொள்ளத் தேவையில்லை. ஆரியோ - இந்தியர்கள் சுறுசுறுப்பான, மகிழ்ச்சி நிறைந்த, போர்க்குணமிக்க மக்களாக, எளிமையாகவும், இன்னமும் பாதியளவு காட்டுமிராண்டி பழக்கவழக்கங்களைக் கொண்டவர் களாகவும் இருந்ததை இப்பாடல்களில் உள்ள பண்பாடு காட்டியது. பகைவர்களுக்கு எதிராக உதவி செய்யவும், போரில் வெற்றி பெறவும், பெரும் புகழுக்காகவும், சிறந்த லாபத்துக்காகவும், வேதக் கவிஞர்கள் கடவுளிடம் முறையிட்டனர். செல்வத்துக்காகவும், தங்கக் குவியலுக் காகவும், எண்ணற்ற கால்நடைகளுக்காகவும், நீண்ட நல்வாழ்வுக் காகவும், மழைக்காகவும், குழந்தைகளை ஆசீர்வதிக்கவும் வேண்டி அவர்கள் பிரார்த்தனை செய்தனர். இந்திய இலக்கியங்களில் மீண்டும் மீண்டும் காணப்படும் இந்தியப் பண்புகளான தாய்மை எனும் பெண்மைக்குணம், தன்னலமறுப்பு மற்றும் நம்பிக்கையின்மை போன்றவை ரிக்வேதப் பாடல்களில் எங்கும் காணக் கிடைக்கவில்லை.

3. கடவுள் மற்றும் மனிதன் - மத உணர்வு

அறநெறி உணர்வுகள் பற்றி மேலே கூறப்பட்டவை உண்மையில் மத உணர்வுகளுக்கும் பெருமளவில் பொருந்துவனவாக உள்ளன.

முழுமையாக ரிக்வேதத்தைச் சூழ்ந்துள்ள நிலையிலும், இப்பரந்த இலக்கியத்தில் நாம் புரிந்துகொண்ட வகையில் மத உணர்வுகள் காணக்கிடைக்கின்றன என்பது உண்மையில் கேள்விக்குரியாக உள்ளது. இதனை விளக்குவதற்குப் பல வழிகள் உள்ளன. ரிக் வேதத்தில் கடவுளுக்கும், மனிதனுக்கும் உள்ள உறவு குறித்து நாம் அடுத்த உரையில் விவாதிக்க உள்ளோம். அதில், இவை இரண்டிற்கும் இடையிலான வேறுபாடு மிகவும் குறைவாக இருப்பதாகத் தோன்றுகிறது. இது குறித்து எனது 'லோகாயதம்'[1] என்ற நூலில் ஏராளமாகக் குறிப்பிட்டுள்ளேன். இருப்பினும் அவற்றில் சிலவற்றை இங்கு வலியுறுத்துவது இந்த விவாதத்துக்குப் பயனுள்ளதாக இருக்கும்.

சாதாரணமாக, 'மனிதன்' என்ற வகையிலேயே இந்திரன் உருவகப் படுத்தப்பட்டான். 'நான் இந்திரன் என்ற மனிதனைப் பிரார்த்தனை செய்தேன். எனது மூதாதையர்கள் கடந்த காலத்தில் செய்ததைப் போல, அவனது பழைமையான இருப்பிடங்களிலிருந்து எனது பல்வேறு ஆசைகளைப் பூர்த்தி செய்தான் (i.*30.9*).' அக்னி, மிகவும் மானுடத்தன்மை வாய்ந்தவனும், பழங்குடி சமுதாயத்தைச் சேர்ந்த வனும் ஆன ஒரு நண்பன் என்று அழைக்கப்பட்டான் (iv.*25*). 'திறன் வாய்ந்தவர்களாகவும், கடவுள்களுக்கு மத்தியில் இருப்பவர்களாகவும்' விளங்கிய கன்வா, ஆத்ரேய, மனு ஆகிய ஞானிகளை இந்திரனும், அக்னியும் நன்கு அறிவர் (i.*139.9*). அந்தப் பண்டைய ஞானிகள், உசாவைத் தோற்றுவித்து வந்த உண்மையான மந்திரங்களுடன் தேவரோடு மகிழ்ச்சியாக இருந்தனர் (vii.*76.4*). மற்ற மானுடர் களுடன் (iv.*17.11*) செல்வதைப் (விபக்தா) பகிர்ந்துகொண்ட மனிதர்களுள் முதன்மையானவராக இந்திரன் புகழப்பட்டான். விபக்தா அல்லது பங்கு கொடுத்தவர் என்ற வார்த்தையின் மிகவும் அற்புதமான பிரயோகத்தை நாம் பின்னர் மீண்டும் விவாதிப்போம்.

மனிதர்களுள் முதன்மையான மனிதராக அக்னி திகழ்கிறார் (i.*77.4*). அவர் மனிதர்களுக்குள் முதன்மையானவராக (ii.*1.1*.), மனிதர் களுள் சிறந்தவராக (V.*4.6*) விளங்குகிறார். மனிதனைப் போல அவர் மனிதர்களிடையே அதிக உணவு உற்பத்தி செய்பவராக அழைக்கப் படுகிறார் (V.*18.5*). மனிதர்களைப் போல அவர் நமது குழந்தைகளுக்கும், பேரக்குழந்தைகளுக்கும் அளிப்பதற்காக செல்வத்தையும், கால்நடை களையும் நமக்கு அளிக்கிறார் என மற்றொரு ரிக் (vi.*1.12*) கூறுகிறது. மனிதர்களுடன் சேர்ந்து சோமனைப் பருகுவதற்காக மித்ரனும் வருணனும் அழைக்கப்பட்டனர் (i.*137.3*). மனிதர்களைப் போல இந்திரனும், விஷ்ணுவும் நமக்கு வீட்டை அளிப்பர் (iv.*55.4*). அகத்தி யருடன், அஸ்வினும் முன்னணி மனிதர்களுள் முதன்மையானவராக இருந்ததாகக் கூறப்பட்டது (i.*180.8*)

இந்திரன், மனிதர்களுக்குள் முதன்மையான மனிதர் என்பது அடிக்கடி குறிப்பிடப்படுகிறது. மனிதர்களுள் அவர் மிகச்சிறந்த மனிதராவார் (iii.51.4). மற்ற மனிதர்களைப் போரில் அவர் வென்றார். மேலும், அவர்களுடன் சேர்ந்து கொண்டு சிறந்த உணவை உண்டார். (i.178.3) உடனடியாகத் தோன்றிய, மனிதர்களுள் துணிவு மிக்கவரான இந்திரனுக்குத் தின்பண்டங்கள் வழங்க எஜமானர் (சடங்குகளுக்கு நிதியுதவி அளித்தவர்) கேட்டுக் கொள்ளப்பட்டார் (iii.52.8) மனிதர் களுள் முதன்மையானவர் என்ற வகையில் போரில் எதிரிகளை அவர் துவம்சம் செய்தார் (iv.33.3). மனிதர்களுள் சிறந்த மனிதரான இந்திரனுக்காக நாம் சோமபானம் தயாரிக்க வேண்டும் (iv.25.4). அவர் மனிதர்களுக்குள் வலுவான தலைவராவார் (viii.40.2). கடந்த காலங் களில் அவர் மனிதர்களுக்குள் முதன்மையானவராகத் திகழ்ந்தார் (viii.66.5). மனிதர்களுள் முதன்மையானவர் என்ற வகையில் அவர் மேகங்களை உருவாக்கி மழை பொழியச் செய்தார் (iv.22.2). மனிதர் களுள் முதன்மையானவர் என்ற வகையில், மீண்டும் அவர் பிற மனிதர்களைப் போலப் பேசவும் செய்தார். 'எங்களிடம் வந்து எங்களுக்கு உணவு அளித்தார் (x.28.12).' மனிதர்களைப் போல அவர் எதிரிகளின் ராணுவத்துக்குள் புகுந்தார் (iii.34.5). மனிதர்களைப் போல கூக்குரலிட்ட அவர் காற்றை வீசச் செய்தார் (iv.22.4). மனிதர்களைப் போல அவர் மீண்டும் பலத்தைப் பெருக்கினார் (vi.191). இந்திரன் ஒரு மனிதனைப் போல - மனிதர்களின் தலைவர்களுடன் - செல்வத்தை விரும்புகிறான் (vi.19.10). உணவுக் கொள்முதல் அம்சத்தில் இந்திரன் மனிதர்களுக்குள் முதன்மையானவனாக விளங்கினான். இங்கு தோன்றிய ரிக் பன்னிரண்டு சுக்தங்களுக்குக் குறைவில்லாமல் உள்ள இறுதி ரிக் என்ற வகையில் ரிக்வேதத்தின் மூன்றாவது நூலில் உள்ளது (30-32, 34-36, 38, 39, 43, 48-50). பத்தாவது நூலில் அது மீண்டும் இருமுறை வருகிறது (x.89.18). பொதுவாக, வேதக் கவிகள் இதற்குப் பெரும் முக்கியத்துவம் அளித்தனர். வேறொரு ரிக்கில் இந்திரன் மனிதர்களுக்குள் முதன்மையானவராக மட்டும் குறிப்பிடப்படவில்லை; அவர்களுக்குள் 'பொதுவான'வனாகவும் (இணையாக?) குறிப்பிடப் பட்டான் (x.29.1). இத்தகைய அனைத்துச் சான்றுகளும் இருப்பினும் இந்திரன் சில வேதகால பழங்குடிகளின் பண்பாட்டு நாயகன் என்றும், தேவர் என்பதற்கு இதுமட்டும்தான் அர்த்தம் என்றும் கருதுவது அவ்வளவு சரியாக இருக்காது. ஏனெனில், ஒப்பீட்டு மொழியியலின் படி, சொற்கள் மெதுவாகவும், அதன் அர்த்தங்கள் வேகமாகவும் மாறும் என்பது நாம் அறிந்ததே.

இத்தகைய முடிவு நமது பழைமைவாத அறிஞர்களின் கடும் எதிர்ப்புக்கு உள்ளாகும். உண்மையான மனிதர்கள், உண்மையில்

வேதக் கடவுள்களுக்கு இணையாக உயர்த்தப்பட்டனர் என்பது ரிக்வேதம் தொகுக்கப்பட்ட காலத்திலேயே ஒப்புக்கொள்ளப்பட்டு உள்ளது என்பதற்கு சாயனாவைப் போன்ற பழைமைவாத எழுத்தாளரை நாம் எடுத்துக்காட்ட முடியும். இதற்கான சான்றுகள் பின்வருமாறு: இந்திரன் மற்ற மனிதர்களின் உதவியுடன் பெரும் போர்களில் ஒரு கொலைக்காரரானாகவும், மனிதர்களின் திறமையை மேம்படுத்து பவனாகவும் ஒரு ரிக் குறிப்பிடுகிறது. ஆனால் அது நிகழ்ந்த சூழலை நோக்கினால் மாருதியின் உதவியுடன் இந்திரன் அதனைச் செய்திருப் பதாகத் தோன்றுகிறது. இது இயல்பாக சாயனாவுக்கு ஒரு பிரச்சினை யாக உள்ளது. மனிதர்களைப் பற்றிய ‘ரிக் என்பதற்கு எவ்வாறு மாருதி என அர்த்தம் வரும்? ‘அடிப்படையில் மனிதர்களாக இருந்தபோதிலும், பின்னர் கடவுளின் அந்தஸ்தைப் பெறும்பொழுது மனிதர்கள் மாருதி என அழைக்கப்பட்டனர்’ என அவர் பதிலளிக்கிறார் (சாயனா i.129.2).

இந்த விளக்கம் ஆத்திரமூட்டக்கூடியது. சற்று விலகிச் செல் வதற்கான இந்தத் தூண்டுதலைத் தவிர்க்க முடியாது. சாயனா இங்கு வேத மரபுக்கு உண்மையானவராக இருந்தாரெனில், அப்பொழுது மாருதியின் மீது கடவுளின் தலையைப் பொருத்துவது ரிக்வேதக் கவிகளின் வாழும் நினைவுகளில் ஒரு பகுதியாகத் தோன்றலாம். இது உண்மையாக இருக்கும் எனில், கடவுளாக இருப்பினும், ரிக் வேதத்தில் குறிப்பிடப்பட்டுள்ள மாருதியின் அடிப்படையான மனிதப் பண்புகளைக் கேள்வி எழுப்புவதன் மூலம், உண்மையான மனிதப் பண்புகளை யூகிப்பது நமக்கு சாத்தியமாகிறது. வேதக் கடவுள்கள் அனைத்திலும் மாருதி மட்டுமே இனக்குழு வாழ்க்கையின் வலுவான அடையாளத்தைத் தக்க வைத்துக் கொண்டுள்ளது என்ற வகையில் இது சிறப்பான முக்கியத்துவம் வாய்ந்ததாகும். அவை கணம் அல்லது பழங்குடி கூட்டு வாழ்க்கை என்பதாக மிகப்பல முறை குறிப்பிடப் பட்டுள்ளன. அவர்கள் அனைவரும் ஒருவருக்கொருவர் சகோதரர் களாவர். அவர்களுக்குள் உறுதியான சமத்துவம் நிலவியது. அவர்கள் அதே இடத்தில் வசித்தனர். அவர்கள் உறுதியாக ஒரே வலிமையுடனும், ஒரே நண்பர்களாகவும், ஒரே பிறப்பாகவும் இருந்தனர். (i.14.3, iii.35.9, i.165.1, v.59.6, v.56.5, v.53.1, vii.56.1).

இவ்வாறு ரிக்வேதத்தில் சிறப்பு முக்கியத்துவம் பெற்ற மாருதி மனிதன் என்ற வகையில் மனிதகுல வரலாற்றின் துவக்க அடையாளமாக மட்டும் இல்லாமல் கம்யூனிச சமூகம் அல்லது வர்க்க சமூகம் தோன்று வதற்கு முந்திய சமூகத்தில் வாழும் மனிதனாகவே உள்ளார்.

வேதக் கடவுள்களின் மனிதத் தோற்றம் மாருதி விவகாரத்தில் மட்டும் இல்லை. அடிப்படையில் மனிதனாக இருந்த ரூபுசும்,

கடவுளின் நிலைக்கு உயர்ந்தவர்தான் என சாயனா கூறியுள்ளார். ரூபுசின் இந்தத் தலைமுறை வரலாறு உண்மையில் சாயனா கண்டறிந்த தன்று. ரூபுஸ் இறக்கும் தன்மை கொண்டவனாக இருப்பினும், இறவாத் தன்மையைப் பெற்றுவிட்டதாக ரிக்வேதத்தின் (i.*110.4)* பிரகடனமாகவே குறிப்பிடப்பட்டுள்ளதை நாம் காண்கிறோம். நடைமுறையில் வாணி குறித்தும் சாயனா இதே கருத்தைக் கூறியுள்ளார். மனிதர்களாக இருந்தபொழுது இறக்கும் தன்மை கொண்டவர்களாக இருந்த அவர்கள் பின்னர் இறவாதத் தன்மை கொண்டவர்களாயினர் *(*i.*20.8).* கடவுள் என்ற வகையில் அவர்கள் சாதாரண முக்கியத்துவம் கொண்டவர்கள்தான். ஆனால், அஸ்வின் அவ்வாறு அல்ல. அஸ்வின் கடவுளாகத் தரம் உயர்த்தப்பட்டது குறித்து ரிக்வேதமே தெளிவாகக் குறிப்பிடுகிறது (iii.*54.17).*

கடவுளின் தன்மையைப் பெற்ற பிறகும் ரூபுஸ் கூட்டு வாழ்க்கையின் தெளிவான அடையாளங்களைப் பெற்றிருப்பது முக்கியத் துவம் வாய்ந்ததாகும். சாயனா குறிப்பிட்டதைப் போல, ரிக்வேதத்தில் ரூபுஸ் ஒருமையில் காட்டப்படுகிறார். ஏனெனில், அவர்கள் ஒரு கூட்டமைப்பை ஏற்படுத்தி இருந்தனர். அஸ்வின் மனிதர்களுடன் சமத்துவத்தையும், தோழமை உறவையும் பராமரித்து வந்தார்.

ஓ அஸ்வினே, உங்களுடனான எங்கள் நட்பு, எங்கள் தந்தையிட மிருந்து வந்தது. நட்பு ரீதியில் நீங்கள் எங்களுக்கு இணையானவர். உங்கள் தாத்தாவும் எங்கள் தாத்தாவும் இதேபோல இருந்தனர் (viii.72.2).

இத்தகைய நட்பு ரீதியான, மானுட உறவுகள் அவர்களது பிற முக்கியக் கடவுள்களுக்கும் அத்தியாவசியமானவை என வேதக் கவிகள் கருதியது குறிப்பிடத்தக்கதாகும். சில உதாரணங்களைக் காண்போம்.

இந்திரன் உண்மையில் ஒரு நண்பனாவார். அவர் நண்பர் களுடனான நண்பர். நன்மையும், பாதுகாப்பும் மிக்க நண்பராவார் *(*i.*63.4).* சொர்க்கத்திலிருந்து வந்த நண்பர் அவர். நம்மை அவரது நண்பர்களாக மதிக்கிறார் (i.*63.4);* உண்மையான நண்பர்களைக் கொண்ட ஒரு நண்பர் அவர் (iii *39.5);* அவரது நண்பர்களின் பாராட்டுதல்களை ஒரு நண்பராக இருந்து கவனிக்கிறார் (iii 43.4). இந்திரனின் நண்பர்கள் அவருக்காக சோமபானத்தை அளிக்கின்றனர் (iii.*30.1).*

இத்தகைய உதாரணங்கள், ஒரு நண்பராக அழைக்கப்படுகிற இந்திரன் - கடவுள்களில் மிகவும் மானுடத்தன்மை கொண்டவர்... ஞானிகள் அவருடன் மிக நெருக்கமாகப் பழகி வந்தனர் - எவ்வாறு

அழைக்கப்பட்டார் என்பதை இவற்றில் நாம் அறியமுடிகிறது. ரிக் வேதத்திலுள்ள இத்தகைய சான்றுகள் உண்மையில் எண்ணில் அடங்காதவையாகும். அனைத்தையும் மேற்கோள் காட்டுவது சலிப்பூட்டக்கூடிய ஒன்று ஆகும். இருந்தபோதிலும் இங்கு நாம் இன்னொரு ரிக்கைக் குறிப்பிடுவோம். ஏனெனில், இந்திரனிடத்தில் வேதக்கவிகள் வெளிப்படுத்திய ஆழமான, உறுதிமிக்க, நட்புரீதியான உறவு கடந்த காலத்தில் தெளிவாக மேற்கோள் காட்டப்பட்டது நமக்கு மேலும் ஆர்வமூட்டும் அம்சமாகும். 'ஓ இந்திரனே, கடந்த காலத்தில் எங்களின் பாராட்டுக்குரியவர் என்ற வகையில் நீங்கள் குதிரைகளையும், பசுக்களையும், பார்லியையும், செல்வத்தையும் அளித்தவர் ஆவீர். எனவே நீங்கள் எங்கள் நண்பர், உங்களது நண்பர்களான எங்களுடன் நீங்கள் பேசுங்கள்' (i.53.2).

அக்னி மீண்டும் ஒரு தந்தையைப் போல, நண்பர்களில் மிகச் சிறந்த நண்பரைப் போல (i.26.3), அனைத்து மக்களின் நண்பனாக, நண்பர்கள் அனைவரிலும் மிகவும் போற்றுதலுக்குரிய நண்பராக (1.75.4) இருக்கிறார். அவர், நண்பர், அமைச்சர், நண்பர்களுக்கு நன்கு உதவக் கூடியவர். பாதுகாப்பை விரும்பும் ஞானிகள், அவர்களது நண்பர் களாகக் கூறிக் கொண்டனர். சாதகமாக உதவக்கூடியவரான ஓ அக்னியே, ஒரு நண்பர் அல்லது பெற்றோரைப் போல தேவைகளைப் பூர்த்தி செய்யக் கூடியவரே, எங்களுக்காக உதவுங்கள். மனிதர்களே (எதிரிகள்) மனிதர்களின் மோசமான ஒடுக்குமுறையாளர்களாக உள்ள பொழுது, எங்களுக்கு எதிராக வரும் எதிரிகளை நீங்கள்தான் துவம்சம் செய்யவேண்டும் (iii.14.1; iii.9.1; iii.18.1). உண்மையில், ரிக்வேதத்தில் அக்னியுடன் தீவிர நட்பு குறித்துக் குறிப்பிடப்பட்டுள்ள இத்தகைய மேற்கோள்கள் இந்திரனைப் பற்றிக் குறிப்பிடப்பட்டுள்ளதைக் காட்டிலும் குறைவானதல்ல.

விஸ்வதேவர்கள் (அனைத்துக் கடவுள்களும்) தோழர்களாகக் காட்டப்பட்டுள்ளனர் (iii.29.4). தந்தையர்களின் காலத்திலிருந்து வரும் இந்தத் தோழமை, மிகவும் பழைமை வாய்ந்ததாகப் புரிந்து கொள்ளப்படுகிறது (iii.54.9). அஸ்வின் பற்றியும் இதே நிலைதான். அவர்களுடனான பண்டைய தோழமை புதுப்பிக்கப்பட வேண்டும் என்ற விருப்பமே இது. இந்த நட்பு குடியின் மூலமாக சமத்துவ அடிப்படையில் மகிழ்ச்சியுடன் உறுதிப்படுத்தப்படுகிறது (iii.58.6). மீண்டும் சோமன், பிராமணஸ்பதி, சாவித்திரி, வருணன், மித்திரன், அரியமன் மற்றுமுள்ள அனைவரும் வேதக்கவிகளுடனும், அவர்களது உறவினர்களிடமும் நெருக்கமான, தோழமை பூர்வமான உறவைப் பராமரித்து வந்தனர். இருப்பினும், தோழர்களில் வருணன், மித்திரன்,

அரியமன் ஆகியோர் முக்கியமானவர்கள். மேக்டொனால் கருது வதாவது:

"அரியமான் ரிக்வேதத்தில் சுமார் நூறு முறைக்கும் மேல் குறிப்பிடப்பட்டிருந்தாலும், தனிநபர் பண்பு ரீதியில் ஆதரவற்றவர் என்பதால், 'அவர் கடவுளின் பட்டியலில் பெரிதாகக் குறிப்பிடப் படவில்லை. இரண்டு பக்கங்கள் தவிர, அவர் எப்பொழுதும் பிற கடவுள்களுடன், பெரும்பாலும் மித்திரனுடனும், வருணனுடனும் இணைத்தே குறிப்பிடப்படுகிறார். ஒரு டஜனுக்கும் குறைவான பக்கங்களில் மட்டுமே 'தோழன்' மற்றும் 'மாப்பிள்ளைத் தோழன்' போன்ற வார்த்தைகள் கடவுளுடன் தொடர்புள்ளனவாகக் கூறப் பட்டுள்ளது. அக்னி ஒருமுறை பின்வரும் வார்த்தைகளுடன் குறிப்பிடப் பட்டது: அரியம்ய என்பது, 'தோழர் என்பதுடன் தொடர்புடையது.' 'நண்பருடன் தொடர்புடையதாக, 'மித்ரியன் என்பதற்கு இணையாக' ஒருமுறை கூறப்பட்டது. எனவே, அரியமன் என்ற கருத்து 'நண்பனாக' உள்ள பெரும் ஆதித்ய மித்ரனைக் காட்டிலும் சிறிதளவே மாறு பாடான ஒன்றாகத் தோன்றுகிறது. இந்தோ-ஈரானியன் கால கட்டத்தில் இவ்வார்த்தை அவெஸ்தா என்பதாக வருகிறது."[12]

அதேபோல, வருணன், 'அவரைப் பூஜிப்பவர்களின் நண்பனாக'[13] இருந்ததாக மேக்டொனால் குறிப்பிடுகிறார். 'பூஜிப்பவர்' என்ற வார்த் தையை வேதக்கவிகளும், அவர்களது உறவினர்களும் வேதக் கடவுள் களுடன் எந்த அளவுக்கு சரியாக விளக்கியுள்ளனர் என்பது உண்மையில் தீர்வுக்குரிய ஒன்றாகும். இருப்பினும், தற்பொழுது நாம் ஒரு முக்கிய மான அடையாளம் குறித்து, வருணனின் தோழமை பற்றிக் கடந்த காலத்தில் கூறப்பட்ட சரியான மற்றும் தெளிவான ஒரு மேற்கோள் குறித்து ஆய்வு செய்வோம்.

'பண்டைக் காலங்களில் எவ்விதக் குரோதமும் இன்றி உங்களுடனான எங்களது நட்புக்கு அடிப்படையாக இருந்தது எது? நீங்கள் முழு உணவாக இருந்தபொழுது, உங்களது ஆயிரம் கதவுகள் வழியாக நுழைந்து நாங்கள் உண்டு வளர்ந்திருப்போம் (vii.88.5).

வருணனின் வரலாற்றில் கடந்த காலத்துக்கான இந்த மேற்கோள் சில தனித்த முக்கியத்துவம் கொண்டதாக விளங்கியது. இதேபோல ரிக்வேதத்திலும் சில பொதுவான முக்கியத்துவத்தைப் பெற்றது. இதனை நாம் பின்னர் எடுத்துக் கொள்ளலாம்.

ரிக்வேதத்தில் காணப்பட்ட அனைத்துப் பாடல்களும் உருவாக சில நூற்றுக்கணக்கான ஆண்டுகள் தேவைப்பட்டன. இந்த நூற்றுக் கணக்கான ஆண்டுகளாக வேதகால மக்களின் வாழ்விலும், சிந்தனையிலும்

மாற்றம் எதுவும் ஏற்படாமல் இருந்தது எனக் கருதுவதற்கு எவ்வித அடிப்படையும் இல்லை. எனவே ரிக்வேதம் பல்வேறு வகைப்பட்ட சிந்தனைப் போக்கைப் பிரதிபலிக்கிறது என்பதும், பல்வேறு கட்ட சமூக வளர்ச்சிப் போக்கை வேதகால மக்கள் கடந்து வந்துள்ளனர் என்பதும் மட்டுமே இயல்பான ஒன்றாகும். ரிக்வேதத்தின் பல்வேறு அடுக்குகள் பற்றி ஆய்வுகள் மேற்கொண்ட நவீன அறிஞர்களில் முன்னணியில் உள்ளவர்களின் கொள்கைகள் ஏற்கெனவே நம்மிடையே உள்ளன. இருப்பினும், அத்தகைய கொள்கைகள் பெரும்பாலும் மொழியியல் அடிப்படையில் இருப்பதால் அணுகுமுறை முறையியல் குறைபாடுகளால் பாதிப்புக்குள்ளாகி முதலில் தொகுக்கப்பட்ட பாடல்களில் மட்டுமே அக்காலத்திய நிலைமைகள் இருக்கும் என்ற தவறான நிலைபாட்டுக்கு இட்டுச் சென்றுவிட்டது. மொழியியல் அடிப்படையில் பிற்காலத்தில் தொகுக்கப்பட்டதாக இருந்தாலும், கடந்த காலத்தை நினைவு கூரும்பொழுது ஒப்பீட்டளவில் ஆரம்பகால சமூக வளர்ச்சியில் வேதகால மக்களைப் பற்றி ஆராயமுடியும். வேதக்கவிகள் அவர்களது கடவுள்களுடன் -குறிப்பாக வருணனுடன் தோழமை பூர்வமான உறவுகள் கொண்டிருந்ததை கடந்த காலத்துக்கான இத்தகைய மேற்கோள்கள் குறிப்பிடுகின்றன. இவற்றிலிருந்து ஒன்றை நாம் யூகிக்கலாம். அதாவது, வரலாற்றுக்கு முந்திய வேதகால மக்களை நாம் ஆழமாகக் கவனித்தால் அவர்களது கடவுள்கள் சந்தேகமின்றி மனிதர்களாக இருந்ததையும், அவை பழங்குடி மக்களிடையே தோழமை உறவைப் பராமரித்து வந்ததையும் காணலாம்.

மொழியியல் அணுகுமுறையும் இதனை உறுதிப்படுத்துகிறது. மிகவும் முக்கியத்துவம் வாய்ந்த ரிக் ஒன்றை இங்கே காணலாம்.

'ஓ அக்னியே, ஓ அசுரனே, நமது இந்தச் சடங்குகள் (யக்ஞம்) பசுக்களும், செம்மறி ஆடுகளும், குதிரைகளும், உணவும் கொண்டதாக உள்ளன. எப்பொழுதும், எவ்வித கோபமும் இன்றி பெரும் செல்வத்தையும், ஏராளமான தண்ணீரையும் கொண்டுள்ள ஒரு மனிதனைப் போல நமது அரங்கத்தில் நீ ஒரு நண்பனாக விளங்குகிறாய்' (iv.2.5).

அக்னி ஓர் அசுரனாகக் குறிப்பிடப்படுவது கவனிக்கத்தக்கது. இதன் மீது வியாக்யானம் கூறுவது சாயனாவுக்கு மிகவும் சிரமமாக இருந்தது. ரிக்வேதகாலக் கவிகள் அசுரன் என்ற வார்த்தையை விரிவாகக் குறிப்பிடாத காலத்துக்கு முன்பே இந்த ரிக் பயன்படுத்தப் பட்டிருப்பதை இது காட்டுகிறது. இதைக்காட்டிலும் மேலும் முக்கியத்துவம் வாய்ந்த அம்சம், 'ஒரு முழு செம்மறி ஆட்டுக் கூட்டம்' என்ற வார்த்தையைப் பயன்படுத்தி இருப்பதாகும். ரிக்வேதம் முழுமை யிலும் இந்த வார்த்தை செல்வத்தின் வடிவமாக செம்மறி ஆட்டைப்

பயன்படுத்துவதற்காக ஒரு முறை மட்டுமே குறிப்பிடப்பட்டுள்ளது. வேதவியல் அறிஞர்கள் கைவிட்டுவிட்ட செம்மறி ஆட்டை வளர்த்துப் பயன்படுத்துவது என்ற நிலைக்கு முன்பே இந்த ரிக் இருந்ததை மீண்டும் காட்டுவதாக இது உள்ளது. எனவே, ரிக்கின் இத்தகைய சான்றுகள் ரிக்வேதத்தின் மிகவும் தொன்மையான பகுதியை உணர்த்துபவையாக உள்ளன. 'ஒரு மனிதனைப் போன்ற நண்பனாக' என வரும் வார்த்தையும் துவக்கக் காலங்களில் தேவக் கவிகள் அவர்களது கடவுள்களுடன் கொண்டிருந்த தோழமை உறவு உண்மையில் பெரிதும் மனிதத் தன்மை கொண்டதாக விளங்கியது என்பதையே காட்டுகிறது.

தோழமை உறவு குறித்துப் பேசுகையில், வேத இலக்கியங்களில் மேலும் ஆர்வமூட்டக்கூடிய சான்றுகள் இங்குக் காணப்படுகின்றன. ரிக்வேதத்தில் 'தோழமை' என்பதற்கு 'ஜமி' என்ற வார்த்தை பயன்படுத்தப்பட்டுள்ளது. மனிதர்கள் அனைவருடைய தோழன் என்ற வகையில் அக்னி, 'ஜனனம் ஜமி' (i.75.4) என்பதாகக் குறிப்பிடப்பட்டுள்ளது. ஜாம் என்றால் உண்பது என்று அர்த்தம். ஒரே தட்டில் ஒன்றாக உண்ணக்கூடியவர்களே 'ஜமையா' என்றழைக்கப் படும் நண்பர்களாவர். ஓர் அம்சம் தெளிவானது: தோழன் (ஜமி) என்ற வார்த்தை ஒரே தட்டில் உண்ணக்கூடிய நிலைமைகளிலிருந்து வந்ததாகும். கம்யூனிசத்துடன் தொடர்புடைய தோழன் என்ற வார்த்தை உண்மையில் மிகவும் பழைமை வாய்ந்ததாகும்.

தற்போதைய அம்சத்தை நாம் நிறைவு செய்வோம்: வேதக் கடவுள்களுக்கு எந்த அளவுக்கு தெய்வீகத்தன்மை அல்லது கடவுள் தன்மை ஏற்றப்பட்டது? வேதச் செய்யுட்களின் அடிப்படையில் எளிய வார்த்தைகளில் குறிப்பிட்டால், பெரிதாக ஒன்றும் இல்லை என்பது தான் பதிலாக உள்ளது. அவ்வாறெனில் நாம் புரிந்து வைத்துள்ள மத உணர்வுகளை ரிக்வேதத்தில் காண்பது கடினம். இருப்பினும், எளிய அர்த்தத்திலும், வேதங்கள் புரிந்து கொள்வதற்கு மிகவும் புனிதமானது என்ற ஒரு வலுவான போக்கு வேதப் பழைமைவாதிகளிடையே இன்றும் உள்ளது. இத்தகைய போக்கின் இறுதி விளைவாக வேதக் கடவுள்களுக்கு நேரவுள்ள கதியை நாம் காணப்போகிறோம்.

4. வேதச் செய்யுட்களின் சடங்குப் பயன்பாடு (விநியோகம்)

ரிக்வேதத்துக்கு அப்பால், வேதம் என்ற பொதுத் தலைப்பின் கீழ் மற்ற மூன்று தொகுப்புகள் வெளிவந்தன. அவை சாமவேதம், யஜுர் வேதம், அதர்வண வேதம் ஆகியனவாகும். இவற்றில் இறுதியாக வெளிவந்தது வேத அந்தஸ்தைப் பெற வெகுகாலம் காத்திருக்க வேண்டியிருந்தது. வேதத்தைக் குறிப்பிட பழங்காலச் சான்றுகளில்

'டிரை' அல்லது 'மூன்று' என்ற வார்த்தை குறிப்பிடப் பட்டுள்ளது. அதாவது, அதர்வணவேதம் இதில் இடம்பெறவில்லை, சாமவேதம் ஒரு தனிப்பட்ட வேதமாக இருந்தபோதிலும் அதன் இனிமையான பாடல்கள் ரிக்வேதத்திலிருந்து தொகுக்கப்பட்டவையே. மற்ற வேதங்களுக்குள் இறுதியாக உள்ளது ரிக்வேதம் மட்டுமே. அது பல்வேறு வகைப்பட்ட அருமையான பாடல்களைக் கொண்டிருந்த போதிலும் தற்போது அவற்றில் சில மட்டுமே கிடைத்துள்ளன.

ரிக்வேதம் தொகுக்கப்பட்டு வெகுகாலத்திற்குப் பின்பே யஜுர் வேதம் உருவானது என்பதில் எவ்வித சந்தேகமும் இல்லை. மேலும் இதன் மையக் கருவில் தீவிர மாற்றம் ஏற்பட்டதையும் உணரமுடிந்தது. யஜுர் வேதத்தின் துவக்கமும், முடிவுமாக வேள்விகள் என்றழைக்கப் படும் யக்ஞங்கள் இருந்து வந்தன. அவை பொதுவாக புராதன மாயவித்தைச் சடங்குகள்தான். அவை பெரிதுபடுத்திக் காட்டப் பட்டதால் மிகவும் உணர்ச்சியூட்டக் கூடியனவாகத் தோன்றின. எனவே, இதற்கு நிதியளிக்கக்கூடிய (எஜமானர்கள்) பணக்கார ஆதரவாளர்கள், பல்வேறு பணிகளில் ஈடுபட்டுள்ள மதகுருமார் களுக்கு தாராள நிதியுதவி அல்லது தட்சணைகள் அளித்திடத் தூண்டப்பட்டனர். மதகுருமார்களின் வாழ்வாதாரத்துக்கு வேறு வழி இல்லை. சமுதாய நோக்கில் அணுகினால் அவர்கள் ஒட்டுண்ணிகள் என்பதைத் தவிர வேறொன்றும் இல்லை. யஜுர் வேதத்தின் துவக்கமும், முடிவுமாக யக்ஞங்கள் இருக்குமானால், வேத குருமார்களுக்கு தட்சணைகள் அவ்வாறு இருந்தன.

இவற்றை மனதில் கொண்டு வேத விமர்சகரும், பதினான்காம் நூற்றாண்டின் சிறந்த அரசியல்வாதியுமான கைதேர்ந்த விரிவுரை யாளர் சாயனாவின் அணுகுமுறை குறித்துப் பார்ப்போம். விஜயநகரப் பேரரசில் மிகவும் செல்வாக்கு மிக்க அமைச்சராகத் திகழ்ந்த அவர் ஓய்வு பெற்ற பிறகு சம்காராவினால் நிறுவப்பட்ட ஒரு மடத்தின் மகந்த் அல்லது தலைவராக ஆனார்.

ரிக்வேதத்தின் மீதான விமர்சனத்துக்கான நூலின் முன்னுரையில் சாயனா, ரிக்வேதத்திலுள்ள அனைத்துச் செய்யுட்களும் அநேகமாக யஜுர் வேத மந்திரங்களாக அல்லது யக்ஞங்களுக்கான மந்திர உச்சாடனங்களாக இருப்பதாக ஆணித்தரமாகக் குறிப்பிடுகிறார். மேலும் யஜுர் வேதமே அனைத்து வேத இலக்கியங்களுக்கும் அடிப் படை என்கிறார். ஆகவே, விநியோகம் அல்லது வேத யக்ஞங்களின் பயன்பாடு இல்லையெனில் ரிக்வேதப் பாடல்கள் ஏதுமில்லை.

எவ்விதத் தீவிர ஆய்வும் மேற்கொள்ளாமல் இவ்வாறு கூறுவது உண்மையில் மிகவும் அபத்தம் என நாம் கூறலாம். யஜுர் வேதத்தின்

சடங்கு ரீதியான விவாதத்தில் ரிக்வேதத்திலிருந்து எத்தகைய மேற்கோளும் காட்டப்படவில்லை என்பது மட்டுமல்ல, உண்மையில் ரிக்வேதப் பாடல்களிலுள்ள சிறு பகுதியினைக் கொண்டு மட்டுமே, உள்ளடக்கத்துக்கு சம்பந்தமில்லாமல் கூறப்பட்டவையே. இவை கெய்த் குறிப்பிட்டதைப் போல தவறான புரிதலுக்கு இட்டுச் செல்லாமலில்லை.

ரிக்வேதத்திலிருந்து எடுக்கப்பட்ட சிறுகுறிப்புகள் யஜுர் வேதத்தில் உள்ள சடங்குகளில் எவ்விதக் காரணமோ, முறையோ இன்றி ஒட்டிவைக்கப்பட்டுள்ளன என்பது மிக மோசமான அம்சமாகும். எவ்வாறாயினும், ரிக்வேதம் முழுமையிலும் உண்மையில் வேதவியல் வேள்விகள் நிகழ்த்தப்பட்டுள்ளன எனக் குறிப்பிட ஒருவரும் முன்வர மாட்டார்கள். ஏனெனில், அது சாத்தியமில்லை. அனைத்து ரிக்வேதப் பாடல்களும், வேத யக்ஞுத்துக்கான மந்திரங்களே என்ற சாயனாவின் கருத்து வெறும் கட்டுக்கதையே. இந்தக் கட்டுக்கதை யக்ஞுத்துக்கு அதீத மரியாதை அளிக்கிறது என்பதால் சாயனாவின் அணுகுமுறை சில அரசியல் நோக்கங்களுக்கு சேவை செய்வதே ஆகும்.

நமது தற்போதைய விவாதத்தில் மிகவும் ஆர்வமூட்டக்கூடிய உண்மை, பிற்கால வேதகுருமார்களிடம் பெரும் துயரங்களுக்கு ஆளான கடவுள் அல்லது வேதக் கடவுள்கள் சாயனாவினால் பெரிதும் புகழப்பட்டதும், அவரது அடிப்படையான தத்துவார்த்த அணுகுமுறை பூர்வமீமாம்சையாக முழு வடிவம் பெற்றதும் ஆகும். இந்தத் தத்துவம் குறித்து அடுத்த உரையில் காண்போம். தற்பொழுது, மற்றோர் அம்சத்தை நாம் குறிப்பிடவேண்டியுள்ளது. யஜுர் வேதத்துக்கு (யஜுர் வேத மரபின் நேரடி விளைவான பிரமாணங்கள் என்றழைக்கப்படும் விரிவான இலக்கியங்கள்) மிகவும் பிற்காலத்தில் உருப்பெற்ற ஒரு புதிய வகையிலான இலக்கியமான உபநிடதங்கள் அல்லது வேதாந்தம் என அழைக்கப்படுபவை வேத இலக்கியங்களுடன் தொடர்புடையவை எனக் கூறப்படுகிறது. இதில் ஒரு வகையான ஆரம்பகால வழிபாட்டு முறை உள்ளிட்ட ஒரு புதிய மாதிரியிலான தத்துவம் வளர்ச்சி பெற்றுள்ளது. உபநிடதங்கள் தூய்மையாக வேதகால மக்களால் உருவாக்கப்பட்டவைதானா என்ற சந்தேகத்தை முழுமையாக ஒதுக்கித் தள்ளிவிடமுடியாது. துவக்கக் கால ஆரிய சமூகம் இந்திய சமூகத்துக்கான அடிப்படையை ஏற்படுத்தித் தந்தது. அதில் ஆரியர் மற்றும் ஆரியரல்லாதோர் கூறுகளை வேறுபடுத்திக் காண்பது கடினமானது' என ஏ.கோஷ் குறிப்பிட்டதை ஒரு சமூகத்தின் விளைவுகளாக நாம் புரிந்துகொள்கிறோம். உபநிடதங்களின் உள்ளார்ந்த ஆதாரங்கள் அவற்றின் தூய்மையான வேத அல்லது ஆரியத்தின் தோற்றம் குறித்த சந்தேகத்துக்கு நம்மை இட்டுச்

செல்கின்றன. ஏனெனில், உபநிடதத்தில் குறிப்பிடப்பட்டுள்ள சில பிரபல தத்துவஞானிகள் இதில் தெளிவின்றி உள்ளனர்.

ஐத்ரேய உபநிடதத்துக்குக் காரணமான மகிதாச ஐத்ரேயர், பழைமைவாத மரபின்படி ஒரு குறிப்பிட்ட ஐத்ரனின் மகனாவார். அதாவது, வேத மரபின்படி, வேதகால மக்களுடன் இரண்டறக் கலந்தவர் என்ற அர்த்தத்தில் ஒரு தாழ்ந்த சாதிப் பெண்ணின் மகனாகப் பிறந்தவர். ஜாபலரின் கதை - அவரது உண்மையான தந்தையைப் பற்றி எதுவும் தெரியாது. அவரது தாயார் பலரோடு தொடர்பு கொண்டிருந்தவர் - நன்கு அறிந்த ஒன்று. சாகத்துவ ரைக்வன் - ஒரு வண்டியின் கீழே அமர்ந்து கொண்டு, சொறிந்து கொண்டிருந்தவன் - தூய்மையான வேத ஞானி என நம்புவது கடினமானது. ஏனெனில், வேதத்தில் தேரோட்டிக்கு மாறாக, அவர் ஒரு வண்டி ஓட்டுனராக உள்ளார். உத்தாலக ஆருணியின் பிறப்பைப் பற்றிக் கூறும் ஜாதகக் கதையில், உத்தாலக மரத்தின் கீழ் அவரது தந்தை ஒரு பழங்குடிப் பெண்ணுடன் இணைந்ததிலிருந்து அப்பெயர் வந்ததால், அது தூய்மையான வேத மூலத்தைக் கொண்டது எனக் குறிப்பிடுவது கடினம். உண்மையில், பல வித்தியாசமான பெயர்களைக் கொண்ட உபநிடத தத்துவஞானி களுக்கான வேரை ரிக்வேத மரபிலிருந்து அறிய முற்படுவது கடின மானதாகும்.

ஓர் அம்சத்தை வலியுறுத்துவதற்காகவே நாம் இவற்றைக் குறிப்பிட்டோம். வேதங்களின் இறுதிப் பகுதியாக உபநிடதங்கள் கூறப் பட்டாலும், அவற்றை உருவாக்கிய சமூகம், அவர்களது அடிப்படையான அறிவார்ந்த சூழ்நிலைமை புதிய ஒன்றாக இருந்திருக்க வேண்டும். இதனாலேயே நாரதர் மூன்று வேதங்களிலும் முழுப் புலமை பெற்ற சனத் குமாரரைச் சந்தித்த பொழுது, இவை அனைத்தும் ‘சாதாரணப் பெயர்களே’ என சனத்குமாரர் குறிப்பிட்டார். மூன்று வேதங்களையும் ஒருங்கிணைத்து உறுதியான வேத அணுகுமுறையை ஆர்வத்துடன் முன்னெடுத்துச் செல்ல முனையும் ஒருவர் இவ்வாறு கூறியிருக்கக் கூடாது. ஸ்வேத கேது பன்னிரண்டு ஆண்டுகள் முழுமையாக வேதங் களைக் கற்றறிந்த பிறகு தனது தந்தை உத்தாலக ஆருணியிடம் திரும்பிய பொழுது, அவரது தந்தை, இப்பயிற்சி குறித்து எவ்விதப் பிரமிப்பும் இன்றி, வேதங்களில் கேள்விப்படாத தத்துவார்த்தக் கேள்விகளைத் தொடுக்க ஆரம்பித்தார். வேதங்களில் புலமை மிக்கவராக, காம சூத்திரத்தை அல்லது காமம் குறித்த அறிவியலை உருவாக்கியவராக ஸ்வாத கேது நினைவு கூரப்படுகிறார்.

உபநிடதங்களில் உள்ள சான்றுகள் - குறிப்பாக, ஒற்றைக் கடவுள் பார்வை கொண்டவை. அவை வேதக் கடவுள்களின் விதி குறித்து

ஒன்றும் குறிப்பிடவில்லை அல்லது மிகக் குறைந்த அளவே குறிப்பிட்டு உள்ளன. வேத மரபு அப்படி ஏதாவது இருக்குமானால் அதை உண்மையில் பின்பற்றக்கூடிய வேதகுருமார்களின் தத்துவார்த்த அணுகுமுறையைப் பூர்வ மீமாம்சைகளில் காணலாம். மேலும் இந்தப் பூர்வ மீமாம்சைத் தத்துவம், கடவுளைப் பற்றிய அடிப்படைக் கோட்பாட்டை முழுமையாகத் துடைத்தெறிகிறது. இவ்வாறு தெய்வீகக் கோட்பாடு வேத மரபைச் சேர்ந்த மிகவும் அதிகாரபூர்வமான பிரதிநிதிகளாலேயே பெரும் பாதிப்புக்கு உள்ளானது.

இவை ஓர் அடிப்படைக் கேள்வியை எழுப்புகின்றன. இந்த நாட்டில் பெருமளவில் பயபக்தியுடன் பேசப்பட்டு வருகிற வேதமதம் என்பதற்கு சரியான அர்த்தம்தான் என்ன? உபநிடதத்தில் இதனைக் காண முயலும்பொழுது நாம் மேலே குறிப்பிட்டதைப் போல சில பிரச்சினைகள் ஏற்படுகின்றன.

எனவே, வேதமரபு பற்றிய கதைகளை மக்களிடையே பரவலாகக் காணப்படுகிற நம்பிக்கைகள் மற்றும் பழக்கவழக்கங்கள் போன்றவற்றை வேத நூல்களுக்கு வெளியில் நாம் தேட வேண்டியுள்ளதா?

நாம் அவ்வாறு செய்யக் கடமைப்பட்டவர்கள். இங்கு உறுதியான வேத நோக்கிலிருந்து அணுகினால் ஒரு பெரும் ஏமாற்றமே நமக்கு மிஞ்சும். பரந்துபட்ட இந்திய மக்கள் இன்று பின்பற்றி வரும் உண்மையான மத நம்பிக்கைகள் மற்றும் வழிபாடுகளில் பெரும் வேதக் கடவுள்களான இந்திரன், வருணன், மித்திரன், சோமன் ஆகியோருக்கு எவ்வித இடமும் இல்லை. இந்திரன் முழுமையாக மறக்கப்படவில்லை என்பது உண்மையே. ஆனால் அவர், பெயரளவுக்கு இருப்பினும், புராணங்களின்படி, கடவுள்களின் அரசனாக முக்கியமாக நம்பத் தகாத ஒழுக்கக்கேடான செயல்பாடுகளில் ஈடுபட்டவராகவே உள்ளார். இந்திரன், வருணன், மித்திரன், சோமன் மற்றும் பிறரது புராணக் கதைகளுக்கு அப்பால் உண்மையான மத உணர்வுகளைக் கட்டமைப்பது மிகவும் சிரமமான ஒன்றுதான். அவை சாதாரணமாக மறந்து போயிருக்கும் அல்லது ஏற்கெனவே பெருகிவிட்ட அனைத்து வகையான உள்ளூர் தெய்வங்களால் அமுக்கப்பட்டிருக்கும். இந்த நாட்டிலுள்ள ஏராளமான புண்ணியத்தலங்கள், கோயில்கள் எதிலும் பெரும் வேதக் கடவுள்கள் ஏதுமில்லை. வருணன் பற்றிப் பேசும் லூயிஸ் ரெனு, ‘இந்திய எல்லைக்கு அப்பால் வெகு தொலைவிலுள்ள பாலி தீவில்தான் அவருக்கான ஒரு கோயிலை நம்மால் இன்று கண்டறிய முடியும்’[14] எனக் குறிப்பிடுகிறார். வேதங்கள் ஒரு மதம் என்ற வகையில் இந்தியாவில் அழிந்து போய்விட்டன. வேத மதம் இல்லாத ஒன்றாகிவிட்டது. சில சடங்குகளில் பயன்படுத்தப்பட்டு வருகிற வெகு

சில அபூர்வமான வாக்கியங்கள் அல்லது அரைகுறை வாக்கியங்களுக்கு அப்பால் வேதம் என்ற வார்த்தை மட்டுமே இன்று எஞ்சியுள்ளது.

வேதம், மதஉணர்வுக்கு அடிப்படையானதாக இருப்பதற்கு மாறாக ஓர் அரசியல் கருவியாகவே ஆக்கப்பட்டுவிட்டது. தர்ம சாத்திரம் என்ற சட்ட நூல் வேதத்திலிருந்து வந்ததாக உரக்கக் கூறப் படுகிறது. அத்தகைய சட்டத்துக்கான அடையாளம் எதுவும் வேத நூல்களில் இல்லை. வேத நூல்களில் உயர்வானதாகப் போற்றப்படும் ரிக்வேதத்தில்கூட ஏதுமில்லை.

அடிக்குறிப்புகள்

1. எல்.வூலி HMCSD I.ii 458.
2. ஆர்.எஸ்.சர்மா 72.
3. ஏ.கோஷ் 2
4. அதே நூல் 4..
5. காரல் மார்க்ஸ் OR 25.
6. ஹெச்.பி.சாஸ்திரி HR 389-97.
7. எம்.வின்டர்நிட்ஜ் i. 109.
8. ரிக்வேதம் i.122.9, x 85.31.
9. எம்.வின்டர்நிட்ஜ் i.109.
10. தேவி பிரசாத் சட்டோபாத்யாயா L.534.
11. தே.சட்டோபாத்தியாயா L 534.
12. ஏ.ஏ.மேக்டொனால் V.M.45
13. அதே நூல் 27
14. லூயிஸ் ரெனு - 44.

5. வேதக் கடவுள்களும், வேதகுருமார்களும்

வேத மதம் அதன் சரியான அர்த்தத்தில் - வேத நூல்களின் நேரடி வெளிப்பாடு மற்றும் வேதகால மக்களால் உருவாக்கப்பட்டது என்ற வகையில் - உண்மையில் பொருத்தமற்றதாகிவிட்டது என நான் சென்ற உரையில் குறிப்பிட்டேன். கால்நடை மேய்க்கும் நாடோடிகளால் தொகுக்கப்பட்ட ரிக்வேதத்திலுள்ள பாடல்களும், வலுவான காட்டு மிராண்டிகள் வெளிப்படுத்திய உணர்வுகளும், தெய்வங்கள் அல்லது தேவர்களின் ஒத்துழைப்புடன் உணவைக் கொள்ளையடித்தும், தாராளமாகக் குடித்தும் தொகுக்கப்பட்டவையே அவை. இலேசான மத உணர்வுகளைக் கொண்ட செயல்களாக மட்டுமே அவை உள்ளன. அதனால்தான் வரலாற்றுக் காலகட்டத்தின் துவக்கமாக அமைந்த, தொல்லியலாளர்களால் இரண்டாவது நகர்மயமாக்கம் என்றழைக்கப்பட்ட பிற்கால வேளாண் சமூகத்தில் இவை வேர்கொள்ள இயல வில்லை. ஆரியர்கள் உள்ளூர் மக்களின் பொருளாயத மற்றும் ஆன்மிகப் பண்பாட்டை ஏற்று அவர்களுடன் இரண்டறக் கலந்த சமூகத்தில் உருவான உபநிடதக் காலங்களில் அவை ஒரு வகையான புதிய திருப்பத்தை அடைந்தன. இந்தப் புதிய சூழ்நிலையில், மத உணர்வுகளுக்கான ஆரம்பநிலைகள் தோற்றுவிக்கப்படுவதற்கான வாய்ப்பு கிட்டியது. இருப்பினும், யஜுர் வேத மற்றும் பிரமாணங் களின் காலத்திலிருந்து திடீரென முக்கியத்துவம் பெற்ற, சரியான அர்த்தத்தில் வேத மரபின் முழுமையான பாதுகாவலர்கள் எனக் கூறிக்கொண்ட வேத குருமார்களின் அணுகுமுறையை எளிதில் புரிந்துகொள்ள இயலவில்லை. கடவுள் கோட்பாட்டை அவர்கள் முழுமையாக அழித்தொழிக்க முற்பட்டனர் என்பதே உண்மையாகும். அது மட்டுமல்லாமல் வேதகால தெய்வங்களுக்குள் இருந்த உண்மையான எதார்த்தத்தைத் தெளிவாக வெளியேற்ற முற்பட்டது. இது மிகவும் வித்தியாசமானதாக நமக்குத் தோன்றுகிறது.

இது உண்மையில் மிகவும் வித்தியாசமானதுதான். இதனைக் காண்பதற்கு முன்பாக, வேதகுருமார்கள் கடவுள் கோட்பாட்டை எவ்வாறு அழிக்க முற்பட்டனர்? வேதகால தெய்வங்களைக்கூட உண்மையான எதார்த்தத்திலிருந்து எவ்வளவு தெளிவாக வெளியேற்றினர்? என்பதைக் காண, அவர்களது உறுதியான நாத்திகத்துக்கான நோக்கம் பற்றி சில அபிப்பிராயங்களுக்கு வரவேண்டியுள்ளது.

வேத குருமார்களுக்கு யக்ஞம் என்பதே துவக்கமும், முடிவுமாக இருந்தது. இது பொதுவாக 'வேள்வி' என மொழிபெயர்க்கப்பட்டது. இந்த மொழிபெயர்ப்பை ஏற்றுக்கொண்டால், இதற்கும், பிரார்த்தனை, இறைவனை சாந்தப்படுத்துவது போன்ற மத உணர்வுகளுக்கும் எவ்வித சம்பந்தமும் இல்லை என்பதை நினைவில் கொள்ளவேண்டியது அவசியமாகும். அதற்கு மாறாக, வேத யக்ஞத்தின் அடிப்படையிலான குறிப்பிட்ட ஒரு செயல்பாட்டின் மூலம் வேள்விக்கு உதவக்கூடிய பணக்காரர்களின் விருப்பத்தைப் பூர்த்தி செய்வது உத்தரவாதப் படுத்தப்பட்டது என்ற அனுமானம் இருந்தது. மதகுருமார்களின் விரிவான நூல்களில் இந்த அம்சங்கள் எல்லாவிதமான கரடுமுரடான கற்பனைகள், தலைவிதி சம்பந்தமான ஒப்புமைகள், அர்த்தமற்ற சொல் இலக்கணங்கள், இட்டுக்கட்டப்பட்ட பழங்கதைகள் போன்றவற்றுடன் இருந்தன. இவை அனைத்தும் யக்ஞத்துக்கான தெளிவான சூழலைத் தோற்றுவிக்கும் நோக்கத்தைக் கொண்டிருந்தன. வெளிப்படையாக நிதியுதவி செய்பவர்களைக் கவரவேண்டிய தேவை இதற்கு இருந்தது. இருப்பினும், இதிலுள்ள தேவையான அம்சங்களை ஒதுக்கிவிட்டுப் பார்த்தால் இதில் பண்டைய தொல்குடி மாயவித்தை மட்டுமே எஞ்சுகிறது.

அதே சமயம், மாயவித்தை புராதனகால வர்க்கத்துக்கு முந்திய சித்தாந்தம் என்ற வகையில் புராதன சமுதாயத்தில் சில செயல்பாடுகள்-குறிப்பாக கூட்டு உழைப்பு என்ற அம்சத்தில் அதன் பொருத்தப் பாட்டை நினைவுகூர்வது அவசியமாகும். மாறாக, வேத யக்ஞம் - மாயவித்தையைத் தவிர வேறொன்றும் இல்லாததாக இருப்பினும் - அது வர்க்கமாகப் பிளவுபட்ட சமூகத்துக்கு மாற்றப்பட்டது. அது மாயவித்தையின் செயல்பாட்டை நேரெதிராக மாற்றியது. உண்மையான தொழில்நுட்பத்துக்கு உதவுகின்ற மாயையான தொழில்நுட்பமாக இருப்பதற்குப் பதிலாக இது ஒட்டுமொத்தப் பொருளாதார விரய மானது. ஒட்டுண்ணித் தனமான மதகுரு வர்க்கம் மட்டும் கொழுத்தது. அதற்குமேல் வேத யக்ஞத்தில் மிஞ்சி இருப்பது என்ன? கடவுள் அல்லது எதார்த்தமாக உள்ள வேத தெய்வங்கள் என்ற அனுமானத்தை ஒழித்தாகிவிட்டது. வேதகால மதகுருவின் சித்தாந்தம் அதன் சரியான அர்த்தத்தில் மீமாம்சை என எளிதில் அறியப்படுகிற பூர்வ மீமாம்சைத் தத்துவமாக உருப்பெற்றுவிட்டது. இது மத உணர்வுகளுக்கான எத்தகைய வாய்ப்பையாவது அளிக்கிறதா என்பதைக் காண இந்தத் தத்துவத்தைச் சற்று விரிவாகக் காணவேண்டியுள்ளது.

ஒரு தத்துவம் என்ற வகையில், வேதங்கள் இல்லாமல் மீமாம்சையைக் காண்பது சாத்தியமில்லை. இது வேதத்தினால் வளர்ந்தது, இதனுடைய

அறிவு ஆதாரங்கள் அனைத்தும் வேதத்திலிருந்து கிடைக்கப் பெற்றவை, வேதத்தைச் சரியாகப் புரிந்துகொள்ள இதைக்காட்டிலும் வேறொன்றும் இல்லை என்பது இதன் முக்கியமான பங்களிப்பாகும். உண்மையில் வேதத்தை நியாயப்படுத்துவதே அன்றி மீமாம்சை வேறொன்றும் அல்ல. வேதத்தை நியாயப்படுத்தக்கூடியது என்ற வகையில் பழங்காலத்திலும் இது பெரும் கௌரவத்தைப் பெற்றது. பூர்வ மீமாம்சையின் மெய்யியல் ஆராய்ச்சி மற்றும் அறிவுத் தோற்றவியல் மீதான வெறுப்பையும் மீறி பத்ராயனர் - வேதாந்த தத்துவ மூல நூலின் ஆசிரியர் - ஜைமினியின் மீது பெரும் மரியாதையைக் காட்டினார். ஜைமினி மீமாம்சைத் தத்துவத்தை உருவாக்கவில்லை எனினும், மீமாம்சைச் சூத்திரம் என்றழைக்கப்படும் மூல நூலின் ஆசிரியராக இருந்தார். மீமாம்சையின் வேதப் பழைமைவாதம் முழுமையான ஒன்றாக எதிரிகளின் பார்வையிலும் பட்டது.

அதுமட்டுமல்லாமல், நவீன அறிஞர்களின் முந்திய தலைமுறையினர் இதன் உறுதியான நாத்திகத்தால் மிகவும் குழம்பிப் போயினர். மீமாம்சையின் நாத்திகத்தில் எங்கோ சில இடங்களில் ஏதோ பிரச்னை உள்ளது எனக் கூறி அவர்கள் தங்களுக்குள் திருப்திப்பட்டுக் கொண்டனர். வேதப் பழைமைவாதத்தில் வெறி கொண்டவர்கள், நாத்திகத்தில் இவ்வளவு தீவிரம் காட்டியவர்களாக இந்தியத் தத்துவஞானத்தில் எவ்வாறு இருக்க முடியும்?

உதாரணமாக, மேக்ஸ்முல்லர், மீமாம்சகர்களின் கடவுளைப் பற்றிய மரபு ரீதியான அணுகுமுறையில் சில தவறான புரிதல்கள் இருப்பதாக ஆச்சரியமும், சந்தேகமும் கொள்கிறார். 'ஜைமினியின் மீமாம்சை, நாத்திகத்துக்கு ஆதரவானது எனக் கூறப்படும் குற்றச் சாட்டைப் பற்றிக் கூறும் அவர், 'இது மிகவும் வித்தியாசமாக உள்ளது. இத்தத்துவத்தின் அடிப்படைக் கொள்கை, வேதத்தின்மீது அது கொண்டுள்ள பெரும் மதிப்பு, மேலும் அனைத்து வழிபாட்டு முறைகளையும் நடைமுறைப்படுத்துவது ஆகியவற்றைக் கணக்கிலெடுத்துக் கொள்ளும் பொழுது இது ஆச்சரியமானதாக உள்ளது. இக்குற்றச் சாட்டு பண்டைய மற்றும் நவீன காலத்திலும் கொண்டுவரப் பட்டுள்ளது. எவ்வாறாயினும், இங்கு ஒரு தவறான புரிதல் ஏற்பட்டிருப்பதாகத் தோன்றுகிறது' என்கிறார். இந்தத் தவறான புரிதலைக் களைய துணிச்சலான ஓர் ஆலோசனையை முன்வைக்கிறார்: 'உலகில் காணப்படுகின்ற அநீதிகளுக்குக் காரணம் கடவுள் எனக் குற்றம் சுமத்தாமல் ஒவ்வொன்றுக்கும் காரணமும், விளைவும் இருப்பதாக ஜைமினி குறிப்பிடுகிறார். தொடர்ச்சியாக நடைபெற்று வரும் சிறந்த மற்றும் தீய செயல்களின் இயல்பான விளைவாகவே உலகில் நியாய மற்ற தன்மைகள் நிலவுவதாக அவர் குறிப்பிடுகிறார். இது உண்மையில்

நாத்திகம் அன்று. மாறாக, கடவுளுக்கு எதிராகக் கூறப்படும் மோசமான குற்றச்சாட்டுகளைத் தெளிவுபடுத்தும் ஒரு முயற்சியே. கடவுளின் ஞானத்தை நியாயப்படுத்தும் மற்றொரு முயற்சி இது. ஒரு பழங்கால வழிபாட்டு முறையை நாம் எவ்வாறு சிந்தித்தாலும், உறுதியாக அது நாத்திகத்துடன் பொருத்தி வருவதில்லை. மீமாம்சகர்கள் நாத்திகர்கள் என அழைக்கப்பட்டால், அவர்கள் கடவுளின் வழிமுறைகளைத் தமது சொந்த வழியில் நியாயப்படுத்த முயலுகிறார்கள் என்பதைத் தவிர வேறு அர்த்தமல்ல."¹

மேக்ஸ்முல்லர் போன்ற இந்தியவியலாளரிடமிருந்து இத்தகைய கூற்று வெளிப்படுவது ஆச்சரியமான ஒன்று. ஜைமினி மற்றும் அவரது மீமாம்சையின் ஆத்திகத்தைச் சாதாரணமாக அல்லது முழுமையாகப் பாதுகாப்பதற்காக, பிரபல நவீன இந்தியத் தத்துவ விமர்சகர்களும், மீமாம்சையிலுள்ள கடவுள் குறித்த பிரச்னையை விவாதிக்கும் பொழுது, உண்மையான மீமாம்சை இலக்கியத்தைப் பற்றி சிறிதும் அக்கறை காட்டுவதில்லை என்பதையே இவை காட்டுகின்றன. வேதவியல் அணுகுமுறையில் இது எந்த அளவுக்கு ஏற்கெனவே தீர்மானிக்கப்பட்டுவிட்ட ஒன்றாக உள்ளது என்பது ஆர்வமூட்டக் கூடிய பிரச்னையாகும். தற்பொழுது துரதிருஷ்டவசமாக நாம் அதன் விவரங்களுக்குள் செல்ல இயலவில்லை. இருப்பினும் மீமாம்சையை முழுமையாகப் புறக்கணிப்பதன் மூலமே மீமாம்சை தத்துவத்தில் ஆத்திகத்தைக் காண்பது எவ்வகையிலும் சாத்தியமில்லை என்பதை அறுதியிட்டுக் கூற முடியும். 'உண்மையான மீமாம்சையில் நாத்திகம் முழுமையாக இருக்கும்பொழுது, அதனை விளக்குவது சாத்தியமில்லை'² என இது குறித்து கெய்த் குறிப்பிடுகிறார்.

மீமாம்சை இலக்கியம் மிகவும் பரந்துபட்ட ஒன்றாகும். கடவுளின் இருப்பை எதிர்த்த மிகவும் வலுவான பிரகடனங்கள் மட்டுமன்றி தெளிவான தர்க்கங்களும் அதில் உள்ளன. தற்போதைய மற்றும் அடுத்த உரைகளில் நாம் இதனைப் பரிசீலிக்க உள்ளோம். மேலே குறிப்பிடப்பட்ட மேக்ஸ் முல்லரின் கூற்றுக்கு எதிராக தற்பொழுது நாம் காணப்போகிற மீமாம்சையின் மிகப்பெரும் பிரதிநிதிகளில் ஒருவரான குமாரிலா, தீமைகளும், அநீதிகளும் நிறைந்த உலகை, எல்லாம் வல்ல இறைவனால் பாதுகாப்பது எவ்வகையிலும் சாத்தியமில்லை எனக் கருதினார். தீமைகளும், அநீதிகளும் நிறைந்த உலகில் சர்வ வல்லமையும், கருணையும் கொண்ட கடவுளை உருவாக்குவதன் மூலமாக அதனைக் காப்பாற்ற முடியும் எனக் கருதுவது வெறும் நகைப்புக்கிடமான முட்டாள்தனமாக உள்ளது எனக் குறிப்பிட்டார். வேறு வார்த்தைகளில் குறிப்பிட்டால், இவ்வுலகில் காணப்படும்

தீமைகளே அவருக்கு, கடவுள் இல்லை என்பதற்கான உறுதியான சான்றுகளாகும். எத்தகைய சிறந்த ஆத்திகக் கருத்துகளும் இச்சான்று களின் முக்கியத்துவத்தைக் குறைத்து மதிப்பிட்டுவிட முடியாது எனக் குமாரிலர் கருதினார்.

குமாரிலர் முன்வைத்த நாத்திகத்துக்கு இது ஒன்று மட்டுமே சான்றும் அல்ல. மீமாம்சையின் நாத்திகத்தை விளக்கியதும் குமாரிலர் ஒருவர் மட்டுமே அல்லர். மீமாம்சையின் அனைத்துப் பழைமையான மற்றும் அதிகாரபூர்வமான பிரதிநிதிகளும், அவர்களது தத்துவத்துக்கான- அதாவது, முழுமையான சடங்குகள் அல்லது யக்ஞத்துக்கான அடிப் படைகளை உருவாக்குவதற்குக் கடவுளை மறுக்க வேண்டியது அவசியம் எனத் தெளிவாகக் கருதினார். மறுபுறம் இதற்கு உரிய வகையில் பதிலளித்திட இந்திய ஆத்திகத்தின் அதிகாரபூர்வ பிரதி நிதிகள் மீமாம்சையின் நிலைக்கு எதிராக வாதிடக் கடமைப் பட்டிருந்ததாகக் கருதினார்.

இதன் பெயரைக் குறிப்பிடாமல் கீதையில் இத்தத்துவத்தைக் கடவுள் மறுத்திருக்கிறார்.[3] இத்தகைய குற்றச்சாட்டுகள் இருப்பினும், மீமாம்சையானது தனது கொள்கையை நிலைநாட்டுவதில் மிகவும் உறுதியாக இருந்து வருவதை நம்மால் காணமுடிகிறது.

வேதக் கடவுள்கள் மனிதர்களுக்கு ஏதாவது செய்திருக்கின்றனவா அல்லது சடங்குகள் மூலமாக ஏதாவது பலன் ஏற்பட்டிருக்கின்றனவா' என மீமாம்சை சூத்திரத்தின் துவக்ககால விமர்சனத்தில் சபரர் கேட்கிறார். அவரது கேள்வி உண்மையில் இதைக் காட்டிலும் மிகவும் தீவிரமானது. இக்கடவுள்களின் வழிபாட்டுத்தன்மை குறித்து அவர் அறிய விரும்புகிறார். 'வேதக் கடவுள்கள் எத்தகைய, உறுதியான இருப்பைக் கொண்டுள்ளன என அவர் வினவுகிறார்? மீமாம்சைக்கு இப்பிரச்சினை மிகவும் முக்கியத்துவம் வாய்ந்ததாகும். சபரர் இதனை விவாதிப்பதில் பேரார்வம் காட்டுகிறார். கடவுளுக்கான உண்மையான காரணங்களைப் பரிசீலித்ததில் திருப்தி ஏற்பட்டதைத் தொடர்ந்து அந்த வார்த்தைகளுக்கு உண்மையான அடிப்படைகள் ஏதுமில்லை என்ற முடிவுக்கு வந்தார். ஆனால், வேதங்களில் இத்தகைய கடவுள்கள் குறிப்பிடப்பட்டிருப்பது உண்மையாகும். வேதங்களில் குறிப்பிட்டு உள்ளவாறு, இத்தகைய கடவுள்களுக்கு உண்மையான அர்த்தம்தான் என்ன? வேதங்களில் இவை வெறும் ஒலிகளாக அல்லது வார்த்தை களாக உள்ளனவென்று சபரர் பதிலளிக்கிறார். எனவே, அவரது உறுதியான கருத்தின்படி அக்னி, இந்திரன், மித்திரன், வருணன் போன்றவர்கள் தெய்வீகத்தன்மை வாய்ந்தவர்கள் அல்ல. மாறாக, அவை வெறும் வார்த்தைகளே. எனவே, வேதத்தில் அக்னி அல்லது தீ

என்ற வார்த்தையை ஒத்த நூறு வார்த்தைகள் இருக்குமானால் சபரரின் கருத்தின்படி அவை வேதங்களிலுள்ள பல்வேறு வகையான நூறு தெய்வங்களுக்குச் சமமாகும். ஒவ்வொன்றின் இருப்பும் அதனையொத்த ஒலி மதிப்பில் அடங்கியுள்ளது. மீமாம்சையின் கண்ணோட்டத்தி லிருந்து அணுகினால், மனிதர்களுக்கிடையில் வேதக் கடவுள்களின் தலையீட்டுக்கான எத்தகைய வாய்ப்பும் இல்லை என்பது இதிலிருந்து தெரியவருகிறது. மனிதர்களின் செயல்பாட்டில் இது எத்தகைய விளைவு களையும் ஏற்படுத்துவதில்லை. எனவே, அதற்கு வேள்வி நடத்துவதில் எத்தகைய அர்த்தமும் இல்லை. அவை இருப்பதற்கான அடிப்படை ஏதும் இல்லாததால், அக் கடவுள்கள் எவ்வித தட்சணையையும் ஏற்கமாட்டார்கள். அதனால் அவை திருப்தி அடைவதில்லை. இதன் மூலம் அவர்களது கருணையைப் பெற முயல்வது அர்த்தமற்ற செயலாகும். அவர்களது சொந்த, உள்ளார்ந்த வீரியத்தின் வெளிப்பாடு களாக சடங்குகள் உள்ளன. கடவுளின் பெயரால் நடைபெறும் சடங்குகள், முற்கால மந்திரங்களின் ஒரு பகுதியாக மட்டுமே உள்ளன.

கடவுள் மற்றும் வேதகால தெய்வங்களின் மீது மீமாம்சையின் அணுகுமுறை இவ்வாறுதான் இருந்தது. முதலில் வெறும் மாயை களாக இருந்தவை பின்னர் வெறும் வார்த்தைகள் என்பதைத் தவிர வேறொன்றும் இல்லை. இருப்பினும், வேதங்களின் மீது தீவிர அக்கறை கொண்டதாக மீமாம்சை இருந்தது.

வேறு வார்த்தைகளில் குறிப்பிட்டால், வேதத்தைப் பின்பற்றி உருவாக்கப்பட்ட ஒற்றைக் கடவுள் மற்றும் பன்மைக் கடவுள் கொள் கையை அவர்கள் நிராகரித்தனர்; இவ்வாறே அவர்கள் வேதத்தைப் புரிந்துகொண்டனர்.

இக்கால சராசரி இந்தியனுக்கு இவையனைத்தும் புதியனவாகவும், குழப்பக் கூடியனவாகவும், வித்தியாசமானவையாகவும் தோன்றும். இருப்பினும், மீமாம்சை, முழு அளவில் வேதத்தைத் தவறாகப் புரிந்து கொண்டுள்ளது எனக் கருதுவது ஓர் அவசர முடிவாகும். மாறாக, அவர்களே வேத மரபில் வாழ்ந்து வந்ததோடு, அதில் தீவிர ஈடுபாடும் காட்டி வந்தனர். வேத மரபுக்கும், மீமாம்சைத் தத்துவத்துக்கும் இடையில் தடையற்ற தொடர்ச்சி இருந்தது. வரலாற்று ரீதியாகவும், தர்க்க ரீதியாகவும் முந்தியதன் உச்சபட்சமாகவே பிந்தியது விளங்கியது. எனவே, வேதத்தின் மீதான தீவிர வெறி கொண்ட மீமாம்சர்கள் தீவிர நாத்திகத்துக்கு மாறிச் செல்வதை நம்மால் புரிந்துகொள்ள முடியாததற்கு வேதத்துக்கும், நமக்கும் இடையிலான மிகப்பெரும் கால இடைவெளி, அதனால் பழங்கால வேதமரபின் சில முக்கியத் தன்மைகளை இழந்தது போன்றவை காரணங்களாக உள்ளன.

சுருக்கமாக, வேத அணுகுமுறை குறித்த நமது பார்வையில் தீவிர மறுபரிசீலனை அவசியம் என்பது இதற்கு அர்த்தமாகும்.

பின்னர் இதனை நாம் இன்னும் முழுமையாக விவாதிக்க உள்ளோம். மீமாம்சை முறையின் சில பிற்காலப் பிரதிநிதிகள் உறுதியான நாத்திகத் தத்துவத்தினால், தங்களுக்கிடையில் குழப்பத்தை வெளிப்படுத்தினர். பதினேழாம் நூற்றாண்டின் மீமாம்சகரான கந்ததேவன் இதற்கு ஒரு சிறந்த உதாரணமாகத் திகழ்ந்தார். மீமாம்சையின் அடிப்படைகளை விளக்கிய பின்பு, ஜைமினியின் ஆன்மாவுக்கு நேர்மையுடன் இருக்க முயன்றபொழுது, அவர் விளக்கிய தத்துவத்தில் ஆத்திகத்தின் சிறு கீறல்கூட விழுதை அவரால் அனுமதிக்க முடியவில்லை. அதேசமயம் பழங்கால வேதப்பண்பாட்டின் முக்கிய அம்சங்களிலிருந்து தனிப்பட்ட முறையில் தொடர்பற்று இருந்த தாலும் அவரது காலத்தில் இந்தியச் சட்டத்தை உருவாக்கிய வலுவான அதிகார வர்க்கத்தின் வேதாந்தத் தத்துவத்துக்கு ஊக்கமளித்து வந்த தாலும் மீமாம்சை குறித்த அவரது விளக்கத்தில் தவிர்க்கவியலாமல் உள்ளடங்கி இருந்த கடவுளுக்கு எதிரான அவரது உறுதியான நிலையை ஒரு பாவச் செயலாக அவர் கருதுகிறார். எனவே அவர் இந்தப் பாவத்துக்குப் பரிகாரம் செய்திட, ஒரு புதிய பிரார்த்தனையுடன் தனது ஆய்வுரையை நிறைவு செய்தார். 'இவ்வாறாக', 'ஜைமினியின் அணுகு முறையின் சாரம் விளக்கப்பட்டது. இவற்றையெல்லாம் கூறும் போது எனது சொற்கள் தூய்மை கெடுகின்றன. எனவே, கடவுளின் கருணையை மீண்டும் பெறுவதே எனது ஒரே மார்க்கமாக இருந்தது.'[4] என்று அவர் குறிப்பிட்டார்.

இவ்வாறாக, பிற்கால மாறுபட்ட சூழ்நிலையில், நேர்மையான மீமாம்சையானது, மீமாம்சை நாத்திகத்தைப் பின்னோக்கிப் பார்க்கிறது. தத்துவத்தின் அடிப்படையான தன்மையைப் பற்றிப் பெரிதும் கவலைப்படாதவர்கள் அதனை ஆத்திகம் சார்ந்ததாக மாற்ற விரும்பு கின்றனர். மீமாம்சகர்களுக்கிடையில் இருந்த இந்த வளர்ச்சிப் போக்கு தத்துவ அறிஞர் ராதாகிருஷ்ணனுக்கு ஓரளவுக்குப் பிரச்னையிலிருந்து விடுபட்ட உணர்வை அளித்திட உதவியதைப் புரிந்துகொள்ள முடிகிறது. மீமாம்சைத் தத்துவத்தில், கடவுளுக்கு இடமில்லாததைச் சுட்டிக்காட்டிய அவர், 'பூர்வ மீமாம்சையில் இருந்த இடைவெளி மிகவும் அதிருப்தியை அளிப்பதாக இருந்தது. ஆகவே, பிற்காலத்தில் அதில் கடவுளை நுழைத்துவிட்டார்கள்'[5] என்கிறார். இதனுடன் தொடர்புடைய வேதாந்த தேசிகர் மற்றும் அபதேவர் ஆகிய இருவரது உதாரணங்களை அவர் குறிப்பிடுகிறார். இவர்கள் இருவரில் வேதாந்த தேசிகர் சேஸ்வர மீமாம்சை அல்லது கடவுளுடன் கூடிய மீமாம்சை

என்ற புதிய நூலை எழுதினார். அதே சமயம் அபிதேவர் பிரளய காலத்தில் கடவுளின் நினைவுகளில் வேதம் பாதுகாக்கப் பட்டதாக ஒரு கொள்கையை - மீமாம்சையின் அணுகுமுறையிலிருந்து இது புதியது - முன்வைக்கிறார். இருப்பினும், வேதாந்த தேசிகரே உண்மையான மீமாம்சகர் அல்லர், அவரது உண்மையான தத்துவார்த்தத் தொடர்பு அப்போது அனைத்து வகையிலும் மிகவும் ஆத்திகத் தன்மையோடு விளங்கிய ராமானுஜரின் வேதாந்தத்தோடு இருந்தது என்பதை ராதாகிருஷ்ணன் குறிப்பிடத் தவறிவிட்டார். வேறு வார்த்தைகளில் குறிப்பிட்டால், மீமாம்சைத் தத்துவத்தில் கடவுளை நுழைக்க முயல்வதற்கு மாறாக, அவரது சொந்த ஆத்திகத்துக்குள் மீமாம்சைக் கருத்துகளை நுழைக்க முயற்சி செய்தார். மேலும், 'கடவுளுடன் கூடிய மீமாம்சை' என்ற தனது நூலில், உண்மையான மீமாம்சைக்குக் கடவுளுடன் இருந்த தொடர்பை மிகச் சரியாகக் குறிப்பிடுகிறார். அதேபோல, பிரளய காலத்தில் வேதத்தைக் கடவுள் பாதுகாத்ததாகக் குறிப்பிடும் அபதேவர், பழைய மீமாம்சைத் தத்துவத்தின் அதிகாரபூர்வ அணுகுமுறையை முழுமையாகப் புறக்கணித்துவிட்டுத்தான் இதனை முன்வைத்திருக்க முடியும். பிரளயக் கோட்பாடானது, சிருஷ்டி அல்லது உருவாக்கத்தைப் போல ஆத்திகர்களின் ஒரு கட்டுக் கதையே. மீமாம்சைத் தத்துவத்தைக் கடவுள்களுடன் தொடர்புபடுத்திய பிற்காலப் போக்கு, இந்தத் தத்துவத்தின் அடிப்படைகளைப் புரட்டுவதற்குதான் உதவியது.

இவ்வார்த்தைகளோடு, அடுத்து நாம் மீமாம்சை நாத்திகத்தைக் குறித்துச் சற்று விரிவாக விவாதிப்போம்.

இதனை இரண்டு கட்டங்களாக விவாதிப்பது சரியாக இருக்கும். முதலாவதாக, நமக்குக் கிடைக்கும் துவக்ககால மீமாம்சையைப் பரிசீலிப்பது. இரண்டாவதாக, ஒற்றைக் கடவுள் விவாதத்தை எதிர் கொண்ட மீமாம்சைச் சிந்தனையின் பிற்காலத் தத்துவ ஆசிரியர்களது நூல்களைப் பரிசீலிப்பது.

இவையிரண்டிற்கும் இடையில் சில குறிப்பிடத்தக்க வேறுபாடுகள் இருப்பதால் நாம் இவ்விரு கட்டங்களாகப் பார்க்கலாம்.

ஒற்றைக் கடவுள் என்ற கருத்து முழு வடிவம் பெறாத காலகட்டத்தில் இவை தோற்றுவிக்கப்பட்டவை என்ற மனப்பதிவை துவக்ககால மீமாம்சைகள் நமக்கு அளிக்கின்றன. முக்கியமாக வேதக் கடவுள்கள் குறித்த பிரச்சினையை அல்லது இன்னும் சரியாகக் குறிப்பிட்டால், அத்தகைய கடவுள்கள் இருந்ததற்கான காரணங்கள் பற்றிய பிரச்னையைத் துவக்ககால மீமாம்சைகள் குறிப்பிடுகின்றன.

இருப்பினும், இந்தியத் தத்துவ வரலாற்றில், மிகவும் பிற்காலத்தில், ஒற்றைக் கடவுள் கொள்கை முதலில் வேதாந்தத்தைப் பின்பற்றிய ஒரு பிரிவினரிடையிலும், அதைத் தொடர்ந்து பிற்கால நியாய - வைசேசிகர்களிடமும் உருப்பெற்றது. பிற்கால மீமாம்சகர்களால் இக்கருத்தைப் புறக்கணிக்க இயலவில்லை. இந்த ஆத்திகத்தை எதிர்த்து மீமாம்சை நிலையை உறுதிப்படுத்த வேண்டிய கட்டாயம் அவர்களுக்கு ஏற்பட்டது.

துவக்ககால மீமாம்சை நூல் ஜைமினி எழுதிய மீமாம்சைச் சூத்திரமாகும். இதனைப் புரிந்துகொள்ள நாம் சபரரின் உரையைச் சார்ந்து நிற்கவேண்டியுள்ளது.

வேதகால தேவர்களுடன் தொடர்புகொண்டு பார்க்கும்பொழுது அதாவது, வேதச் சடங்குகளை வேதக் கடவுள்களுடன் தொடர்பு படுத்திப் பார்க்கையில், வேத யக்ஞத்தின் சரியான இயல்பை நாம் எவ்வாறு புரிந்துகொள்வது? கடவுள் முதன்மை யானவராகவும், சடங்குகள் இரண்டாம் பட்சமாகவும் இருந்தனவா? அவ்வாறெனில் கடவுளை வணங்குவதைத் தவிர சடங்குகள் வேறெதுவும் அல்லவா? இவையிரண்டுக்கும் இடையிலான உறவுகள் நேரெதிரானவை என மீமாம்சகர்கள் வாதிடுகிறார்கள் என்பதே உண்மை. சடங்குகள்தான் முதன்மையானவை. கடவுள் இரண்டாம் பட்சமானது மட்டுமல்ல, அவை சடங்குகளைப் பயன்படுத்துவதற்கான வெறும் வார்த்தைகளே. மீமாம்சகர்கள் இதனை அலசி ஆராய்ந்து, கடவுள் என்பது வெறும் வார்த்தைகளே, அதாவது நவீன கலைச் சொல்லின்படி, மந்திரச் சடங்குகளைக் குறிப்பிடுவதற்கான சாதாரண ஒலிகளே என்ற முடிவுக்கு வருகின்றனர்.

வேதக் கடவுள்களின் இயல்பு குறித்த முக்கிய விவாதத்தை நாம் மீமாம்சைச் சூத்திரத்திலும் (ix 1.6-10), இதன் மீதான சபரரின் உரையிலும் காணலாம். முதன்மையாக நீலகண்ட சாஸ்திரியின் சிறந்த மொழி பெயர்ப்பைப் பின்பற்றி,[6] கடவுள்களுடன் ஒப்பிடும் பொழுது, சடங்குகள் முதன்மையானவை, வேதக் கடவுள்களின் உண்மையான நிலை பெயரளவுக்கானதே என்பதை நிரூபிக்க மீமாம்சகர்கள் முன்வைத்த முக்கிய விவாதத்தை முதலில் ஆய்வு செய்வோம். இந்த விவாதம் இரண்டு பாகங்களைக் கொண்டது. முதலாவதாக, பூர்வ பக்ஷம் அல்லது எதிரிகளின் நிலை குறித்த ஆய்வு. இரண்டாவதாக, சித்தாந்தம் அல்லது எதிரிகளின் மறுப்பும் மீமாம்சகர்களின் முடிவும். ‘இந்திய நாத்திகம்’ என்ற எனது நூலில் இந்த விவாதத்தை நான் முழுமையாகக் குறிப்பிட்டுள்ளேன். இருந்தபோதிலும், வேத மதம் மாயையா? எதார்த்தமா? என்ற பிரச்னையைப் புரிந்துகொள்ள

வேண்டும் என்பதற்காக இதனை இங்கு மீண்டும் நான் வலியுறுத்த விரும்புகின்றேன்.

எதிர்தரப்பினரின் அணுகுமுறை

தெய்வமே முதன்மையானது எனவும், யக்ஞம் தெய்வத்துக்காக நிகழ்த்தப்படுவதாகவும் கூறப்படுகிறது. யக்ஞம் என்பது தெய்வத்தை வழிபடுவதற்கான ஒரு வடிவமாகும். யக்ஞம் நிகழ்த்தப்படுவதற்குத் தெய்வம்தான் காரணம். விருந்தினர்களுக்கு உணவு அளிப்பதைப் போல, தெய்வத்துக்காக யக்ஞத்தில் உணவு படைக்கப்படுகிறது.

அக்னியும், மற்றவர்களும் யக்ஞத்தைத் தூண்டக்கூடிய காரணிகள் அல்ல எனக் கற்பனை செய்வது பிழையானது. மாறாக, தெய்வங்களே புனிதமான நடவடிக்கைகளைத் தூண்டுபவர்களாவர். ஏன்? ஏனெனில், யக்ஞத்தில் படைக்கப்படும் உணவு தெய்வத்துக்கானது. சடங்கு என அறியப்படுவது தெய்வத்துக்கு படைக்கப்படும் உணவைத் தவிர வேறெதுவும் இல்லை. தெய்வங்கள் இவற்றை உண்ணும் எனக் கூறி உணவுப் பொருட்கள் தெய்வத்துக்குப் படைக்கப்படுகின்றன என்பது தெளிவானது.

மேலும், தெய்வம் இரண்டாம் பட்சமானது அல்ல. தெய்வத்துடன் ஒப்பிடுகையில் சடங்குகளில் பயன்படுத்தப்படுகின்ற பொருட்கள் தான் இரண்டாம் பட்சமானவை. ஆகவே சடங்கு என்பது தெய்வத்தை வழிபடும் செயல் மட்டுமே, வழிபடும் பொருளுடன் ஒப்பிடுகையில், வழிபடும் செயலே எப்பொழுதும் இரண்டாம் பட்சமானதாகக் கருதப்படுகிறது. விருந்தினர் அம்சத்தில் மேற்கொள்ளப்படுகிற எந்தவொரு மகிழ்ச்சியான செயல்பாடும் அவரைத் திருப்திப்படுத்து வதைப் போல, தெய்வத்தைத் திருப்திப்படுத்தக்கூடிய செயல்பாடாக சடங்கு அமைய வேண்டும்.

மனிதர்கள் வடிவிலான தெய்வத்துக்கு உணவுப் பொருட்களை இந்த அளவுக்குப் படைப்பதற்கு எதிர்ப்பு வரக்கூடும். தெய்வத்துக்கான ஒரு வடிவம் உள்ளது. அந்த வடிவில் தெய்வம் உண்ணும் என்பதே இத்தகைய ஆட்சேபத்துக்கு உரிய பதிலாகும். ஆனால், இவை எல்லா வற்றிற்கும் நிரூபணம் எது? இவையனைத்தும் மரபினாலும் (ஸ்மிருதி), பரவலான நம்பிக்கையினாலும் (உபச்சாரம்), சுற்றுப்புறச் சான்று களினாலும் (அனியார்த்த தரிசனம்) நிரூபிக்கப்பட்டுள்ளன என ஆத்திகர்கள் வாதிடுகின்றனர்.

மரபு ரீதியாக கடவுளுக்கென ஒரு வடிவம் உள்ளது. இது உண்மையென மக்கள் நம்புகின்றனர். எனவே, யமனைக் கையில் குண்டாந்தடியுடனும், வருணனை சுருக்குக் கயிற்றுடனும், இந்திரனை

இடி, மின்னலுடனும்தான் அவர்கள் சித்திரிக்கின்றனர். இந்த வகையில் எளிய நம்பிக்கைகள் மரபுக்கான சான்றுகளை வலுப்படுத்துகின்றன. சுற்றுப்புற ஆதாரங்களும் இதே அம்சத்தைக் குறிப்பிடுகின்றன. உதாரணமாக, ரிக்வேதத்தில் இவ்வாறு கூறப்பட்டுள்ளது. 'ஓ, இந்திரனே, உனது வலக்கரத்தை நாங்கள் பற்றியிருக்கிறோம்.' இந்திரனுக்கு மனித வடிவம் இருந்திருக்க வேண்டும் என்பதை இது காட்டுகிறது. ஏனெனில், வலக்கரம், இடக்கரம் என்பவை மனித வடிவத்திற்கான குணாம்சங்களாகும். இந்திரனுக்கு வடிவம் ஏதுமில்லை எனக் கற்பனை செய்து பார்த்தால், அப்பொழுது ரிக்வேதம் கூறியதற்கு அர்த்தமில்லாமல் போகிறது. அதேபோல ரிக்வேதம் குறிப்பிடுகிறது: 'சொர்க்கத்துக்கும், பூமிக்கும் வெகுதொலைவு உள்ள பொழுது, 'ஓ மகாதேவனே உனது கரங்களே மிகப் பெரியன.' தெய்வத்துக்கு மனித வடிவம் இருப்பதாக ஒப்புக்கொண்டாலேயே இதுவும் அர்த்தமுள்ளதாகிறது. மீண்டும் ரிக்வேதம் கூறுகிறது: 'இந்திரன் சோமபானத்தை வயிறுமுட்டக் குடித்துவிட்டு, வலுவான கழுத்தையும், பருமனான கரங்களையும் கொண்டு விருத்திரனை வீழ்த்தினான்.' இதுவும் மனித வடிவில் மட்டுமே இருக்கக்கூடிய வயிற்றையும், கழுத்தையும், கரங்களையும் இந்திரன் கொண்டிருந்ததாக முன் அனுமானிக்கிறது. வேதக் கடவுள்கள் மனித உருவத்தைக் கொண்டிருந்தன என்பதை இவையனைத்தும் தெளிவாகக் காட்டுகின்றன.

கடவுளும் உணவு அருந்துகிறார் என எவ்வாறு கூறுவது? மீண்டும் மரபுவழி நம்பிக்கைகளும், வெகுஜன நம்பிக்கைகளும், சுற்றுப்புறச் சான்றுகளும் அதற்குத் துணையாகி வருகின்றன. ஆகவே, மரபு அல்லது ஸ்மிருதி, தெய்வம் உணவு உண்பதாகக் கூறுகிறது. தெய்வம் உண்பதாக மக்களும் நம்புகின்றனர். இல்லையெனில், அவர்கள் தெய்வங்களுக்காக அனைத்து வகையான உணவுப் பொருட்களையும் கொண்டு வந்ததற்கும், தெய்வங்களுக்காக அவற்றைப் படைத்ததற்கும் அர்த்தமில்லால் போய்விடும். தெய்வம் உண்பதாகச் சுற்றுப்புறச் சான்றுகளும் காட்டுவதாக நாம் யூகித்துக்கொள்ள வேண்டியுள்ளது. உதாரணமாக, ரிக்வேதம் கூறுகிறது: 'இந்திரன் உண்ணவும், குடிக்கவும் செய்கிறான்' 'எல்லாவகையான உணவுகளும் அவன் வயிற்றுக்குள் சென்று சேருகின்றன', 'முப்பது குடுவைகளில் இருந்ததை ஒரே சமயத்தில் இந்திரன் குடித்தான்.'

கடவுள்கள் உண்பது உண்மையெனில், அவற்றுக்குப் படைக்கப் பட்ட உணவின் அளவு கட்டாயம் குறைந்திருக்க வேண்டும். ஆனால், கடவுளுக்குப் படைக்கப்பட்ட உணவு அவ்வாறு குறைவதில்லை. எனவே மலர்களிலிருந்து தேனீக்கள் தேனை உறிஞ்சுவதைப் போல தெய்வங்களுக்குப் படைக்கப்படும் உணவுகளிலிருந்து, அவற்றின்

சாரத்தை அவை உண்ணுகின்றன எனப் பதில் கூறப்படுகிறது. அதே போல, மலர்களிலிருந்து தேனீக்கள் தேனை உறிஞ்சிய பின்னரும், மலர்களுக்கு எத்தகைய பண்பு ரீதியான பாதிப்பும் ஏற்படுவதில்லை. அதே போலத்தான் தெய்வத்துக்குப் படைக்கப்படும் உணவும் உள்ளது. அதுமட்டுமல்லாமல் மலர்கள் தேன்சுவை அற்றவையாக ஆவதைப் போலவே, உணவும் சுவையற்றதாகிவிடுகிறது. கடவுள்களுக்குப் படைக்கப்படும் உணவின் சாரத்தை அவை உண்ணுகின்றன என்பதை இவை நிரூபிக்கின்றன என கூறப்படுகிறது.

நமக்கு மகிழ்ச்சியை அளிக்கக்கூடிய பொருளாயத அம்சத்தின் அதிபதியாகக் கடவுளைக் கருதும்பொழுதுதான், கடவுளைச் சாந்தப் படுத்தும் வகையில் அதனை வழிபடுவது அர்த்தமுள்ளதாக இருக்கும். வேறுவார்த்தைகளில் குறிப்பிட்டால், பொருளாயத அம்சத்தின் அதிபதியாக தெய்வத்தைக் கருதும் பொழுதுதான், தெய்வ வழிபாடு பொருள் பொதிந்ததாக அமையும். இதற்காக பொருளாயத அம்சத்தின் உண்மையான அதிபதிகளாக தெய்வங்கள் இருந்ததை நிரூபிக்க ஆத்திகர்கள் முன் வந்தனர். ஆனால், இதனை எவ்வாறு நிரூபிப்பது? இது பழக்கவழக்கங்கள், வெகுஜன நம்பிக்கைகள், சுற்றுப்புறச் சான்றுகள் போன்றவை மூலமாக நிரூபிக்கப்பட்டதாக ஆத்திகர்கள் குறிப்பிட்டனர். வாழ்க்கையின் சிறந்தவை அனைத்துக்கும் எஜமானர்கள் தெய்வங்களே என்ற மரபுகள் இதனைத் தெளிவாகக் காட்டுகின்றன. வெகுஜன நம்பிக்கைகளால் இவை உறுதிப்படுத்தப் படுகின்றன. ஆகவே, மக்கள், 'தெய்வத்தின் கிராமம்', 'தெய்வத்தின் வயல்' எனப் பலவாறாகப் பேசுகின்றனர். ரிக்வேதம் குறிப்பிடுவதாவது: 'இந்திரன் சொர்க்கத்துக்கும், பூமிக்குமான சுயாதிபத்திய பிரபு ஆவார். தண்ணீர் மற்றும் மேகங்களின் பிரபு இந்திரன். செழுமை மிக்கவர்களுக்கும், ஞானிகளுக்கும் பிரபு இந்திரன். ஓய்வுக்கும், முயற்சிக்கும் இந்திரனைப் பிரார்த்தனை செய்தாக வேண்டும். 'எல்லாவற்றையும் பார்த்துக் கொண்டிருப்பவன்; இயங்கும் உலகின் அதிபதி அவன்', 'அதிபதி இந்திரன் இல்லாமல் ஓரணுவும் அசையாது' எனப் பலவாறாகக் குறிப்பிடப்பட்டான். பொருட்களின் உண்மையான அதிபதிகளாக தெய்வங்களைக் கருதவில்லையெனில் இந்த வார்த்தைகளுக்கு எவ்விதப் பொருளும் இல்லை.

மேலும், தெய்வங்கள் உதவி செய்யக்கூடியவை என்பதில் மரபுகள், வெகுஜன நம்பிக்கைகள், போன்றவையும் உறுதியாக உள்ளன. மரபுகள் அல்லது ஸ்மிருதிகள் இவற்றைப் பல்வேறு வார்த்தைகளில் குறிப்பிடு கின்றன. 'பிரஜாபதி அவனது செயல்களால் திருப்தி அடைந்தான். எனவே, அவனுக்கு ஒரு மகன் பிறந்தான். அவனது செயல்களால் வைஷ்ரவாணன் திருப்தியடைந்தான். அதனால் அவனுக்கு 'செல்வம்

கிடைத்தது' என்ற வகையில் பொதுமக்களிடம் நம்பிக்கைகள் பரப்பப் பட்டன. சுற்றுப்புறச் சான்றுகள் இதற்கு ஒத்துப்போயின. உதாரண மாக, ரிக்வேதத்தில் பின்வருமாறு குறிப்பிடப்பட்டுள்ளது: 'உணவுப் பண்டங்களை அளித்து ஒருவர் கடவுளைத் திருப்திப் படுத்தினால், கடவுள் தனது மகிழ்ச்சிக்காக அவருக்கு உணவை அளிப்பார்.' தெய்வங்கள் உதவி செய்யக்கூடியவை என்பதை நாம் ஏற்கவில்லை எனில் இதுபோன்ற காரியங்களுக்கு என்ன அர்த்தம் இருக்க முடியும்?

இவற்றிலிருந்து, சடங்கு செயல்பாடுகளுக்கும், அவற்றின் விளைவு களுக்கும் இடையிலுள்ள உறவு கடவுள்களால் நிகழ்த்தப்படுகிறது என்ற ஒரே முடிவுக்கு வரவேண்டியுள்ளது. தெய்வம், வழிபாட்டினால் ஏற்படும் பலனுடன் பக்தனை ஒருங்கிணைக்கிறது. யார் ஒருவர் தெய்வத்துக்குப் படைக்கிறாரோ, அவருக்கு தெய்வம் தனது செயல் களின் மூலமாக உரிய பலனை அளிக்கிறது. இதற்கான சான்றுகள் மீண்டும் மரபுகளிலும், வெகுஜன நம்பிக்கைகளிலும், சுற்றுப்புற ஆதாரங்களிலும் பொதிந்துள்ளன. வேள்வி புரிவதற்கு தெய்வம் தமக்கு உதவுவதாக மரபுகள் குறிப்பிடுகின்றன. மரபிலுள்ள இத்தகைய சான்றுகள் பொது நம்பிக்கையினால் வலுப்படுத்தப் படுகின்றன. உதாரணமாக, பசுபதியை வழிபடுவதன் மூலமாக ஒருவர் மகனைப் பெறமுடியும் என்ற எளிய நம்பிக்கை இருந்தது. மேலும், சுற்றுப்புறச் சான்றுகளும் இதற்கு ஒத்து வந்தன. உதாரணமாக ரிக்வேதம் குறிப்பிடுவதாவது: 'அவன், அவனது மக்கள், அவனது வீடு, அவனது குடும்பம், அவனது மகன்கள் போன்ற தனக்காக உருவாக்கிக்கொண்ட ஆதாயங்களுக்காக வீரர்கள், செல்வம் போன்றவற்றைக் கொண்டு கடவுளின் தந்தையான பிரமனுக்கு உண்மையான இதயத்துடன் சேவை செய்கிறான்' 'தான் திருப்தியடைந்த பின்னரே, இந்திரன் கால் நடையைப் படைத்து இந்த நபரைத் திருப்திப்படுத்துகிறான்' என ரிக்வேதம் குறிப்பிடுகிறது.

உணவு படைத்தல், பிரார்த்தனைகள் மூலமாக கடவுள் வழிபாடு நடைபெற்று வந்துள்ளது என்பது இதன்மூலம் தெரியவருகிறது. வழிபடுவதால் கடவுள் திருப்தியடைகிறார். திருப்தியடைந்ததால் கடவுளின் கருணை அவனுக்குக் கிட்டுகிறது. உதாரணமாக, அக்னி ஒரு குறிப்பிட்ட பொருளின் அதிபதி. ஒரு குறிப்பிட்ட வடிவத்தில் அவனை வழிபட்டால் பக்தனுக்கு ஒரு குறிப்பிட்ட உதவியினை அவன் செய்கிறான். மற்றொரு கடவுள் - உதாரணமாக சூரியன் - இதே காரியத்தைச் செய்ய இயலாது. எந்தக் கடவுள் எதைச் செய்யும் என்பதை வேதங்களிலிருந்து நாம் அறியலாம். அக்னியைப் பற்றி வேதத்தில் சில குறிப்புகள் உள்ளன. அக்குறிப்புகள் சூரியனைப் பற்றியதாக இல்லை. சூரியனைப் பற்றி வேறு குறிப்புகள் உள்ளன.

எதிர்ப்பாளர்களுக்குப் பதில்

வேதக் கடவுள்கள் குறித்த இறையியல் புரிதல்களுக்கான மறுப்பு:

யக்ஞம் முதன்மையாகவும், தெய்வம் இரண்டாவதாகவும் குறிப்பிடப்பட்டுள்ளதாக வாய்மொழிச் சாட்சிகள் (வேதம்) குறிப்பிடுகின்றன.

கடவுள்கள் தூண்டும் காரணி என்று கூறப்படுவது சரியானதல்ல. அதிலுள்ள சடங்கு செயல்பாடே அதிமுக்கியத்துவம் வாய்ந்ததாகும். நிகழ்த்தப்படுகின்ற சடங்குச் செயல்பாடுகள் அபூர்வாவை ஏற்படுத்துகின்றன. மீமாம்சகர்களின் ஓர் அடிப்படையான கருத்தை இங்கே விளக்கலாம். அபூர்வம் என்றால் 'இதற்கு முன் இல்லாதது' என்பது அர்த்தமாகும். இருப்பினும் உரிய வகையில் கூறினால் மீமாம்சகர்கள் இதனை, 'தெளிவான விளைவுகளை ஏற்படுத்துவதற்கு முன்பு புலனாகாத நிலையில் உள்ள செயலின் (கர்மம்) விளைவாக எடுத்துக் கொள்கின்றனர். செயல் நிகழ்த்தப்பட்டவுடன் விளைவு ஏற்படாத போதிலும் அச்செயலானது சில விளைவுகளுக்கு இட்டுச் செல்கிறது. அதுமட்டுமல்லாமல் செயலுக்கும், விளைவுக்கும் இடையில் தொடர்ச்சி உள்ளது. செயலுக்கும், அதன் விளைவுக்குமான இடைவேளையில் செயலின் நேரடி விளைவாக இருக்கக்கூடிய அபூர்வம் புலனாகாத வடிவில் நடைபெறுகிறது. இந்த அபூர்வம் தவிர்க்கவியலாமல் இறுதி விளைவுக்கு இட்டுச் செல்கிறது.

யக்ஞத்தில் இறையியல் புரிதல் ஏதுமில்லை; அதன் செயல்பாடுகள் நேரடியாக அபூர்வத்தை உருவாக்குகின்றன; இந்த அபூர்வம் தவிர்க்கவியலாமல் புதிய விளைவுக்கு இட்டுச் செல்கிறது என மீமாம்சகர்கள் வாதிடுகின்றனர். ஆனால், சடங்குகள் நிகழ்த்தப்படுவது நேரடியாக அபூர்வத்தை உருவாக்குகின்றன என்பதை எவ்வாறு நிரூபிப்பது? வாய்மொழிச் சாட்சிகள் மூலமாக, அதாவது குறிப்பாக வேதங்களில் இது நிரூபிக்கப்பட்டுள்ளளதாக சபரர் குறிப்பிடுகிறார். உண்மையில் இந்த அம்சத்தில், இதனை நிரூபிப்பதற்கு வாய்மொழிச் சாட்சி அல்லது வேதங்களே ஒரே பொருத்தமான சான்று ஆகும். 'எதுவும் பலனை அளிக்கும் என்ற அறிவு, அதாவது எத்தகைய தூண்டுதல் காரணியும் ஒரு குறிப்பிட்ட பலனை அளிக்கும் என்பது வாய்மொழிச் சாட்சிகள் மூலமாகவே உருப்பெறுகிறது. நேரடி கருத்து அல்லது வேறெந்த அறிவாதாரத்தின் மூலமாகவும் அல்ல.' மேலும், வாய்மொழிச் சாட்சி அல்லது வேதங்களின்படி, யக்ஞத்திலிருந்து பலன் விளைகிறது; தேவர்களிடமிருந்து அல்ல. வேதங்கள் கூறுவதாவது: 'யாரொருவர் சொர்க்கத்தை விரும்புகிறாரோ (சொர்க்கம் என்பது மீமாம்சைத் தத்துவத்தில் சாதாரணமாக 'மகிழ்ச்சி' என்ற அர்த்தத்திலேயே

குறிப்பிடப்படுகிறது. அது 'வேறொரு உலகைப் பற்றியதாக இருக்க வேண்டுமென்ற அவசியமில்லை.) அவர், தரிசனங்களையும், பூர்ணமாகச் சடங்குகளையும் நிகழ்த்த வேண்டும்.' 'யாரொருவர் சொர்க்கத்தை விரும்புகிறாரோ (மகிழ்ச்சி), அவர் ஜோதிஸ்தாமன் சடங்குகளைச் செய்ய வேண்டும்.' ஆகவே, சொர்க்கம் அல்லது மகிழ்ச்சிக்கான விருப்பத்தைக் குறிக்கப் பயன்படுத்தப்படுவது யக்ஞம்தானே ஒழிய தேவன் அல்ல. இருப்பினும் சடங்குப் பொருட்களும் (திரவியம்), தெய்வங்களும் (தேவன்) யக்ஞத்தில் குறிப்பிடப்படுவதில்லை அல்லவா? அது உண்மை. இருப்பினும் தெய்வத்தைக் குறிப்பிடுவது இரண்டாம் பட்சமானது. படைக்கப்படும் பொருட்களும், கடவுள்களும் ஏற்கெனவே அங்கு உள்ளன. ஆனால் சடங்கைத்தான் செய்ய வேண்டியுள்ளது. ஏற்கெனவே உள்ள சிலவற்றைக் குறிப்பிடும் பொழுது இல்லாத, தேவையான சிலவற்றையும் இணைத்துக் குறிப்பிடுகின்றனர். இல்லாத ஒன்றுக்காக, இருத்தல் குறிப்பிடப்பட்டுள்ளது. எனவே, கடவுள்கள் என்பவை ஊக்குவிக்கும் காரணிகள் அல்ல.

தெய்வம் உள்ளது என எதிர்த் தரப்பினர் குறிப்பிடுவதற்கு எதிராக வேதங்கள் எனப்படுகின்ற அதே ஆதாரத்திலிருந்து, சடங்குச் செயல் பாடானது விளைவுகளோடு நேரடித் தொடர்பு கொண்டுள்ளது தெளிவாகத் தெரிகிறது என சபரர் வாதிடுகிறார். யக்ஞங்களே கருவியாகச் செயல்படுகின்றன. தேவர்கள் பலனை விளைவிப்பதில்லை என வேதம் குறிப்பிடுகிறது. இந்தப் பலன் அல்லது விளைவுதான் உண்மையான புருஷார்த்தம் அல்லது இதுவே மனிதனின் நோக்கமாக உள்ளது. புருஷார்த்தத்துக்கான முயற்சி நம்முடையதுதானே ஒழிய, தெய்வத்தினுடையது அல்ல. எனவே, கடவுள்களின் தூண்டுதலின் பேரில் நாம் எத்தகைய செயலிலும் ஈடுபடுவதில்லை.

எதிர்த்தரப்பினர் கூறுவதாவது: 'யக்ஞம் என்பது தெய்வத்தை வணங்குதலாகும். வணங்கப்படும் பொருள், வழிபடுவதற்கு முதன்மையான அம்சம் என்பதை இவ்வுலகில் நாம் காணுகின்றோம்.' யக்ஞம் குறித்த இத்தகைய அணுகுமுறை ஏற்றுக்கொள்ள முடியாதது என இதற்கு சபரர் பதிலளிக்கிறார். ஊக்குவிக்கும் காரணி பலனளிக்கக்கூடியது எனில், அந்த ஊக்குவிக்கும் காரணி சடங்கே ஆகும் என்கிறார் அவர்.

யக்ஞம் என்பது, வழிபடுவதற்குரிய ஒருவகைச் செயல்பாடு என்பதைத் தவிர வேறொன்றும் இல்லை என்ற எதிர்த் தரப்பினர் நிலையை வலியுறுத்த தெய்வத்துக்கு ஒரு வடிவம் உள்ளது. உண்மையில் அது உண்ணக்கூடியது. ஏனெனில், எந்த வடிவமும் இல்லாத, உணவு அருந்தாத தெய்வத்துக்கு அன்பளிப்போ அல்லது உணவோ தரவேண்டியதில்லை என்பதை எதிர்த் தரப்பினர் ஒப்புக்

கொள்ள வேண்டியுள்ளது. அவரது அணுகுமுறையை வலியுறுத்த எதிரி, மரபுகள், எளிய நம்பிக்கைகள் மற்றும் சுற்றுப்புறச் சான்றுகளைக் குறிப்பிடுகிறார். இதன் மூலம் தெய்வத்துக்கு ஒரு வடிவம் உள்ளது; அது உண்மையில் உண்ணக் கூடியது என்பன போன்ற வாதங்களை சபரர் மறுக்கிறார்.

தெய்வத்துக்கு ஒரு வடிவம் உள்ளது என்பதையோ, அது உண்ணக்கூடியது என்பதையோ, மரபுகளாலோ அல்லது ஸ்மிருதியாலோ நிரூபிக்கவியலாது என சபரர் வாதிடுகிறார். ஸ்மிருதி, மந்திரங்கள் மற்றும் அர்த்தவாதங்களின் அடிப்படையிலானது. மரபு சார்ந்த அனைத்து அறிவும் நேரடிக் கண்ணோட்டத்தின் மூலம் பெறப்படுகிறது. நாம் தற்பொழுது காண்பது (மீமாம்சைச் சூத்திரம் பற்றி சபரர். x.4.23) மந்திரங்களும், அர்த்தவாதங்களும் தெய்வங்கள் பற்றிய இத்தகைய அணுகுமுறையை எப்பொழுதும் ஆதரிக்கவில்லை என்பதே. மரபின் உண்மையான அடிப்படை மந்திரமும், அர்த்தவாதமே என்பதை மறுக்க முயல்வது பயனற்றது என சபரர் வாதிடுகிறார். ஸ்மிருதியின் மேலெழுந்த வாரியான அணுகுமுறை மட்டுமே. அது மந்திரம் மற்றும் அர்த்தவாதத்திலிருந்து தனிப்பட்டது என்ற கற்பனைக்கு ஒருவரை இட்டுச் செல்லும். எளிய நம்பிக்கையைப் பொருத்தவரை அது மரபை அல்லது ஸ்மிருதியை அடிப்படையாகக் கொண்டிருக்கும் வரை மட்டுமே அது செல்லுபடியாகும் என சபரர் வாதிடுகிறார்.

ஆகவே, கடவுள்களுக்கு ஒரு வடிவம் உள்ளது. அவை உண்மையில் படையல்களை உண்ணக்கூடியவை என்பதை எளிய நம்பிக்கையால் நிரூபிக்க இயலாது.

வேதக் கடவுள்கள் உண்மையில் மனிதர்களின் வடிவத்தைப் பெற்றுள்ளன என நிரூபிக்கும் சுற்றுப்புற ஆதாரங்கள் (அனியார் தரிசனம்) குறித்த அடுத்த பிரச்சினையை சபரர் கையாள்கிறார். சுருக்கமாகக் குறிப்பிட்டால், இந்த விவாதம் எளிமையானது. கடவுளின் மனித வடிவத்தை ஒப்புக்கொள்ளாமல், வேதத்திலுள்ள ஏராளமான வியாக்யானங்களுக்கு எவ்வித அர்த்தமும் கிடையாது. உதாரணமாக, 'ஓ இந்திரனே, உனது வலக்கரத்தை நாங்கள் பற்றியிருக்கிறோம்' என ரிக்வேதம் குறிப்பிடுகிறது. இந்திரன் வலக்கரத்தைப் பெற்றிருக்கிறார் எனில், அது மனிதர்களின் வடிவம் என்பதைத் தெளிவாகக் காட்டுகிறது அல்லவா? வேதங்களின் இதுபோன்ற ஏராளமான பிரகடனங்கள் இருக்கும்பொழுது இந்த வேதத்துக்கு மீமாம்சகர்கள் எவ்வாறு விசுவாசமானவர்களாகவும் அதே சமயம் கடவுள்களுக்கு உள்ள மனிதர்களின் வடிவங்களை மறுப்பவர்களாகவும் இருக்கமுடியும்?

வேதத்தின் இத்தகைய வியாக்கியானங்களை இவ்வாறு தெளிவாக அல்லது மேலோட்டமாக எடுத்துக்கொள்வது சாத்தியமில்லாதது என சபரர் பதிலளிக்கிறார். உதாரணமாக, இந்திரனின் வலக்கரத்தை நாம் பற்றியிருப்பதாக ரிக்வேதம் தெளிவாகக் குறிப்பிடுகின்றது. ரிக்வேதம் உண்மையில் இந்த அர்த்தத்தில் குறிப்பிடுகின்றதா? நாம் இந்திரனின் வலக்கரத்தைப் பற்றி இருக்கவில்லை என்ற நேரடி அர்த்தத்தில் இதற்கு எதிர்மறையான பதிலே கிடைக்கிறது. வேதத்தின் இந்தப் பகுதிகள் இரண்டு தெளிவான மாற்றத்தை நோக்கி நம்மை இட்டுச் செல்கின்றன. தெளிவான அல்லது மேலோட்டமான அர்த்தம் என எவ்வாறு எடுத்துக்கொண்டாலும் ரிக்வேதத்தில் குறிப்பிடப்பட்டிருப்பது அபத்தம் என்பதை நாம் ஒப்புக்கொள்ள வேண்டும், அல்லது இந்தத் தெளிவான அர்த்தத்தை நிராகரித்து இன்னும் ஆழமான அர்த்தத்தில் அப்பகுதிகளை நாம் ஏற்றுக்கொள்ள வேண்டும். இதில் முதல் அம்சம் ஏற்றுக்கொள்ள முடியாதவை. வேதங்கள் குறிப்பிடத்தக்க அளவுக்கு அபத்தமானவை எனில், அவற்றின் அதிகாரத்தைக் குறிப்பிடுவதால் பயன் என்ன? ஆகவே, வேதங்கள் அபத்தமானதைக் கொண்டிருக்க வில்லை எனில் இத்தகைய அபத்தமான அர்த்தத்தை அளிக்கக்கூடிய இந்த வியாக்கியானங்களை நிராகரிக்க வேண்டும். சுருக்கமாகக் குறிப் பிட்டால், வேதங்களிலுள்ள இத்தகைய வியாக்கியானங்களுக்கான உண்மையான அர்த்தம் வேறு ஒன்றாக இருக்கவேண்டும். அவ்வா றெனில், அந்த உண்மையான அர்த்தம் என்ன? இதற்குப் பதிலளிப்பது சபரருக்கு சிரமமாகத் தோன்றவில்லை. இந்த வியாக்கியானங்களின் உண்மையான அர்த்தம் ஸ்துதி அல்லது அர்த்தவாதம் எனப்படுகிற புகழ்பாடுவதாகத்தான் இருக்க வேண்டும். மீமாம்சகம் என்பதற்கு குறிப்பிட்ட சடங்குச் செயல்பாடுகளை மறைமுகமாகப் புகழும் ஒரு வகை வடிவம் என்பது அர்த்தமாகும். உதாரணமாக, ரிக்வேதத்தில் குறிப்பிடப்பட்டிருப்பதன் உண்மையான அர்த்தம் யக்ஞத்தில் இந்திரனின் வலக்கரமாகக் குறிப்பிடப் பட்டிருப்பதைப் புகழ்வதற்குத் தானே ஒழிய உண்மையில் அவனுக்கு அத்தகைய வலக்கரம் ஏதுமில்லை.

இதற்கு எதிராக இங்குப் பரிசீலிக்கப்படுகின்ற வேதத்தின் வியாக்யானமானது கடந்த காலத்தில் இந்திரனின் கரத்தைப் பற்றி யிருந்த ஒரு மனிதனின் வாக்குமூலமாக எடுத்துக்கொள்ளப் பட்டிருக்கலாம் என எதிர்த்தரப்பினர் குறிப்பிடலாம். இந்திரனின் கரத்தை யாரோ ஒருவர் பற்றியிருந்திருப்பார் என்பது நிரூபிக்க முடியாத ஒன்றாக இருக்கிறது. ஏனெனில், தற்காலத்தில் அத்தகைய நிகழ்வு ஏதும் நடைபெறவில்லை. கடந்த காலத்தில் யாரோ உண்மையில் இந்திரனின் கரத்தைப் பற்றியிருந்தார் என எடுத்துக் கொண்டால்,

இங்குப் பரிசீலிக்கப்படுகின்ற வேத நூலில் அது அவரது அனுபவத்தின் சாதாரண ஆவணமாகவே அமையும்.

இது அடிப்படையான மீமாம்சைக் கொள்கையான வேதங்கள் ஆதியந்தம் இல்லாதவை, முழுமையாக தனிநபர் சாராதவை (அபுருசேயா) என்ற அடிப்படைகளுக்கு நேரெதிராகச் செல்வதால் சபரர் இந்தத் திசையிலான விவாதத்தை முழுமையாக நிராகரித்தார். இது மீமாம்சைத் தத்துவத்தின் ஓர் அடிப்படைக் கோட்பாடு என்பதும், எவ்வித சந்தேகத்துக்கும் அப்பாற்பட்டு இதற்கான நிரூபணத்தில் மீமாம்சகர்கள் முழு திருப்தியடைத்தனர் என்பதும் உண்மையாகும். எனவே, மீமாம்சை அணுகுமுறையிலிருந்து, வேதங்களில் எவரொரு வருடைய, எத்தகைய வாக்குமூலமும் இடம் பெற்றது குறித்த கேள்வியே எழவில்லை. சுருக்கமாகக் குறிப்பிட்டால், வேதத்தை அர்த்தவாதமாக, அதாவது, இந்திரனைக் (இந்திரகர்மம்) குறிப்பிட்டு வேதச் செயல்பாடுகளைப் போற்றுவதை ஏற்பதைத் தவிர வேறு வழியில்லை. சடங்குகளில் இந்திரனைப் போன்ற தெய்வத்தைக் குறிப்பிடுவதால் என்ன விளைவுகள் ஏற்படுகின்றன என்பதைப் பின்னர் பார்ப்போம்.

இல்லாத ஒன்றைப் போற்றுவதற்கு எவ்வித அர்த்தமும் இல்லையென எதிர்த்தரப்பினர் வாதிடலாம். இந்திரனுக்குக் கரங்கள் ஏதுமில்லாத பொழுது இந்திரனின் கரங்கள் குறித்துப் புகழ்வது அர்த்தமற்றதாகும். ஒரு பொருளுக்கு மனித இயல்புகளுடன் எவ்விதத் தொடர்பும் இல்லாத நிலையிலும், சில சமயங்களில் மனித இயல்பு களைக் கொண்டிருப்பதைப் போல புகழ்வதுண்டு. ஆகையால், இந்த எதிர்ப்பு பொருத்தமானதன்று என சபரர் பதிலளிக்கிறார். உதாரண மாக, ரிக்வேதத்திலுள்ள ஒரு பாடல் தனது தெய்வமாகக் ‘கற்களைக்’ குறிப்பிடுகிறது. இக்கற்கள் இதில் பின்வருமாறு புகழப்படுகின்றன: ‘அவை நூறு பேரைப் போல, ஆயிரம் மனிதர்களைப் போல பேசு கின்றன. அவை தமது பச்சை வாயினால் பெருங்கூச்சல் போட்டன. யக்ஞத்தின் பொழுது பக்தியுள்ள இந்தக் கற்கள் படையலில் வைக்கப் பட்டிருந்த உணவை அக்னிக்கு முன்பே சுவைத்துப் பார்த்தன.’ அதே போல, இன்னொரு பாடல் ‘ஆற்றைத்’ தனது தெய்வமாகக் கொண்டது. அதில் ஆறு பின்வருமாறு புகழப்படுகிறது: ‘குதிரைகள் இழுத்துச் செல்வதைப் போல, சிந்து தனது தேரைச் செலுத்தினாள்.’ வேதத்தில் மனித வடிவம் போல ஏதுமில்லாத போதிலும், அவை மனித வடிவத்தைக் கொண்டிருப்பதைப் போலப் போற்றிப் புகழப்பட்டு உள்ளன. எனவே, வேதத்தில், மனிதர்களைப் போல வேதக் கடவுள்கள் இருக்கவேண்டும் என்ற எண்ணம் எதுவும் அவசியமில்லை. மனிதர்

களின் வடிவிலான தெய்வம் தெளிவாகக் குறிப்பிடப்பட்டிருப்பினும், தெய்வம் மனித வடிவத்தைக் கொண்டிருக்கிறது எனக் கருதாமலும் இதனைப் புரிந்துகொள்ள முடியும்.

'பரந்த கழுத்தைக் கொண்ட இந்திரன்' என வேதத்தில் குறிப்பிடப் பட்டிருப்பதற்கு இந்திரன் கழுத்துடன் இருக்கிறான் என்பது அர்த்த மன்று. அவ்வாறெனில், வேறென்ன அர்த்தம்? அது உண்மையில் இந்திரனின் கழுத்தாக இல்லாதபொழுதும், சாதாரணமாக இந்திரனின் கழுத்து எனக் கூறப்படுவதைப் போற்றுவதற்காகக் கூறப்பட்டது என்பதே இதற்கு அர்த்தமாகும்.

இவ்வாறு, வேதக் கடவுள்கள் மனிதர்களின் வடிவத்தைக் கொண்டிருப்பதைப் பற்றி வேதத்தில் குறிப்பிடப்பட்டுள்ளது குறித்து விரிவாக பரிசீலித்த பின்பு சபரர் பின்வரும் முடிவுக்கு வருகிறார்: 'எனவே, தெய்வம் மனிதர்களைப் போல இருப்பதற்கான சுற்றுப்புறச் சான்றுகள் ஏதுமில்லை.'

ஜைமினியைத் தொடர்ந்து, யக்ஞம் என்பது உணவு அன்று, தெய்வம் உணவு அருந்தாது. எனவே, யக்ஞத்தைக் காட்டிலும் தெய்வம் மிகவும் முக்கியமானது என்றால் தெய்வத்துக்காக உணவு படைக்கப்படுகிறது என்பது முழுமையாக உறுதிப்படுத்த முடியாதது என சபரர் குறிப்பிடுகிறார். தெய்வத்துக்கு மனிதர்களின் வடிவம் இல்லாததால், அதற்குப் படைக்கப்படும் உணவை அதனால் உண்மையில் உண்ண இயலும் வாய்ப்புகள் இல்லை என ஏற்கெனவே நிரூபிக்கப்பட்டுள்ளது. அதுமட்டுமல்லாமல், ஆத்திகர்களின் இந்த எளிய நம்பிக்கைகளுக்கு எதிராக ஏராளமான எளிய விளக்கங்களை அவர் மகிழ்ச்சியுடன் குறிப்பிடுகிறார். அவரை இங்கு நாம் விரிவாக மேற்கோள் காட்டலாம்:

மரபுகள், எளிய நம்பிக்கைகள், சுற்றுப்புறச் சான்றுகள் போன்றவை தெய்வம் உணவு அருந்தக்கூடியதாகக் குறிப்பிட்டதை, தெய்வத்துக்கு மனித வடிவம் இல்லாததால் அவை சாத்தியமில்லை என நாம் ஏற்கெனவே நிராகரித்திருக்கிறோம். வேறு வார்த்தைகளில் குறிப்பிட்டால், உண்பதற்கு ஓர் உருவம் தேவைப்படுகிறது. தெய்வத்துக்கு உருவம் இல்லாததால் அதனால் உண்ணமுடியாது. மேலும் சபரர் கூறுவதாவது: படைக்கும் உணவை உண்மையில் தெய்வம் உண்ணு மானால் அதன் அளவு குறையும். தேனீக்களைப் போல, உணவின் சாரத்தை தெய்வங்கள் உண்ணுகின்றன என்பதற்கான நிரூபணமும் ஏதுமில்லை. தேனீக்களை நேரடியாகக் காண்பதைப் போல தெய்வத்தைக் காண இயலாது. எனவே, தெய்வம் உண்பதில்லை. தெய்வத்துக்குப் படைக்கப்படும் உணவு சுவையற்றுப் போகிறது என்பதை நிரூபிப்பது

கடினமல்ல. காற்றில் வெகுநேரம் வைக்கப்பட்டிருப்பதாலேயே உணவு சுவையற்றும், குளிர்ந்தும் போய்விடுகிறது.

யக்ஞம் என்பது தெய்வத்திடம் முறையிடுவதற்கான ஒரு வழிபாட்டு முறை. தெய்வம் இதனால் திருப்தியடைந்து இதற்கு உரிய பலனை அளிக்கிறது என ஆத்திகர்கள் குறிப்பிடுகின்றனர். தெய்வத்தை உண்மையில் பொருளாயத அம்சங்களின் அதிபதியாகக் கருதிக் கொள்வதால் இவ்வாறு குறிப்பிடப்படுகிறது: தன்னிடம் இல்லாத ஒன்றை அல்லது அவற்றுக்கு அதிபதியாக இல்லாத தெய்வத்தால் எவ்வாறு நமக்குப் பொருட்களை அளிக்க இயலும்? பொருளாயத அம்சங்களின் அதிபதியாக தெய்வம் உள்ளது என்ற அனுமானம் உறுதிப்படுத்தவே இயலாதது என சபரர் வாதிடுகிறார்.

'மரபுகள், எளிய நம்பிக்கைள், சுற்றுப்புறச் சான்றுகள் போன்றவை மூலம் தெய்வத்தின் அதிபதித்தன்மையை நம்மால் ஒத்துக்கொள்வது சாத்தியமில்லை.' மரபுகள் வேதத்திலுள்ள வழிபாடுகளையும், வழி பாட்டைப் போற்றுவதையும் (அர்த்தவாதம்) அடிப்படையாகக் கொண்டுள்ளன. வேத வழிபாடுகளிலும், அவற்றைப் போற்றுவதிலும், உண்மையில் தெய்வம் பொருட்களின் அதிபதி என எங்கும் குறிப்பிடப் படவில்லை. 'தெய்வத்தின் கிராமம்', 'தெய்வத்தின் வயல்' என்பன போன்ற வடிவிலான எளிய நம்பிக்கைகள் வெறும் நம்பிக்கைகள் தானே ஒழிய அவற்றில் உண்மையான அடிப்படை ஏதுமில்லை. ஒருவருடைய சொத்தை அவர் தனது சாதாரண விருப்பத்துக்கேற்ப விற்பனை செய்ய முடிந்தால்தான் அது அவரது சொத்து எனக் கருதப்படும். கடவுள் தன்னுடைய சாதாரண விருப்பத்துக்காக கிராமங் களையோ, நிலத்தையோ விற்க முடியாது. எனவே, கடவுள்கள் எதுவும் தருவதில்லை. 'தெய்வத்தின் அதிபதித் தன்மை - சொர்க்கத்தின் அதிபதி இந்திரன் என்பது போல' - குறித்து சுற்றுப்புறச் சான்றுகள் காட்டு வதானது தெய்வத்திடம் அதிபதித் தன்மை ஏதுமில்லாத நிலையில் அவை சூசகமான வார்த்தைகளே.

தெய்வத்தின் அதிபதித் தன்மை குறித்து வேதத்தில் குறிப்பிடப் பட்டுள்ளதன் அடிப்படையில் இதற்கு ஆட்சேபனை வரலாம். உதாரண மாக, கடவுள்கள் எல்லா நல்ல அம்சங்களையும் விநியோகிக்கின்றன என வேதத்தில் குறிப்பிடப்பட்டுள்ளது. எனவே, கடவுள் உறுதி கொண்டிருப்பதனாலேயே அவ்வாறு கூறப்பட்டுள்ளது என நாம் அனுமானிக்கலாம். அதாவது, எல்லா நல்ல அம்சங்களையும் விநியோகிப் பதற்குக் கடவுள்களின் உறுதியே உண்மையான காரணமாகும். வேதங்களின் வாய்மொழி வாக்குமூலத்தை இவ்வாறு புரிந்துகொள்வது மிகவும் தவறானது என சபரர் இதற்குப் பதிலளிக்கிறார். எல்லா நல்ல

அம்சங்களையும் கொண்டிருப்பதற்கான உண்மைக் காரணம் செயலை அல்லது யக்ஞத்தை நிகழ்த்துபவரது உறுதிப்பாடே ஆகும். இதுவே கடவுளாகக் குறிப்பிடப்பட்டுள்ளது என்பதை நேரடிப் பார்வையிலிருந்து நம்மால் உணர முடிகிறது. செயலை நிகழ்த்துபவரது இந்த உறுதி இரண்டாம் பட்சமானதாக இருக்க முடியாது. கடவுள் சர்வ வல்லமை மிக்கவர் எனக் குறிப்பிடுபவர் கூட செயலை நிகழ்த்துபவரின் உறுதிப் பாட்டை மீற முடியாது. எனவே, யக்ஞம் நிகழ்த்துபவரின் செயலுக் கேற்ப தெய்வம் நல்லதைச் செய்கிறது என அவர்கள் கூறுகின்றனர். தனது சொந்த விருப்பத்தின் அடிப்படையில் உதவி செய்ய முடியாத கடவுள்கள், பிறரது விருப்பத்தைப் பின்பற்றும்பொழுது அவற்றை எவ்வாறு உண்மையான அதிபதியாகக் கருத முடியும்? மேலும் வாய் மொழி வாக்குமூலம் அல்லது ஆதாரம் எதுவும் உண்மையில் வேதத்தில் இல்லை. எல்லா நல்ல அம்சங்களையும் கடவுள்கள் அளிப்பதாக உண்மையில் வேதத்தில் குறிப்பிடப்படவில்லை. வேதங்களிலுள்ள யக்ஞங்களைப் புகழக்கூடிய வகையில் மட்டுமே குறிப்பிடப்பட்டு உள்ளது என்ற அர்த்தத்திலேயே இந்த மேற்கோள்கள் மறுக்கப்படு கின்றன. புகழக்கூடிய இத்தகைய வெளிப்பாடுகளை எளிமையாக விளக்கும் பொழுது, தெய்வத்தின் அதிபதித் தன்மையைப் பாது காப்பதற்கான வாய்மொழி வாக்குமூலமாக எடுத்துக் கொள்ளக் கூடாது. மனிதனை அவனது செயலுக்கான பலனுடன் ஒருபோதும் தெய்வம் இணைப்பதில்லை.

அத்தகைய நிலையில்தான் துவக்கக்கால மீமாம்சை நூல்களில் வேத தெய்வங்கள் குறித்த அணுகுமுறை இருந்தது. என்னுடைய அடுத்த உரையில் ஒற்றைக் கடவுள் கருத்து குறித்து பிற்கால மீமாம்சகர்களின் எதிர்வினை குறித்து குறிப்பாக, சத்கரி முகர்ஜி போன்ற சிறந்த அறிஞர்களால் மிகப்பெரும் பாரம்பரிய இந்தியத் தத்துவஞானியான குமாரிலரின் கருத்துக்கள் குறித்து விவாதிக்க முயற்சி செய்கிறேன்.

அடிக்குறிப்புகள்

1. மேக்ஸ் முல்லர் CW xix.210.
2. A.B. கெய்த் KM 60.
3. கீதை ii 42-44.
4. கந்ததேவன், பட்ட தீபிகா - iii 53.
5. எஸ்.இராதாகிருஷ்ணன் *18*. ii.427.
6. நீலகண்ட சாஸ்திரி IA. பாகம் *50. 211, 240*.

6. கடவுளும், பிற்கால மீமாம்சகர்களும்

கடவுள்தான் எல்லாவற்றிற்கும் மூலகாரணமான அல்லது எல்லா வற்றையும் படைத்திட்ட பிரத்தியேகமானவர் அல்லது தனிச்சிறப்பு வாய்ந்தவர் என்பதைக் குமாரிலர்[1] முதலில் நிராகரித்தார். படைத்தவர் குறித்த இத்தகைய கண்ணோட்டத்துக்கு எதிராக, குமாரிலர் சாதாரண பொது அறிவின் அடிப்படையில் ஏராளமான உதாரணங்களைக் காட்டுகிறார்.

இத்தகைய கண்ணோட்டத்தை ஆதரிப்பவர்கள் எவர் ஒருவரும், தோற்றுவிக்கப்படுவதற்கு முன்பே கடவுள் இருந்திருக்கிறார் என்பதை அவசியம் ஒப்புக்கொள்ள வேண்டும். அதாவது, கடவுளின் படைப்புச் செயலுக்கு முன்பே கடவுள் இருந்திருக்கிறார் என்பதை அவர் ஒப்புக் கொண்டாக வேண்டும். எதுவுமே இல்லாத பொழுது - வெளி இல்லை, பிரபஞ்சம் இல்லை, எதுவுமில்லை - படைத்தவர் எங்கு இருந்திருப்பார்? அவர் இருந்திருப்பார் என்பதை நம்மால் எவ்வாறு அறியமுடியும்? இவை எதுவும் இல்லாத அச்சமயத்தில் பிரபஞ்சத்தின் தன்மை எவ்வாறு இருந்திருக்கும்? படைத்தவரைப் (பிரஜாபதி) பொருத்தவரை அவருடைய நிலை என்னவாக இருந்தது? அவருடைய வடிவம் என்ன? அச்சமயத்தில் (வேறெதுவும் இல்லாத பொழுது) அவரை அறிந்து, பின்னாளில் படைக்கும் நபராக அவர் விளங்கினார் என அவரது இயல்பை விளக்கியவர் யார்? இது குறித்த பார்வையில்லாமல் (அல்லது படைக்கப்படுவதற்கு முன்பாக கடவுளின் வடிவம் குறித்த போதிய அறிவு இன்றி) இவை அனைத்தையும் நாம் எவ்வாறு யூகிப்பது?' வேறு வார்த்தைகளில் குறிப்பிட்டால் படைப்பதற்கு முன்பு படைத் தவரின் இருப்பை ஆத்திகர்கள் எவ்வகையிலும் நிரூபிக்க இயலாது. பிரபஞ்சத்தைப் படைப்பதற்கு முன்பு கடவுளின் நிலை குறித்த கேள்விக்கு எத்தகைய திருப்திகரமான பதிலையும் அளிக்கவியலாது. ஏனெனில் படைத்தலுக்கு முன்பு கடவுளைத் தவிர வேறு எதுவும் இல்லையென அவரே ஒப்புக்கொண்டிருக்கிறார். மேலும், படைத்தவர் உடலமைப்பைப் கொண்டிருந்தார் அல்லது இல்லை என்பதையும் ஆத்திகர் ஒப்புக்கொண்டாக வேண்டும். ஆனால், இவையிரண்டும் ஏற்றுக்கொள்ள முடியாதவையாகும். கடவுள் உடலமைப்பு எதையும் கொண்டிருப்பவர் அல்லர் எனில், அவர் எத்தகைய விருப்பத்தையும் கொண்டிருக்கவியலாது. படைக்கும் விருப்பமும் அவரிடம் இருந் திருக்க முடியாது. படைப்பதற்கான விருப்பம் இல்லையெனில்,

அவரால் படைத்திருக்க இயலாது. இந்தச் சிரமத்தைத் தவிர்க்க வேண்டுமெனில் கடவுள் ஓர் உடலமைப்பைக் கொண்டிருந்தார் என்பதை ஆத்திகர் ஒப்புக்கொள்ள வேண்டும். திருப்தியான பதிலளிக்க இயலாத இத்தகைய சிக்கலான கேள்விகளை அவர் எதிர்கொண்டாக வேண்டும். குமாரிலர் வாதிடுகிறார்: அவ்வாறெனில், துவக்கக் காலத்தில் இந்த உலகம் எவ்வாறு இருந்ததாக நீ கருதுகிறாய்? (படைத்தவரின் விருப்பத்தின் பேரில் இது கொண்டு வரப்பட்டதாக வைத்துக் கொண்டால்) படைத்தவருக்கு உடலமைப்பு போன்ற எதுவும் இல்லாத நிலையில், படைப்பதற்கான விருப்பம் எவ்வாறு அவரிடம் இருந்திருக்க முடியும்? அவரிடம் ஓர் உடலமைப்பு இருந்ததெனில், அந்த உடல் கட்டாயம் அவரால் படைக்கப்பட்டதன்று. அவ்வாறெனில், மற்றொரு சிருஷ்டி கர்த்தாவை நாம் காண வேண்டியுள்ளது. (அவரது உடலுக்காக... மீண்டும் அந்த உடலுக்காக...) படைத்தவரின் உடல் பூமி உருவானதற்கு முன்பான ஆதியந்தம் இல்லாதது எனில், அந்த உடல் எத்தகைய பொருட்களாலானது?

உடல் சார்ந்த பிரச்னைக்கு அப்பால், நமது உலகைப் படைக்க வேண்டுமென்ற விருப்பம் படைத்தவருக்கு ஏற்பட்டிருப்பதற்கான அடிப்படையான யூகமே உறுதிப்படுத்த முடியாதது. இவ்வுலகம் தீமைகள் நிறைந்ததாக உள்ளது. இவ்வாறு தீமைகள் நிறைந்த உலகைக் கடவுள் எதற்காகப் படைத்திருக்க வேண்டும்? உயிரினங்களுக்குப் பல வழிகளிலும் துன்பமளிக்கும் உலகைப் படைக்க எவ்வாறு அவர் விருப்பப்பட்டார்? என்ற கேள்வி முன்னுக்கு வருகிறது. அச்சமயம் (அதாவது, படைப்பின் துவக்கக் கட்டத்தில்), உயிரினங்களுக்குத் தேவையான நற்பண்புகள் மற்றும் பாவங்கள் போன்றவற்றை ஏற்படுத்துவதற்கான எத்தகைய வழிகாட்டு முறையும் அவரிடம் இல்லை. எத்தகைய வழிமுறையும், கருவிகளும் இன்றி எந்தவொரு படைப்பாளராலும், எதனையும் படைக்கவியலாது.'

'மக்கள் இவ்வுலகில் சந்திக்கும் அனைத்துப் பிரச்சினைகளுக்கும் முற்பிறப்பில் அவர்கள் செய்த தீங்கான காரியங்களே காரணமாகும். இது உண்மையாக இருக்கலாம். இருப்பினும் படைப்பின் துவக்கத்தில், எவரொருவருக்கும் முற்பிறவி இல்லை. அத்தகைய வழிகாட்டும் கோட்பாடுகள் ஏதுமில்லை. பிரச்னைகள் நிறைந்த உலகைப் படைத்த குற்றம் கடவுளை மட்டுமே சார்ந்ததாகும்' என விமர்சகர்கள் கூறுகின்றனர்.

தீயவை என்ற பிரச்னையை மேலும் விரிவாக பின்னர் பார்ப்போம். உலகைப் படைப்பதற்கு நற்பண்புகளையும், அதற்கு மாறானதையும் அளிக்கும் அமைப்பு மட்டுமே போதுமானதன்று எனக் குமாரிலர்

தற்பொழுது வாதிடுகிறார். ஒரு பொருளை உற்பத்தி செய்வதற்கு, அதற்குத் தேவையான மூலப்பொருட்கள் அவசியமாகும். உதாரண மாக, குயவன் பானையை உற்பத்தி செய்கிறான். ஏனெனில், அதற்குத் தேவையான களிமண் போன்ற பொருட்கள் அவனிடம் உள்ளன. ஆனால், கடவுள் என்னும் படைப்பாளரிடம் அத்தகைய பொருட்கள் எதுவும் இல்லாததால் அவரால் படைப்பது சாத்தியமில்லை. இத்தகைய எதிர்ப்புக்குப் பதில் கூற, சிலந்தி தனது கூட்டைத் தனக்குள்ளிருந்தே உருவாக்குவதைப் போன்றது இது. அதாவது, உற்பத்தி செய்வதற்கு எவ்விதப் பொருளும் வெளியிலிருந்து தேவைப்படுவதில்லை என்ற உதாரணத்தை ஆத்திகர்கள் முன்வைக்கின்றனர். சிலந்தியினால் வெளிப் பொருட்கள் எதுவுமின்றி ஒன்றை உருவாக்க முடியும் எனில் கடவுளாலும் அவ்வாறு செய்ய முடியும் என அவர்கள் கூறுகின்றனர். ஆத்திகர்கள் சிலந்தியின் உதாரணத்தை முழுமையாக தவறாகப் புரிந்துகொண்டுள்ளனர் எனக் குமாரிலர் வாதிடுகிறார்.

"சிலந்தி, ஒன்றுமில்லாததிலிருந்து அல்லது பிரத்தியேக மாகத் தனக்குள்ளிருந்து ஒன்றையும் உற்பத்தி செய்வதில்லை. இது சில குறிப்பிட்ட வெளிப்பொருட்களிலிருந்து வலையை உற்பத்தி செய்கிறது. குமாரிலரின் வேறு வார்த்தைகளில் குறிப்பிட்டால், 'சிலந்தியின் கூடும் எவ்விதப் பொருளாயத அடிப்படையும் இல்லாமல் உருவாக்கப்பட்டதாகக் கருதமுடியாது. சிலந்திக்கூடு, சிலந்தியின் உமிழ் நீரிலிருந்து உற்பத்தியாகிறது. சிலந்தி சாப்பிட்ட பூச்சியின் உடல்களிலிருந்து இந்த உமிழ்நீர் உற்பத்தி செய்யப்படுகிறது."

கடவுள் உலகைப் படைப்பதற்கு இட்டுச் சென்ற சாத்தியமான உந்துதல் குறித்த கேள்விக்கு குமாரிலர் அடுத்து வருகிறார். உயிரினங்கள் மீதான இரக்கம் அல்லது பரிதாபம்தான் கடவுள் இவ்வுலகைப் படைத்ததற்கான உந்துதலாகும் என இக்கேள்விக்கு ஆத்திகர்கள் வழக்கமாகப் பதிலளிக்கின்றனர். இத்தகைய பதில் பயனற்றது என குமாரிலர் வாதிடுகிறார். உயிரினங்களின் மீதான இரக்கத்தின் காரண மாகக் கடவுள் இவ்வுலகைப் படைத்தார் எனில் இதற்கு நாம் பின்வருமாறு பதிலளிப்போம்: 'இரக்கப்படுவதற்கு பொருள் எதுவும் இல்லாதநிலையில் (அதாவது உயிரினங்கள்) அவர் இரக்கப்படுதற்கு அவசியமே இல்லை. மேலும் அவர் தூய கருணையினால் படைக்க முற்பட்டிருப்பார் எனில், அவர் மகிழ்ச்சியான அம்சங்களை மட்டுமே படைத்திருக்க வேண்டும்.'

இந்த விவாதங்களுக்கு எதிராக ஆத்திகர்கள், அத்தியாவசியமான தீமை என்ற கொள்கையை ஒரு தற்காப்புக்காக முன்வைக்கின்றனர். தங்க நகைகள் செய்யப்படும்பொழுது, தங்கத்துடன் சிறிதளவு

கலவையைச் சேர்ப்பது போல, உலகைப் படைக்கும் பொழுது சிறிதளவு வலி அல்லது தீமை உருவாவதும் இன்றியமையாததாகும் என அவர்கள் குறிப்பிடுகின்றனர். ஆத்திகர்களின் இத்தகைய தற்காப்பு முழுமையாக அதிருப்தியளிக்கக்கூடியது என குமாரிலர் இதற்குப் பதிலளிக்கிறார். கடவுள் எல்லாம் வல்லவர் என ஆத்திகர்களே குறிப்பிடுகின்றனர். எனவே, அவரது செயலுக்கு ஒருவரும் எல்லை நிர்ணயிக்க முடியாது. மேலும் படைப்பின் பொழுது சிறிதளவு தீமையும் இருப்பது இன்றியமையாதது என்ற கண்ணோட்டத்துடன் அவரைக் கட்டுப்படுத்த முடியாது. அல்லது இது உண்மையிலேயே அவரைக் கட்டுப்படுத்துகிறது எனில் கடவுள் உண்மையில் எல்லாம் வல்லவர் என ஆத்திகர்கள் கூறுவதற்கு எவ்வித உரிமையும் கிடையாது. ‘சிறிதும் வலியின்றி உலகைப் படைப்பதோ அல்லது அவற்றைப் பராமரிப்பதோ சாத்தியமில்லை என வாதிக்கப்படுமாயின்’ அனைத்துமே படைப்பாளியின் சாதாரண விருப்பத்தைச் சார்ந்திருக்கையில் அவரால் முடியாதது என்ன? அவர் விதிகளையும், காரணிகளையும் சார்ந்திருக்கிறார் எனில், அது அவரிடமுள்ள சுதந்தரத்தைப் பறிப்பதாக ஆகிறது’ என்பதே நமது பதில் எனக் குமாரிலர் வாதிடுகிறார்.

இந்தப் படைப்புச் செயல் சில உறுதியான நோக்கங்களுடனோ அல்லது எவ்விதத் தெளிவான நோக்கமும் இன்றியோ இருந்திருக்க வேண்டும் எனக் குமாரிலர் தொடருகிறார். இதற்கு எவ்வித நோக்கமும் இல்லையெனில், இச்செயல்பாடு மிகவும் முட்டாள் தனமாகவும், மேலும் கடவுளின் திறமை எனப்படுவது வெறும் கதையாகவும் மட்டுமே இருக்க வேண்டும். மறுபுறம், இதற்கு சில விருப்பங்கள் இருப்பதைக் காட்டுவதாக உள்ளது. படைக்கப்படாமல் அது பூர்த்தி செய்யப்பட இயலாது. எனவே, இத்தகைய மாற்றில், கடவுள் மிகச் சரியானவர் என்ற தனது கூற்றை ஆத்திகர் விட்டுவிட வேண்டியுள்ளது. ‘முடிவுதான் என்ன?’ எனக் கேட்கும் குமாரிலர், அவர் சிலவற்றை விரும்புகிறார். உலகைப் படைக்காமல் அவற்றை அடைய முடியாது என அவர் கருதினாரா? எவ்வித முடிவும் இல்லாத செயலை ஒரு முட்டாள்கூட செய்யமாட்டான். அவர் அவ்வாறு செய்ய விரும்பினால் (அதாவது எவ்வித முடிவும் இல்லாத நோக்கில்) அவரது சிறந்த திறமை என்பது என்ன?’ எனக் குமாரிலர் வினவுகிறார்.

கடவுளால் உலகம் படைக்கப்பட்டது. கடவுளின் விளையாட்டு அல்லது நாடகம் (லீலை) என வேதாந்தியான பத்தராயனர் பதிலளிக்கிறார். அரசர்கள் வேட்டைக்குச் செல்வது எத்தகைய குறிப்பிட்ட தேவையையும் பூர்த்தி செய்து கொள்வதற்காக அல்ல. ஆனால், அது அவர்களுக்கு ஒரு பொழுதுபோக்கு, குழந்தைகள் விளையாட்டில்

மகிழ்ச்சியைக் காண்பது போலத்தான் இதுவும் உள்ளது. அதேபோல, கடவுள் உலகைப் படைத்ததும், சில குறிப்பிட்ட தேவைகளைப் பூர்த்தி செய்துகொள்வதற்காக அல்லாமல் அது ஒரு விளையாட்டு அல்லது ஒரு பொழுதுபோக்கு என்பதாகக் கருதப்படுகிறது. இது ஆத்திகர் களை முரண்பாட்டுக்கு இட்டுச் செல்கிறது எனக் குமாரிலர் வாதிடுகிறார். ‘இச்செயல் படைப்பாளியின் சாதாரண பொழுது போக்கு விருப்பத்துக்காக எனில் அவர் முற்ற முழுதானவர் என்பதற்கு எதிராக இது உள்ளது. மேலும் (எத்தகைய பொழுதுபோக்குக்கும் பதிலாக) படைப்பதற்கு அந்தப் பெரும் செயல் அவருக்கு ஏராளமான சிக்கல்களை உண்டாக்குவதற்கான அடிப்படையாகிவிடும். மேலும் இந்த உலகத்தை அழிப்பதற்கான அவரது விருப்பம் (பிரளயத்தின் மூலம் அல்லது பிரபஞ்ச மாறுதலின் மூலம்) என்ற ஆத்திகர்களின் அனுமானத்தை விளக்குவது கடினமாகிவிடும்.’

ஆத்திகரின் நிலைப்பாட்டில் ஏராளமான உள் முரண்பாடுகள் உள்ளன. இருப்பினும் இத்தகைய முரண்பாடுகளுக்கு அப்பால் கடவுள் உலகைப் படைத்தவர் என்ற ஆத்திகரின் முக்கியமான அனுமானம் எத்தகைய சாத்தியமான சான்றுகளுக்கும் அப்பாற் பட்டது எனக் குமாரிலர் கருதுகிறார். அவர் ஆத்திகர்களின் நிலையை எள்ளி நகையாடுகிறார்.

‘படைப்பாளி என்கிற கடவுளை ஒருபோதும் ஒருவராலும் அறிந்திருக்க இயலாது. அவர் அறியப்படுகிற வடிவில் இருந்தாலும் ஒரு படைப்பாளியாக ஒருபோதும் அவரை அறியமுடியாது. ஏனெனில், அச்சமயத்தில் (அதாவது, படைக்கப்படும் பொழுது) எந்த உயிரினம் தோன்றியிருந்ததோ அவற்றால் இதனைப் புரிந்துகொள்ள முடியாது. படைக்கப்படுவதற்கு முன்பு உலகத்தின் தன்மையையோ, கடவுள் தான் படைப்பாளி என்ற உண்மையையோ அவற்றால் அறிந்திருக்க முடியாது. தமது சொந்த அபிப்பிராயத்திலிருந்து அவர்கள் ஒரு கருத்துக்கு வருவது, பொதுவாக வேதநூல் சான்றுகளைப் பயன் படுத்திக் கடவுள் படைப்பாளி என்ற கருத்துக்கு வருவது எதுவும் நம்பத் தகுந்தவை அல்ல.

ஆத்திகர்களைப் பொருத்தவரை - குறிப்பாக, வேதாந்தங்களை அல்லது உபநிடதங்களைப் பின்பற்றுவோர் - கடவுள் இருப்பதற்கும், அவரால் இவ்வுலகம் படைக்கப்பட்டதற்கும் முக்கியச் சான்றாக வேதநூல் பிரகடனங்களைக் குறிப்பிடுகின்றனர். இப்பிரபஞ்சத்தைப் படைத்தவர் கடவுள் என வேதங்களில் குறிப்பிடப்பட்டுள்ளது. பௌத்த, சமணத் தத்துவஞானிகளுக்கு இச்சான்றுகளை முழுமை யாகப் புறக்கணிப்பது சாத்தியமானது. ஆனால், குமாரிலரால்

அவ்வாறு செய்ய இயலாது. ஏனெனில், மீமாம்சகர்களுக்கு வேதங்கள் முழுமையாக செல்லத்தக்கது. கடவுளின் படைப்புக்கு ஆதரவாக அல்லது ஆத்திகத்துக்கு ஆதரவாக வேதம் இருக்கும் நிலையில் அவர்கள் எவ்வாறு நாத்திகத்தைப் பின்பற்றுவர்?

இக்கேள்வி ஆர்வமூட்டக்கூடியதாகும். இது வேத நூல் விளக்கக் கோட்பாடுகளை மாற்றிக் காண்பதில் மீமாம்சகர்களுக்குள்ள திறனைக்கான நம்மை இட்டுச் செல்கிறது. சுருக்கமாக, வேதத்தின் வெளிப்படையான அர்த்தம், அதன் உண்மையான அர்த்தமாக இருக்க முடியாது என அவர்கள் வாதிடுகின்றனர். வேதத்தின் உண்மையான அர்த்தம் ஒரு வகையில் அல்லது வேறு வகையில் வேத வழிபாட்டு முறையுடன் தொடர்புடையதாக உள்ளது. அவ்வாறு தெளிவின்றி இருப்பது ஓரளவுக்கு அல்லது மறைமுகமாக சில வழிபாட்டு முறைகளைப் போற்றுவது போன்று உள்ளன. அதாவது இது வழிபாட்டுக்கான கருவைக் கொண்டுள்ளது. மீமாம்சையில் இது அர்த்தவாதம் என்றழைக்கப்படுகிறது. மறைமுகமாகப் புகழ்வதாகக் கூறும் சடங்கு வழிபாட்டு முறையுடன் எவ்விதத் தொடர்பும் இல்லாத வேதத்தை விளக்குவதை இவை பொதுவாகக் குறிப்பிடுகின்றன.

வேதத்தை இவ்வாறு மாறுபட்ட வழியில் விளக்குவதில் மீமாம்சகர்கள் உண்மையில் எந்த அளவுக்கு வெற்றி பெற்றுள்ளனர்? மாறாக, அவர்கள் வேத நூல் சான்றுகளின் அடிப்படையில்கூட கடவுளை ஏற்க மறுக்கிறார்கள் என்பதே தற்போதுள்ள நிலையாகும். கடவுளையும், அவர் இவ்வுலகைப் படைத்தார் என்பதையும் தெளிவாகக் குறிப்பிடக்கூடிய வேதங்கள், அவற்றைத் தவறாகப் புரிந்துகொண்டால்தான் ஆத்திகர்களின் நிலையை ஒப்புக்கொள்வதாக இருக்கும். இவை சடங்கிலுள்ள வழிபாட்டு முறையை மறைமுகமாகப் புகழ்கின்றன என்பதே உண்மையான அனுமானமாகும். அவற்றைச் சரியாகப் புரிந்து கொண்டால் இந்த அனுமானம் தெளிவாக விளங்கும்.

எனவே, கடவுளையும், அவர் இவ்வுலகைப் படைத்தார் என்பதையும் குறிப்பிடும் வேதங்களை, கடவுள் இருப்பதற்கான உண்மையான சான்றாக எடுத்துக்கொள்ள முடியாது எனக் குமாரிலர் வாதிடுகிறார்.

குறிப்பிட்ட துதிபாடுவதற்காக (ஸ்துதி வாக்கியம்: வழி பாட்டைப் போற்றுவது) சாதாரணப் பொதுமக்களிடையே (படைப்பு, பிரஜாபதியிடமிருந்து நிகழ்வதாக வேதத்தில் குறிப்பிடப்பட்டிருப்பது) பொதுவாக இருக்கக்கூடிய கருத்து தவறான ஒன்றாகும். ஏனெனில் வேதப் பாடலின் முன்னும் பின்னும் வரக்கூடியவற்றை ஒருங்கிணைத்துச்

சரியாகப் புரிந்துகொள்ளாததால் இத்தகைய தவறான வியாக்கி யானங்கள் எழுகின்றன.

அதேபோல, மகாபாரதத்திலும், புராணங்களிலும் உள்ள சில பக்கங்கள் கடவுளைப் பற்றியும், அவரது படைப்பு குறித்தும் மேலோட்டமாக அல்லது தவறாகப் புரிந்துகொள்ளப்பட்டு விடுகின்றன எனக் குமாரிலர் வாதிடுகிறார். வேதாந்த ஆத்திகர்கள் கடவுள் இருப்பதற்கான வலுவான சான்றுகளாக வேதநூல் பிரகடனங்களைத் தங்களுக்குச் சாதகமாகக் குறிப்பிடுகின்றனர். வேதாந்தம் ஒரு தத்துவம் என்ற வகையில் இறுதி எதார்த்தம் குறித்த அம்சத்தில் தனிப்பட்ட காரணங்களின் அடிப்படையில் ஒரு சரியான முடிவுக்கு வருவதற்கு சிறிதளவே நம்பிக்கையைக் கொண்டுள்ளது. ஏனெனில், வேதங்களின் - குறிப்பாக உபநிடதங்கள் - உண்மையான அனுமானங்களை முறைப்படுத்துவது மட்டுமே இந்தத் தத்துவத்தின் நோக்கமாகும். வேதாந்திகள் குறிப்பிட்ட கடவுளுக்கான வலுவான சான்றுகளை வேதங்களில் கடவுள் குறித்து அவ்வாறு எதுவும் குறிப்பிடப்பட வில்லை எனக் கூறி குமாரிலர் முழுமையாக நிராகரித்தார். மீமாம்சை அணுகுமுறையிலிருந்து முழு உபநிடதமும் அர்த்தவாதம் எனக் கருதப்படுகிறது. அதாவது, எளிமையாக உள்ளதை உள்ளபடியே புரிந்துகொள்வதற்கு மாறாக, ஒரு வகையில் யக்ஞத்தைப் புகழும் வகையில் புரிந்துகொள்வது.

பத்ராயனரால் அவரது பிரம்ம சூத்திரம் என்ற நூலில் முன் வைக்கப்பட்ட கடவுள் கொள்கையை நிராகரித்த குமாரிலர், பிற்கால நியாய - வைசேசிகர்கள் முன்வைத்த கடவுள் பார்வையையும் விமர்சனபூர்வமாக நிராகரிக்கும் செயலில் ஈடுபட்டார். பிற்காலத்தில் வளர்க்கப்பட்ட நியாய - வைசேசிகத்திலுள்ள உள் முரண்பாடுகளைச் சுட்டிக்காட்டி அவர் விவாதித்தார்.

உதாரணமாக, நியாய - வைசேசிகக் கருதுகோளான பிரளயம் அல்லது பிரபஞ்சப் பேரழிவு என்பதற்கு எவ்வித அர்த்தமும் இல்லையென அவர் வாதிடுகிறார். மேலும், உலகிற்கான மூலகாரணம் கடவுளே என நியாய - வைசேசிகர்கள் குறிப்பிட்டதால், படைப்புக்குத் தேவையான பொருட்கள் ஏதுமின்றி கடவுள் உலகைப் படைத்தார் என்ற நிலையினால் ஏற்படுகின்ற சிக்கல்களே இவர்களுக்கு இல்லை. இருப்பினும், கடவுள் உலகைப் படைப்பதற்கு இட்டுச் சென்ற சாத்தியமான நோக்கத்தைக் குறிப்பிடவேண்டிய சிரமத்திலிருந்து அவர்களால் விடுபட இயலவில்லை. நியாய - வைசேசிகத்தில் இத்தகைய முறையியல் முரண்பாடுகள் உள்ளதாக குமாரிலர் குறிப்பிடு கிறார். எனவே நியாய வைசேசிகம் பற்றிய குமாரிலரின் விமர்சனத்தைச்

சுருக்கமாக இங்கு நாம் மேற்கோள் காட்டலாம். பிரளயத்தின் பொழுது மேலான கடவுளின் ஆன்ம பலம் முழுவதும் ஒருவகையில் நின்று பிறகு அவை அனைத்தையும் புதிய படைப்பின் மூலம் எழுச்சி பெறச் செய்யப்படுகிறது என்ற வைசேசிகர்களின் படைப்பு குறித்த பார்வைக்கு மாறாக எடுக்கப்படும் நிலை சரியானதே. இதற்கு எதிராக மனிதர்களின் கடந்த கால வினையினால் விளைந்த செயல்பாட்டை ஒருபோதும் நிறுத்தவியலாது எனக் கூறப்படுகிறது. மனிதர்களின் வினைகள் மற்றும் கடவுளின் விருப்பத்தின் பேரிலான தலையீடு ஆகிய இரண்டையும் குறிப்பிடுவது அவசியமில்லாமல் நிலைமையைச் சிக்கலாக்கக்கூடிய அபத்தமான செயலாகும். மேலும், இந்த விருப்பம் தொடர்ந்து எழவேண்டிய அவசியம் என்ன என்பதை விளக்குவது கடினம். உடலமைப்பு எதுவுமின்றி படைப்பாளரால் எவ்வகையிலும் செயல்பட இயலும் என நினைப்பது அறிவார்த்தமானதாக இல்லை.

இத்தகைய இறையியல் முரண்பாடுகளை விளக்கிய பிறகு குமாரிலர், கடவுள் அனுமானம் குறித்த நியாய - வைசேசிகர்களின் கருத்தை விமர்சனரீதியாக ஆய்வுக்கு எடுத்துக்கொள்கிறார். அவர்களது கருத்தின்படி எந்தவொரு பாகத்தை உற்பத்தி செய்வதற்கும் ஒரு திறமையான உற்பத்தியாளர் கட்டாய முன்தேவையாக இருப்பதைப் போல, உலகிலுள்ள ஒவ்வொன்றும் சிறு அணுக்களால் உருவாக்கப் பட்டவை எனில், இயற்கையிலுள்ள ஒட்டுமொத்த பொருட்களும், அவசியம் ஓர் உயர்ந்த படைப்பாளியால் உருவாக்கப்பட்டதாக இருக்க வேண்டும். அவரே கடவுள். இதற்கு மாறாக உடலுற்பத்தி போன்ற வற்றுக்கு ஒரு காரணகர்த்தாவின் மேற்பார்வை அல்லது கட்டுப்பாடு கட்டாய முன் தேவை. ஏனெனில், இவை வீட்டைப் போல பல்வேறு பாகங்களால் உற்பத்தி செய்யப்படுபவை என்பதற்கான பதிலில் துவங்கி, இதிலுள்ள பல்வேறு குறைபாடுகளைக் குமாரிலர் சுட்டிக் காட்டுகிறார்.

முதலாவதாக, ஒரு காரணகர்த்தாவின் மேற்பார்வை அல்லது கட்டுப்பாடு என்பதற்கு சரியான அர்த்தம் என்ன? இதனை மிகவும் பொதுவான அர்த்தத்தில் புரிந்துகொள்ள இயலுமா?

இந்தக் காரணகர்த்தாவின் இயல்பைக் குறிப்பிடாமல் ஒரு வடிவத்தில் அல்லது மற்றொரு வடிவத்திலுள்ள காரணகர்த்தாவின் மேற்பார்வை அல்லது கட்டுப்பாடு என்பதற்கு அர்த்தம் எதுவும் இல்லை. இது, உடல்கள் போன்றவற்றின் உற்பத்தியானது, காரண கர்த்தாவின் செயலுக்கு முன்தேவையாக உள்ளது என்பதை நிரூபிப் பதற்கான நியாய - வைசேசிகர்களின் அனுமானம் மட்டுமே. இவ்வாறு அர்த்தப்படுத்தினால் இந்த விவாதம் தேவையற்றது அல்லது சித்த -

சாதனை என்ற ஏமாற்றத்தை ஏற்படுத்திவிடும். இதற்கு அர்த்தம், விவாதத்தில் ஈடுபட்டுள்ள இருதரப்பும் ஏற்கெனவே ஒப்புக்கொண்டு உள்ளதை நிரூபிக்கும் முயற்சி அல்லது மேலும் பொதுவான வார்த்தைகளில் குறிப்பிட்டால், எதிர்த் தரப்பினரின் ஒப்புதலுடனேயே ஏற்கெனவே நன்கு நிரூபிக்கப் பட்டுள்ளது என்பதை நிறுவ முயல்வது ஆகும். இதனை மீண்டும் நிரூபிக்க முயல்வது பயனற்றதாகும். காரண கர்த்தாவாக உள்ள உயிரினங்களின் செயல்பாட்டினாலேயே உயிருள்ள உடல்கள் உற்பத்தி செய்யப்படுகின்றன என்ற கண்ணோட்டத்தை குமாரிலர் போன்ற வலுவான நாத்திகர்கூட மறுப்பதற்கு எதுவுமில்லை. அல்லது பிரபாகரர் வேறு வார்த்தைகளில் வாதிட்டவாறு, உயிருள்ள உடலானது அதற்குக் காரணமான பெற்றோரின் செயல்பாட்டினால் உற்பத்தி செய்யப்படுகிறது. பிறகு, இதனை மீண்டும் நிரூபிப்பதற்கான யூகத்தை முன்வைப்பதால் பயன் என்ன? எனவே, இப்பரந்த அர்த்தத்தில் நியாய - வைசேசிகர்கள் மேற்பார்வை அல்லது கட்டுப்பாட்டைக் கொண்டுவரும் காரணியாக இது இருக்கவியலாது. உயிருள்ள உடல்களின் உற்பத்தியானது உயிரினங்களின் பகுதியாக உள்ள விருப்பத்தினால் ஏற்படுகிறது என்பது உயிரினங்களின் செயல்பாடு களினால் ஒப்புக்கொள்ளப்பட்டுள்ளது. காரணகர்த்தாவின் விருப்பத்தி லிருந்து உடனடியாக, உடல்களின் உற்பத்தி ஏற்படுகிறது என நிரூபிக்க முயலும் நியாய - வைசேசிகர்களின் அனுமானம் எத்தகையதாக இருப்பினும் ஏற்புடையதன்று. எந்தவோர் உற்பத்தியும் காரண கர்த்தாவின் விருப்பத்தைத் தொடர்ந்து உடனடியாக ஏற்பட்டு விடுவதில்லை. உதாரணமாக, ஒரு பானையானது குயவனின் விருப்பத்தைத் தொடர்ந்து உடனடியாக உற்பத்தி செய்யப்படுவதில்லை. கடவுள் உற்பத்தி செய்ய விரும்பியவுடன் உடனடியாக உடல்கள் போன்றவை உற்பத்தி செய்யப்பட்டுவிட முடியாது.

நிறைவாக: தினசரி வாழ்வில் பொதுவாகப் பின்பற்றப்படுகிற அர்த்தத்தில் கட்டுப்பாட்டை நிரூபிப்பதற்கான அவர்களது அனுமானத்தின் உதவியுடன் கட்டுப்பாடானது நியாய - வைசேசிகர் களால் நிரூபிக்கப்படுகிறது. அதாவது, உயிரினங்கள் தமக்குள்ளேயே கட்டுப்படுத்திக் கொள்கின்றன. தெய்வீக விருப்பத்தைத் தொடர்ந்து உடனடியாக படைப்பு நிகழ்ந்துவிடுகிறது என்ற அனுமானம் தெளிவாக விதிக்குப் புறம்பானது.

இரண்டாவதாக, நியாய - வைசேசிகர்கள் காரணகர்த்தாவுக்கு உடலமைப்பு உள்ளதா? இல்லையா? என்பதைக் குறிப்பிட்டாக வேண்டும் எனக் குமாரிலர் வாதிடுகிறார். இவையிரண்டு மாற்று களுமே தர்க்கரீதியாக உறுதிப்படுத்தப்படக்கூடியவையல்ல. மூன்றாவது மாற்றும் முன்வைக்கப்படவில்லை.

குமாரிலரைத் தொடர்ந்து காரணகர்த்தாவின் வாய்ப்புகள் அல்லது கடவுள் உடலைக் கொண்டிருப்பதை முதலில் எடுத்துக் கொள்வோம். அனுமானத்தின் அடிப்படையில், கடவுளின் இந்த உடல் மற்றொரு காரணகர்த்தாவினால் உற்பத்தி செய்யப்பட்டதாக எடுத்துக்கொள்ள வேண்டியுள்ளது. கடவுளின் உடல் அவசியம் ஒரு வகையான காரண கர்த்தாவினால் உற்பத்தி செய்யப்பட்டிருக்க வேண்டும். ஏனெனில், நமது உடல்களைப் போல இதுவும் ஓர் உடலாகும். நியாய - வைசேசிகர்களின் அனுமானத்தின்படி, நமது சொந்த உடல்கள் சில காரணிகளால் உற்பத்தி செய்யப்படுகின்றன. ஏனெனில், இவை பாகங்களால் ஆனவை. அதேபோல, கடவுளின் உடல் எனப்படுவதும் ஒரு காரணியினால் உருவாக்கப்பட்டதாக எடுத்துக்கொள்ள வேண்டியுள்ளது. ஏனெனில், எந்தவோர் உடலும் பாகங்களால் ஆனதாகத்தான் இருக்க வேண்டும்.

நியாய - வைசேசிகர்கள் இதனை மறுக்க முற்பட்டால், கடவுளின் இருப்பு குறித்த அவர்களது அடிப்படையான அனுமானம் 'முறையற்றதாகி' விடும். அதேபோல, ஒரு காரணகர்த்தாவினால் உற்பத்தி செய்யப் படாமல் இருப்பினும் அது பாகங்களால் ஆனது என்பதை அவர்கள் ஒப்புக்கொள்ள வேண்டும்.

அவர்களது சொந்த நிலையைப் பாதுகாத்துக் கொள்ள நியாய - வைசேசிகர்கள், காரணகர்த்தாவாக, கடவுளாக இருப்பதால் தெய்வீக உடல் சந்தேகத்துக்கிடமின்றி ஒரு காரண கர்த்தாவினால் உற்பத்தி செய்யப்பட்டது எனவும் வாதிடக்கூடும்.

இவ்வாறு கூறுவதன்மூலம், கடவுள் தனது சொந்த உடலை உற்பத்தி செய்து கொள்வதற்கு முன்பு, உடலமைப்பு எதுவும் இல்லாம லிருந்தார் என்பது உறுதியாகிறது. ஓர் உடலமைப்பு இல்லாமலேயே சிலவற்றை உற்பத்தி செய்வது என்பதாகக் கடவுளைக் காணும் அபத்தத்துக்கு இது நம்மை இட்டுச் செல்கிறது. உடலில்லாத கடவுள் என்ற நியாய - வைசேசிகர்களின் கண்ணோட்டத்தின்படி இது ஒரு தூய ஆவியாகும். மேலும் இது நியாய - வைசேசிகர்கள் தமக்குள்ளேயே கொண்டிருந்த விடுதலை பெற்ற ஆன்மாவை ஒத்ததாகும். சுருக்கமாகக் குறிப்பிட்டால், உடலமைப்பு இல்லாத கடவுளால் எதையும் படைக்கவோ அல்லது உற்பத்தி செய்யவோ இயலாது. ஆகவே, கடவுள் தனது உடலைத் தானே படைத்துக் கொண்டார் என்ற கேள்விக்கே இடமில்லை.

அவர்களது கடவுள் உடலமைப்பைக் கொண்டிருந்தாரா அல்லது உடலமைப்பு இல்லாத தூய்மையான ஆன்மாவாக இருந்தாரா என்பதில் நியாய - வைசேசிகர்களிடையே தடுமாற்றங்கள் இருந்தன.

முதலாவது அம்சத்தில், அவர் கொண்டிருந்த உடலமைப்பு குறித்து எத்தகைய சாத்தியமான விளக்கமும் இல்லை. அதேபோல பிந்திய அம்சத்தில், கடவுளை - விடுதலை செய்யப்பட்ட ஆவியைப் போல - எல்லாவற்றுக்கும் காரணகர்த்தாவாகக்கொள்ள முடியாது.

அடுத்து, குமாரிலர் நியாய - வைசேசிகரின் கடவுள் குறித்த அனுமானத்தின் பொருத்தமற்றத் தன்மையை - தர்க்கரீதியான பார்வையில் மேலும் கூடுதல் தீவிரத்துடன் - விளக்குகிறார். அவர்களது அனுமானம் பெரிதும் சார்ந்துள்ள உறுதியான உதாரணத்தில் அவர்கள் தீவிரமாக இருக்கிறார்கள் எனில், அவர்களது அனுமானத்தின் மூலமாக நிறுவ முயன்ற கொள்கையின் அடிப்படையை நியாய - வைசேசிகர்கள் விட்டுவிட வேண்டும்.

நியாய - வைசேசிகர்களின் கடவுள் குறித்த அனுமானத்தில் உறுதிப்படுத்தும் உதாரணம் எது? இது நெசவாளரால் ஆடை உற்பத்தி செய்யப்படுவதைப் போன்றது அல்லது மேஸ்திரியினால் வீடு கட்டப் படுவதைப் போன்றது அல்லது அடிக்கடி பெரிதும் குறிப்பிடப் பட்டதைப் போல, பானை குயவனால் உற்பத்தி செய்யப்படுவதைப் போன்றது. நமது தற்போதைய நோக்கத்துக்காக இவற்றில் இறுதி யாகக் குறிப்பிடப்பட்டுள்ளதோடு நம்மை நிறுத்திக் கொள்வோம். பானை, பாகங்களால் ஆனது. அது குயவன் என்ற காரணகர்த்தா வினால் உற்பத்தி செய்யப்படுவதாகக் கருதப்படுகிறது. இத்தகைய சான்று அடிப்படையில் உலகிலுள்ள எல்லாப் பொருட்களும் ஒரு காரணத்தினால் விளைந்தவையாக இருக்கவேண்டும். இறுதியான பகுப்பாய்வில், அது கடவுளைத் தவிர வேறெதுவும் அல்ல.

ஆனால், பானை உண்மையில் குயவனால் செய்யப்பட்டதா? ஆடை உண்மையில் நெசவாளியால் நெய்யப்பட்டதா? வீடு மேஸ்திரியால் கட்டப்பட்டதா? என்ற சாதாரணக் கேள்வி எழுகிறது. இக்கேள்விக்கு 'ஆம்' என்ற பதிலைத் தவிர நியாய - வைசேசிகர்களுக்கு வேறு மாற்று இல்லை. இல்லை என்ற பதிலைத் தந்தால் அவர்கள் தமது அனுமான மாக உள்ள உறுதியான உதாரணத்தை விட்டுவிட வேண்டியிருக்கும். அதே சமயம் இந்தியத் தர்க்கத்தில் உறுதியான உதாரணம் இல்லாத அனுமானம் என்பது சிறிதும் பயனற்றது.

உண்மையில் பானை குயவனால் செய்யப்பட்டது என்பதை ஒப்புக்கொண்டால், கடவுளைப் படைப்பாளியாகக் கருதமுடியாது. ஆடை, வீடு போன்றவற்றிலும் இதே போன்று அவை நெசவாளி, மேஸ்திரி ஆகியோரால் உருவாக்கப்பட்டுள்ளன. அவை கடவுளால் உற்பத்தி செய்யப்பட்டவையென எடுத்துக்கொள்ள முடியாது. பானை

குயவனாலும், ஆடை நெசவாளியினாலும் வீடு மேஸ்திரியினாலும் உற்பத்தி செய்யப்பட்டவை, கடவுளால் அல்ல என்பதை நியாய - வைசேசிகர்கள் ஒப்புக்கொள்ள வேண்டியுள்ளது. இதனை ஒப்புக் கொண்டால் நியாய - வைசேசிகர்களின் கடவுள் குறித்த அனுமானம் முழுமையான கேள்விக்குள்ளாகி அடிப்படைக் கொள்கையான அனுமானத்தைக் கைவிட்டுவிட வேண்டியிருக்கும். உலகிலுள்ள அனைத்தும் கடவுளால் உற்பத்தி செய்யப்பட்டவை என்பதே அந்த அனுமானம். பானை, ஆடை, வீடு போன்றவை உலகிலுள்ள பொருட் களாகும். கடவுள் இல்லாமல் இவற்றை உருவாக்குவதற்குக் காரண மாக வேறொருவர் இருக்கிறார். எனில், உலகிலுள்ள பொருட்கள் அனைத்தும் கடவுளால் உற்பத்தி செய்யப்பட்டன அல்லது படைக்கப் பட்டன என்ற அவர்களது முக்கியக் கொள்கையை நியாய - வைசேசிகர்களால் எவ்வாறு தொடர்ந்து முன்வைக்க இயலும்? இங்கே அனுமானம் என்ற அடிப்படைக் கொள்கையையே நிராகரிக்க வேண்டியுள்ளது.

கடவுள் அனுமானம் குறித்த உறுதியான உதாரணத்தைக் கை விட்டுவிட நியாய - வைசேசிகர்கள் முன்வருவார்களா? உறுதியான உதாரணம் இல்லாமல் அனுமானம் இருப்பதே சாத்தியமில்லை என்பதால் இது சாத்தியமில்லை.

பானை குயவனால் உற்பத்தி செய்யப்பட்டது என்பது உறுதியான உதாரணமாகும். இங்குக் குயவன் காரணமானவர் என்பதில் எவ்வித சந்தேகமும் இல்லை. அவரது வழிகாட்டுதல் அல்லது மேற்பார்வையில் தான் பானை எனப்படுகிற பொருள் உற்பத்தி செய்யப்படுகிறது. அத்தகைய காரணகர்த்தாவின் சிறப்பான பண்புகள் யாவை? முதலா வதாக, இது ஒரு வகையில் சாதாரணமானது தான், தெய்வீகமானதல்ல. இரண்டாவதாக, அடிப்படையில் இது அழிந்து போய்விடக்கூடியது, ஆதியந்தமில்லாதது அல்ல. எனவே, உறுதியான உதாரணத்தின் வலிமையின் அடிப்படையில் உலகிலுள்ள அனைத்துப் பொருட்களும் காரணகர்த்தாவை நிரூபிக்க நியாய - வைசேசிகர்கள் முன்வருகின்றனர் எனில் உறுதியான உதாரணத்தில் குறிப்பிடப்பட்டுள்ள காரணத்தின் சிறப்புப் பண்புகளை, உலகம் பற்றிய அனுமானத்திலுள்ள காரணத்தின் பண்புகளாக அவசியம் ஒப்புக்கொண்டாக வேண்டும். வேறு வார்த்தைகளில் குறிப்பிட்டால், உறுதியான உதாரணம் செல்லு படியாகக் கூடியது என எடுத்துக்கொண்டால் உலகத்துக்குக் காரண மான ஒரே காரணகர்த்தா என்ற நியாய - வைசேகிகர்களின் அனுமானம் அடிப்படையில் இகலோகத்துக்குரியதும், அழிந்து போகக் கூடியதும் ஆகும். தெய்வீகமான, ஆதியந்தமில்லாத ஒன்றே உலக படைப்புக்குக்

காரணம் என்ற நியாய - வைசேசிகர்களின் அடிப்படைக் கொள்கைக்கு முற்றிலும் முரண்பாடானதாக உள்ளது.

உறுதியான உதாரணத்தின் தனித்த சிறப்பியல்புகளாக மட்டுமல்லாமல், அவர்கள் உண்மையில் நிரூபிக்க முயன்ற அனுமானம் பொதுவான காரணமாக அல்லது காரணமே இல்லாததாக இருந்தது என்ற விவாதத்தின் மூலம் நியாய - வைசேசிகள் அவர்களது சொந்த நிலையைப் பாதுகாப்பதற்கான வாய்ப்பு இருப்பதாகக் குமாரிலர் கருதவில்லை. ஆனால், இத்தகைய கடவுள் அனுமானம் குறித்த பிரச்சினைக்குக் குமாரிலர் எளிதில் எவ்வாறு பதிலளிப்பார் எனக் கருதுவது நமக்கு சிரமமானதாகத் தோன்றவில்லை. கடவுள் உறுதி பூண்டதைத் தொடர்ந்து படைப்பு உடனடியாக நிகழ்ந்தது எனக் குறிப்பிடுவதற்கு எதிராக, காரணமானவர் விரும்பியவுடன் உடனடியாக எந்தவொரு பொருளின் உற்பத்தியும் நடைபெற்றுவிடுவதற்கான உதாரணம் எதுவுமில்லை எனக் குமாரிலர் சாதாரணமாக வாதிடுகிறார். இதேபோல, எவ்வித சிறப்புப் பண்பும் இன்றி காரணமானவர் எதையும் உற்பத்தி செய்ததற்கான உதாரணம் எதுவும் இல்லையெனக் கூறி குமாரிலர், நியாய - வைசேசிகர்களின் தற்காப்பு நிலையை எளிதில் நிராகரித்தார். மாறாக, சிலவற்றை உற்பத்தி செய்யக் காரணமான எந்தவோர் உறுதியான உதாரணமும் இகவாழ்வு மற்றும் நிலையாமை போன்ற குறிப்பான பண்புகளுடன் கூடிய காரணகர்த்தாவாக உள்ள உதாரணம் தவிர்க்க முடியாததாகும். எனவே, விதிப்படியான அனுமானமாக உள்ள எந்தவொரு காரணகர்த்தாவும் இகவாழ்வும், நிலையாமையும் கொண்டதாகக் கருதப்பட வேண்டும்.

இத்தகைய சிரமங்களால் நியாய - வைசேசிகர்கள் குயவனின் உறுதியான உதாரணத்தைக் கைவிட்டுவிட்டார்களா? எனக் குமாரிலர் கேட்கிறார். அவ்வாறு செய்வது அவர்களது படைப்புக் கோட்பாட்டையும் கைவிடுவதாக அர்த்தமாகிவிடும். எனவே இது சாத்தியமில்லை. பிரக்ஞையற்ற அணுக்கள் எவ்வாறு தாமாகவே உலகைப் படைப்பதற்கு இட்டுச் செல்கின்றன? வேறு வார்த்தைகளில் குறிப்பிட்டால், பிரக்ஞையற்ற அணுக்களிலிருந்து வரும் படைப்புக் கோட்பாட்டைப் பாதுகாக்கக் களிமண் போன்ற பிரக்ஞையற்ற பொருட்களைக் கொண்டு காரணகர்த்தாவான குயவனால் பானை உற்பத்தி செய்யப்பட்டது என்ற உதாரணத்தைச் சார்ந்திருப்பதைத் தவிர நியாய - வைசேசிகர்களுக்கு வேறு மாற்று இல்லை.

எனது முந்திய உரையில் ஜைமினியும், சபரரும் குறிப்பிடத்தக்க எதார்த்தமாக உள்ள வேதக் கடவுள்களை நிராகரிக்க முன்வந்ததையும், அவை ஞானிகளின் கூற்றுகளுக்கு மேலாக வேறொன்றும் இல்லை

என்பதையும் மிகவும் விரிவாகக் குறிப்பிட்டதை நான் மேற்கோள் காட்டியிருந்தேன். பிற்கால மீமாம்சகர்கள் கடவுளுக்கு எதிராகக் கூறிய கருத்துகளுடன் சேர்ந்து இவை வேதகுருமார்களிடையே நிலவிய மத உணர்வுகள் குறித்து நமக்கு சில அபிப்பிராயங்களை ஏற்படுத்து கின்றன.

இறுதிக் குறிப்பு

மீமாம்சைத் தத்துவத்தில் தெளிவாகக் குறிப்பிடப்பட்டுள்ள மதகுருமார் சித்தாந்தம் பற்றிய இந்தப் பொதுவான கருத்து எவ்வித உண்மையான மத உணர்வுகளுக்கும் இடமளிக்காதது ஏன் என்பதைப் புரிந்துகொள்வது சிரமமில்லை. வேள்விகளுக்கு நிதியுதவி அளிக்கும் பணக்காரர்களைக் கவருவது ஒன்றே வேத குருமார்களின் நோக்கமாக இருந்தது. இதன் மூலம் வேதகுருமார்களால் தங்களின் வாழ்வுக்கு ஒரே ஆதாரமாக உள்ள கொழுத்த கட்டணத்தை-தட்சணைகளைப் பெற முடிந்தது. இதற்காக எல்லாவிதமான அபத்தமான வாக்குறுதி களையும் அளித்து அவர்கள் நிதியுதவி செய்பவர்களைக் கவர்ந்த தானது, சடங்குகள் நிகழ்த்தப்படும் வழிமுறைகளில் குறிப்பிடப் பட்டிருப்பவைதான் என மதகுருமார்கள் வாதிடுகின்றனர். உயர்ந்த மட்டத்திலும், எல்லாவகையான அற்பத்தனங்களையும் கொண்டிருப் பினும் சடங்குகளின் சாரமாக உள்ள இத்தகைய அணுகுமுறை புராதன கால தொல்குடி மாயவித்தையே அன்றி வேறொன்றும் அல்ல. இவ்வாறு எத்தனை நிதியாளர்கள் உண்மையில் கவரப்பட்டனர் என்ற விவரம் நம்மிடம் இல்லை. அந்த எண்ணிக்கை பெருமளவில் இருக்கும் என்பதை புராண, இதிகாசங்களின் மூலம் நம்மால் உணரமுடிகிறது. உபநிடதக் கதைகளிலும் - ஜனக மன்னன் போல - உபநிடத காலத்தில் இதுபோன்று ஏராளமாக இருந்ததாக நாம் நம்பவேண்டுமென விரும்புகின்றனர். இந்த நிதியாளர்களின் உண்மையான எண்ணிக்கை - கூடுதலோ அல்லது குறைவோ - போதுமான அளவில் இருந்ததாகத் தோன்றுகிறது. ஏனெனில், மதகுருமார் வர்க்கத்தின் தர்ம சாத்திரம் குறித்த முழு விவரத்தையும் நிராகரித்து விடுவது கடினமானது.

எவ்வாறாயினும், வேதகுருமார்கள் தங்களது சொந்தத் தொழிலான சடங்குகளில் கடவுள் அல்லது எத்தகைய வேத தெய்வங்களையும் தலையிட அனுமதிக்கவில்லை என்பது நமது தற்போதைய விவாதத்தில் முக்கியமாகும். வேள்வியால் ஏற்படும் பலனைப் பெறுவதில் கடவுள் அல்லது எந்தவொரு தெய்வத்துக்கும் எத்தகைய சம்பந்தமும் இல்லை. எனவே வேள்வி மட்டுமே முக்கியம் எனக் கூறி, வேள்விக்கு நிதியாளர் களை நிர்பந்தப்படுத்துவதிலேயே கவனமாக இருந்தனர். எனவே, முழுமையான மாயவித்தை நோக்கில் வேள்விச் சடங்குகளுக்காக

கடவுளையும், தெய்வங்களையும், அப்புறப்படுத்த வேண்டியிருந்தது. இதனைச் செய்யும் பொழுது அவர்கள் மிகவும் அடிப்படையான மதத்தின் செயல்பாடான, அதாவது மக்களுடைய துயரங்களுக்கு ஆறுதலளிக்கக்கூடிய செயலையும் சேர்த்து அப்புறப்படுத்த வேண்டியிருந்தது. துயரங்களை எதிர்கொள்வதற்காக மக்களுக்கு ஒரு கடவுளும், பல்வேறு சிறு தெய்வங்களும் தேவைப்பட்டன.

அவை அவர்களுக்கு பண்டைய ஹரப்பாப் பண்பாட்டுக் காலத்திலிருந்து மரபுவழியாகக் கொண்டிருந்த சிறு தெய்வங்கள் மற்றும் பல புதிய உள்ளூர் தெய்வங்கள் மூலமாகக் கிடைத்தன. இவ்வாறுதான் வேதம் என்ற வார்த்தை பரந்த வேத இலக்கியம் முழுவதிலும் இருந்து வந்தது. ஆனால், இவை, இன்று வறிய நிலையிலுள்ள மதகுருமார்களுக்கு வருமானத்தின் முக்கிய ஆதாரமாக உள்ளவை. ஸ்ராதம் (Sradha) போன்ற வீட்டுச் சடங்குகளே இவற்றில் பயன்படுத்தப் பட்டு வருகிற சில வாக்கியங்கள் அல்லது அரைகுறை வாக்கியங்களுக்கு அப்பால் வேறு எந்த முக்கியத்துவத்தையும் அவை பெறுவதில்லை. அதற்குமேல் வேதம் இந்தியாவின் உண்மையான மதத்துக்கு எந்தப் பங்களிப்பும் செய்துவிடவில்லை.

இது ஓர் எளிய உண்மையை வெளிப்படுத்துகிறது. வேத அணுகுமுறையிலான அர்த்தத்தில் இன்று மதம் என்று ஏதுமில்லை. 'வேத மதம்' என்பது வெறும் மாயைதான் என்ற உண்மை வெளிப்படுத்தப்பட்டுவிடுகிறது.

அடிக்குறிப்புகள்

1. *குமாரிலரின் ஆத்திகம். ஸ்லோகாவர்திகா - 49.*

7. பௌத்தம் - எதிர்மறையாகிப்போன புரட்சிகர சமூகவியல்

1. துவக்கக் குறிப்புகள்

புத்தர் கி.மு. 485-க்கு சில ஆண்டுகள் முன்போ அல்லது பின்போ தனது 80ஆவது வயதில் காலமானார். ஹரப்பாக் காலத்திற்குப் பிந்தைய காலத்தில் கிடைத்த எழுத்து வடிவிலான சான்றுகள் அசோகர் கல்வெட்டுகளிலிருந்து கிடைக்கப் பெற்றன. இவற்றின் மூலம் பொதுவாக உரையாடல் வடிவிலேயே, அவரது போதனைகள் அனைத்தும் வாய்மொழி போதனைகளாகவே இருந்தன எனக் கருதலாம். புத்தர் எழுத்துபூர்வமாக எதனையும் விட்டுச் செல்ல வில்லை என்பதை நம்மால் எளிதில் புரிந்துகொள்ள முடிகிறது. 'அசோகருடையது மகன் மகிந்தா, இலங்கையில் புத்த மதத்தை அறிமுகப்படுத்திய பொழுது தன்னுடன் புத்தமதத் தத்துவ நூல் களையும் கொண்டு சென்றான். இவை கி.மு. முதலாம் நூற்றாண்டில் சிங்கள மன்னன் வாட்டாகாமினியினால் எழுத்து வடிவத்துக்குக் கொண்டு வரப்படும் வரை வாய்மொழியாகவே கூறப்பட்டு வந்தன" என இலங்கையில் கூறப்பட்டு வந்தாலும் இவை எழுத்து வடிவத்துக்கு எவ்வாறு, எப்பொழுது வந்தன என்பது இன்னமும் கிட்டதட்ட விவாதத்துக்குரியதாகவே இருந்து வருகிறது.

அவை மூன்று பெரும் தொகுப்புகளாக உள்ளன. மேலும் அவை பாலி மொழியில் எழுதப்பட்டிருப்பதால் பாலி திரிபிடகங்கள் எனப் பொதுவாக அழைக்கப்படுகின்றன. புத்தரின் போதனைகளில் இது எந்த அளவுக்கு உண்மையாக இருக்கும் என்பது நமக்குத் தெரிய வாய்ப்பில்லை. புத்த மதத்தைப் பின்பற்றுவோர் மத்தியிலும், இதில் கல்வியியல் நோக்கம் மட்டுமே கொண்ட அறிஞர்களிடையிலும் உள்ள வேறுபாடுகள் இன்னமும் முடிவுக்கு வரவில்லை. பிற்கால இடைச் செருகல்களையும் இவற்றில் விடுபட்டுப் போன புத்தரின் போதனை களையும் ஒப்புக்கொண்ட போதிலும், இந்தப் பாலி திரிபிடகங்களின் நம்பகத்தன்மையை ஏற்பதைத் தவிர வேறு மாற்று நமக்குத் தோன்றவில்லை. இல்லையெனில் புத்தமதத்தின் அசல் கொள்கை ஒருவகையில் ஒன்றும் புரியாத அல்லது புரிந்துகொள்ள முடியாத ஒன்றாகவே இருக்கும்.

பாலி திரிபிடகங்களின் நம்பகத் தன்மையை ஒப்புக்கொண்ட பின்னரும் புத்தரின் உண்மையான சமூக அக்கறை குறித்து அறிஞர்களுக்கு மத்தியில் கூர்மையான முரண்பாடுகள் நிலவுகின்றன. 'கௌதமர் ஒரு வெற்றிகரமான அரசியல் சீர்திருத்தவாதி என்ற வகையில் அவர் வசதியானவர்களையும், முன்னுரிமை பெற்ற வர்க்கத்தினரையும் எதிர்த்து ஏழை மற்றும் ஒதுக்கப்பட்ட மக்களுக்காகப் போராடியதையும், மேலும் அவர் சாதியத்தை ஒழிக்கும் செயலில் ஈடுபட்டதையும் புத்தமதம் பற்றி எழுதும் சிலர் குறிப்பிடத் தயங்குவதில்லை. வேறு சில எழுத்தாளர்கள் புத்தரைக் கடுமையாக விமர்சிக்கின்றனர். ஏனெனில், அவருக்கு இணையான பல தலைவர்கள் அவர்களது தகுதிக்கேற்ப சிறந்த கல்வி பெற்று மரியாதையுடனும், வசதி வாய்ப்புகளுடனும் உள்ள நிலைமைகளிலிருந்து வந்தவர்களாவர். மேலும் அவர் சாதிய விதிகளின் தீவிரத்தை ஒழிப்பதற்குத் தன்னுடைய செல்வாக்கைப் பயன்படுத்தவில்லை என்றும், பரிதாபத்துக்குரியவர்களையும், எளிய மக்களையும் அவர் கண்டு கொள்ளவில்லை'[2] எனவும் கூறி கடுமையாக விமர்ச்சிக்கின்றனர் என ரைஸ் டேவிட் குறிப்பிடுகிறார்.

ஓர் அம்சத்தை முக்கியமாக வலியுறுத்தவே நாம் இந்த மேற்கோளைக் குறிப்பிட்டுள்ளோம். அசல் புத்தமதம் நமது அர்த்தத்திலான மதவடிவில் இருந்ததா; தத்துவத்திலும், இயக்க மறுப்பியலிலும் புத்தருக்கு ஏதாவது உண்மையான ஆர்வம் இருந்ததா என்பது பற்றி முரண்பாடுகள் உள்ளன. பாலி திரிபிடகங்களின் குறிப்பி த்தக்க நம்பகத் தன்மையை ஒப்புக்கொண்டால் சமூகவியல் நலனில் அக்கறை கொண்ட பழங்கால இந்தியாவின் ஒரே சிந்தனையாளர் அவர் மட்டும்தான் என்பதைச் சந்தேகிப்பதற்கு எவ்வித அடிப்படையும் இல்லை. அதாவது அர்த்த சாத்திரத்தில் படித்தவாறு எதேச்சதிகாரத்தைப் பாதுகாப்பதற்கான அர்த்தத்திலும் அல்லாமல், தர்ம சாத்திரத்தில் உள்ளவாறு பிராமண - சத்திரிய முன்னுரிமைக்காக சில வகையான இறையியல் ஒளிவட்டம் போன்ற இட்டுக்கட்டப்பட்ட அர்த்தத்திலும் அல்லாமல் உள்ள உண்மையான சமூகவியல் ஆகும். பாலி திரிபிடகங்களிலிருந்து நாமறிந்த புத்தர், அவரது காலச் சூழ்நிலையைக் கொண்டு பார்க்கும்பொழுது அவர் ஓரளவு மதச் சார்பற்றவராக இருந்தார். மேலும் அவர் பழங்கால இந்தியாவில் இயக்கவியல் பார்வை கொண்ட உணர்வு பூர்வமாகச் செயல்படும் ஒரே சிந்தனையாளராக இருந்தார். இதனால் வர்க்கமாகப் பிளவுபட்ட சமூகத்தில் மக்களுக்குத் தேவையான 'ஆறுதலளிக்கும் தீர்வாக' உள்ள புரிதலுக்கு நெருக்கமாக அவர் வந்தார். இதனை அவர் தனது சொந்த வழியில் உருவாக்கினார். பௌத்தம் அரசு மதமான பிறகு அவருடைய

அடிப்படையான செய்தி எவ்வாறு அதற்கு எதிர்மறையாக மாறி விட்டது என்பதை நாம் பின்னர் பார்ப்போம்.

2. துன்பமும், அதிலிருந்து விடுபடும் மார்க்கமும்

புத்தருடைய உபதேசங்களை நான்கு சீரிய மரபுகளாக பௌத்த மரபு கூறுகிறது (ஆர்ய சத்யம்). அவை பொருள்களின் தோற்றம் சார்ந்த கொள்கையுடன் தொடர்புள்ளவை (பிரதித்ய சமுத்பாதம்). உலகத் துன்பங்களுக்குப் பன்னிரண்டு காரணங்கள் இருப்பதாகவும், நிர்வாணம் பற்றியும் நான்கு உண்மைகளில் கூறப்பட்டுள்ளன. (துவாதச நிதானம்) பிரதீத்ய சமுத்பாதத்தில் உலகின் நிரந்தரமற்ற தன்மை (அநித்யதா வாதம்) மற்றும் ஆத்மா என ஒன்று இல்லை என்பதும் (அனாத்ம வாதம்) இடம் பெற்றுள்ளன.

நான்கு சீரிய உண்மைகளாவன: 1. அனைத்தும் துன்ப மயம், 2. துன்பத்திற்கு ஒரு காரணம் உண்டு, 3. துன்பத்தை அழிக்க முடியும், 4. முடிவுக்கு ஒரு வழி உள்ளது. இவை நான்கும் வாரணாசியில் நடை பெற்ற சமயப் பேருரையில் விளக்கப்பட்டன:

'பிட்சுகளே! இதுதான் துன்பம் என்பதன் உண்மை: பிறப்பு துன்பம், முதுமை துன்பம், நோய் துன்பம், மரணம் துன்பம், அன்பில்லாதவருடன் இணைவது துன்பம், அன்பானவர்களிடமிருந்து பிரிவது துன்பம், விரும்பியதை அடைய முடியாதது துன்பம், சுருக்கமாகக் கூறினால் (உலகோடு) இவ்வாறு ஐந்து விதமாக ஒட்டிக்கொண்டிருப்பது துன்பம்.

பிட்சுகளே! இதுதான் துன்பங்களின் தோற்றுவாய். உலகில் வாழவேண்டும் என்ற தாகமே பிறவிக்கும், மறுபிறவிக்கும் காரணம். இவற்றுடன் காமமும், ஆசையும், இங்கேயும் அங்கேயும் நிறைவேறுவதும் காரணம். இன்பங்களுக்கான தாகமும் (ஆசை), வாழ்விற்கான தாகமும், அதிகாரத்துக்கான தாகமுமே துன்பங்களுக்குக் காரணமாகும்.

பிட்சுகளே! இதுதான் துன்பங்கள் அழிவது பற்றிய உண்மை. ஆசைகளை அறவே கைவிடுதலே; அவற்றை வெளியேற விடுவதே; அவற்றை வெளியேற்றுவதே; அவற்றிடமிருந்து தனியாவதே; அவற்றுக்கு இடம் தராததே துன்பங்கள் அழிவதற்கான வழி.

பிட்சுகளே! இதுதான் துன்பங்கள் அழிவதற்கான பாதை பற்றிய உண்மை. இதுதான் எட்டுவிதமான புனித வழிகளைக் கொண்டது. சரியான நம்பிக்கை, சரியான தீர்மானம், சரியான பேச்சு, சரியான செயல், சரியான வாழ்க்கை, சரியான முயற்சி, சரியான எண்ணம், சரியான மனதை ஒருமைப்படுத்துதல்' ஆகியவை.[3]

உலகம் துன்பமயமானது என்று புத்தர் ஏன் கருதினார்? அக்காலச் சமூக மாறுதல்களின் காரணமாக இது ஏற்பட்டது.[4] அக்காலத்தில் வடகிழக்கு இந்தியாவில் கொடிய அடக்குமுறை காணப்பட்டது. குறிப்பாக மகதம், கோசலம் ஆகிய நாடுகளில் பழங்குடி சமுதாயம் அழிக்கப்பட்டது. இப்படிப்பட்ட சூழலில் பேராசை, வெறித்தனமான காம இச்சை, கீழ்த்தரமான பேராசை, பொதுச் சொத்துகளைச் சூறையாடுதல், வரிப்பளு, ஊதாரித்தனம், அச்சுறுத்திப் பணம் பறித்தல் போன்றவை மக்களின் வாழ்க்கையில் சொல்லொணாத் துயரைத் தோற்றுவித்தன. மக்கள் மனதில் இன்னமும் சுதந்தரம், சகோதரத்துவம், சமத்துவம் ஆகிய பழங்குடி சமூக எண்ணங்கள் ஓங்கியிருந்தன. மல்லர்கள், வஜ்ஜிகள், சாக்கியர்கள் போன்றோர் இன்னமும் பழங்குடி யினரின் எளிய வாழ்க்கையை வாழ்ந்து வந்தனர். புத்தர் கூட சாக்கிய மரபைச் சேர்ந்தவரே. அவர் தனது பழங்குடிப் பெருமையை எப்போதும் மறக்கவில்லை. ஆனால், பழங்குடி மக்களின் சுதந்தரம், சமத்துவம் போன்றவை எழுச்சி பெற்றுவரும் அரசுகளால் ஆபத்துக்கு உள்ளாயின. பழங்குடித் தன்மையிலானதாக இருப்பினும், ஜனநாயக உதாரணங்கள் தொடருவதை இந்த அரசால் சகித்துக் கொள்ள இயலவில்லை. வனத்தை அழிப்பதைப் போல, அரசை விரிவுபடுத்த, பரந்துபட்ட அளவிலிருந்த பழங்குடிகளை அழித்தனர். அரசுகள் பழங்குடியினரை அடிமைப்படுத்தவும், அழிக்கவும் முற்பட்டன. புத்தர் காலத்தில் வாழ்ந்த கோசல மன்னன் விதூதபன் சாக்கியர்களைக் கொடூரமாகக் கொன்று குவித்தான். புத்தருடைய உறவினர்கள், பெண்கள், குழந்தைகள் அனைவரும் இதே கதிக்கு ஆளாயினர். மகதநாட்டு மன்னன் அஜாதசத்ரு, உபநிடதத்தில் சிறந்த தத்துவவாதியாகக் கூறப்படுகிறான். இவன், ‘வஜ்ஜினர்களை வேரறுப்பேன், வஜ்ஜினர்களைக் கொன்றொழிப்பேன், அவர்களைப் பூண்டோடு அழிப்பேன்’ என்று சபதமேற்றான். தனது இந்த முடிவை ஆசீர்வதிக்குமாறு புத்தரிடம் கேட்க அவன் தனது பிரதம மந்திரியை அனுப்பினான்.

இயல்பிலேயே பழங்குடியினரின் வாழ்க்கையை நேசித்த புத்தர், செல்வம், அதிகாரம் ஆகியவற்றின் மீதான பேராசையை வெறுத்தார். ‘ஒரு மன்னன் உலகிலுள்ள ராஜ்ஜியங்கள் அனைத்தையும் வெற்றி கொண்டாலும், கடலுக்கு இப்பக்கமாக உள்ள நிலம் முழுமையையும் ஆண்டாலும், கடலுக்கு அப்பாலுள்ள நிலத்தையும் அபகரிக்க வேண்டுமென்ற ஆசை அவனுக்கு வரும்’[5] என்று புத்தர் கூறினார். இது போன்ற பேராசை எவ்வாறு அவர்கள் மீதே திருப்பிப் பாயும் என்பதையும் அவர் அறிந்திருந்தார். செல்வமும், அதிகாரமும் நிலையானவையல்ல என்றும் அவருக்குத் தெரிந்தது. புத்தருடைய இரு ஆதரவாளர்கள் மகதமன்னன் பிம்பிசாரனும், கோசல நாட்டு மன்னன்

பிரசேனஜித் என்பவனுமாவார்கள். பிம்பிசாரனை அவனது மகனான அஜாதசத்ரு பட்டினி போட்டுக் கொன்றான். பிரசேனஜித்துக்குத் தனது மகன் விதூபா துரோக மிழைத்தான். ‘செல்வம் கொழிக்கும் அரசை ஆள்பவர்கள் ஒருவர் பொருளுக்கு மற்றவர் ஆசைப்படு கின்றனர். நிலையற்ற உலகில் இவர்கள் இவ்வாறு நடந்து கொள்வார் களேயானால், புலனின்பம் போன்றவற்றுக்கு ஆட்படுவார்கள் எனில், உலகில் யாரால் அமைதியாக நடமாடமுடியும்?’[6] என புத்தர் வினவினார். புதிய வரிகள், அடிமைத்தனம், அச்சுறுத்திப் பணம் பறித்தல், அடமானம் வைத்தல், வட்டி, ஊதாரித்தனம் போன்றவையும் முன்னெப்பொழுதும் கேள்விப்படாத வகையில் மக்களிடையே தோற்றுவிக்கப்பட்டன என புத்த ஜாதகக் கதைகள் கூறுகின்றன.

புத்தரே இவை அனைத்தையும் கண்டார். ஆனால் என்ன செய்ய முடியும்? அவர் மிகவும் எதார்த்தவாதி என்பதால் அவரால் கடவுளை நம்ப முடியவில்லை. தன்னைச் சுற்றிக் காணப்படும் துன்பங்களுக்குப் பிரார்த்தனைகளும், யக்ஞங்களும் எவ்வித பலனையும் அளிக்காது என்ற அவர் கருதினார். பிரார்த்தனை செய்யுமாறும், வேள்வி புரியுமாறும் அவர் மக்களைக் கேட்டுக் கொள்ளவில்லை. புத்தரால் கூறப்பட்டதாகச் சொல்லப்படும் பல நாத்திகவாதங்களை அசுவகோசர் விளக்கமாக எடுத்துக் கூறினார். துறவறம் பூண்டு உடலை வருத்திக் கொள்வதையும் புத்தர் விரும்பவில்லை. ‘அது வேதனையைத் தரும், தேவையற்றது, பலனளிக்காது’ என்றும் அவர் கருதினார். உபநிடதம் கூறுகின்ற இயக்க மறுப்பியல் அறிவு, மோட்சத்தை அளிக்கும் என்பதையும் அவர் நம்பவில்லை.”[7]

பிரபஞ்சப் பொருள்களின் தோற்றம், வாழ்விற்குப் பின்வரும் எதிர்காலம் ஆகியவற்றைப் பற்றி எந்தக் கவலையும் கொள்ள வேண்டாமென அவர் தமது சீடர்களைக் கேட்டுக் கொண்டார். தனது உடலில் பாய்ந்திருக்கும் அம்பு எங்கிருந்து வந்தது என்றோ, அதை யார் செய்தது என்றோ ஆராய்ந்து கொண்டிருப்பது மடத்தனம். உடனே அதனைப் பிடுங்கி எறிய வேண்டியதுதான் புத்திசாலித்தனம் என்றார். அவரிடம் இயக்க மறுப்பியல் தொடர்பான கேள்விகள் கேட்கப்பட்ட பொழுது அவை பயனற்றவை என்பதால் அவர் மவுனம் சாதித்தார். அவரைப் பாதித்த அம்சம் ஒன்றே ஒன்றுதான். எங்கு நோக்கினும் காணப்படும் துன்பங்களே அவரை வெகுவாகப் பாதித்தன. ஆனால், அவர் வாழ்ந்துகொண்டிருந்த சூழ்நிலையில் அவர் எத்தகைய வழியைக் கண்டுபிடிப்பது?

உலகிலுள்ள மெய்யான துயரங்களை உண்மையிலேயே அகற்றுவ தென்பது தீர்வுக்கான பிரச்னையாகப் பார்க்கப்படவில்லை. வரலாற்று

ரீதியிலான வளர்ச்சிக் கட்டங்களைத் தாண்டி மனித உற்பத்திச் சக்தியைப் பிரம்மாண்டமான அளவிற்குப் பெருக்கி, அனைவருக்கும் அனைத்தையும் அளிப்பது என்பதே இதற்குத் தீர்வு ஆகும். ஆனால், உற்பத்திச் சக்தி பெருகி, அதன் காரணமாக சுரண்டலும் அதிகரித்து, துயரம் தாங்கொணா நிலைமைக்கு வளர்ந்ததுதான் புத்தர்காலச் சூழல். எனவே இந்த யோகியின் முன் காணப்பட்ட ஒரேயொரு மாற்றுவழி, எதார்த்தமான பிரச்னைக்குக் கொள்கை பூர்வமான தீர்வு ஒன்றைக் காணுவதுதான். இதற்கு முன் நிபந்தனையாக மனிதன் தனது துயர உணர்ச்சிகளைச் சமாளித்து முன்னேறுவதற்கு உளவியல் ரீதியாகத் தன்னைத் தானே மாற்றிக் கொள்வதாகும். 'இந்த வாழ்க்கையில் உள்ளத்தில் உருவாக்கப்படும் போதைகளான ஆசைகளை அடக்க வேண்டும் என்ற புதிய கோட்பாடுதான் எனது யோசனை' என்றார் புத்தர்.[8] பிறிதொரு இடத்தில் 'மனத்தில் அமைதிகாண வேண்டியது அவசியம்'[9] என்று கூறினார். இதை அடைவது எவ்வாறு? காலத்திற் கேற்ற கொள்கையையும், அதை நடைமுறைப்படுத்துதலையும் கண்டு பிடித்தலே வழி.

'எனக்கு அமைதி கிட்டிவிட்டது. எனக்கு நிர்வாணம் கிடைத்து விட்டது. உண்மையின் அரசாட்சியைத் தோற்றுவிக்க நான் காசிக்குச் செல்கிறேன். இருண்ட உலகில் நான் என்றும் அழியாத முரசொலியை எழுப்புகிறேன்' என்றார் புத்தர்.[10] ஆனால், இந்த உண்மையின் அரசை அவர் எங்குக் காண்பார்? எது ஏற்கெனவே தோன்றி வருகின்றதோ, நாள்தோறும் எது மேலும் மேலும் வளர்ந்து கொண்டு வருகின்றதோ அந்த மாபெரும் அரசியல் சக்தியைப் புத்தர் காணவில்லை.

மாறாக, அவர் பூர்வகுடி கூட்டு வாழ்க்கையை மறுபடியும் துவக்க முற்பட்டார். இதைக் காரல்மார்க்ஸ், 'தொல்குடி மக்களின் கற்பனைப் பொருள்' என்றார். புத்தர் உலகைத் தார்மீக ரீதியில் மாற்றியமைக்க விரும்பினார். நான்காவது சீரிய உண்மையாக சரியான நம்பிக்கை, சரியான உறுதி போன்ற உயர்வான மதிப்புகள் குறித்து ஜாதகக் கதைகளில் காணமுடியும் என அவர் கூறியுள்ளார். அவர் வாழ்ந்த காலத்தில் இவையெல்லாம் காலில் போட்டு மிதிக்கப்பட்டன என்பதை நாம் ஜாதகக் கதைகள் மூலம் எளிதில் அறியலாம். சமூகத்தில் இவற்றைச் செயல்படுத்துவதில் உள்ள சிரமங்களை அவர் உணர்ந் திருந்தார். ஆகவே, அவர் சமூகத்திலிருந்து வெளியேறி சங்கங்களில் வாழுமாறு மக்களுக்குக் கட்டளையிட்டார். சங்கங்கள் பிட்சுகள் வாழுமிடங்கள். அவற்றில் நிலைமைகள் வேறாக இருந்தன. அது பழங்குடியினரின் கூட்டு வாழ்க்கை போல இருந்தது. அந்தச் சங்கங்களில் தனிச்சொத்து இல்லை. முழு அளவில் சமத்துவமும்,

ஜனநாயகமும் நிலவின. 'இவற்றில் பழங்காலச் சமுதாயத்தின் பெருமையைக் கொண்டுவர முடியும்' என்றார் புத்தர். இச்சங்கங்கள் வர்க்க சமுதாயத்துக்குள் வர்க்கமற்ற சமுதாயமாக, இதயமற்ற உலகின் இதயமாகவும், ஆன்மாவற்ற நிலையின் ஆன்மாவாகவும் இருந்தன.

3. புத்தரின் சமூகவியலும், இயக்கவியலும்

புத்தரின் சமூகவியல் குறித்த, குறிப்பாக தனிச் சொத்து, சமூக வர்க்கங்கள் மற்றும் அரசு ஆகியவற்றைப் பற்றிய அவரது மேலும் சில கருத்துகளை நாம் தற்போது காண்போம். இது அவரது இயக்கவியல் பார்வையிலிருந்து வந்ததாகும்; தற்செயலானது அல்ல.

அவரது இயக்கவியல் பார்வையிலிருந்து வரும் சமூகவியலைப் புரிந்துகொள்ள ஸ்ட்செர்பார்ட்ஸ்கியின் குறிப்புகளிலிருந்து இந்த விவாதத்தைத் துவக்குவது சரியாக இருக்கும். அதில் அவர் ஆரம்பகால பௌத்தத்தில் தனிச்சொத்து பற்றிய பிரச்னையைத் தனிநபருடன் தொடர்புபடுத்துவதால் ஏற்படும் தீவிர விளைவுகள் பற்றிக் குறிப்பிடுவதை விவாதிக்கிறார்.

'தனிநபர் ஒருவர் எங்குள்ளாரோ அங்கு அவருக்குச் சொத்து உள்ளது. எங்கு நான் இருக்கிறேனோ, அங்கு என்னுடையதும் இருக்கிறது. எங்குத் தனிச்சொத்து இருக்கிறதோ, அங்கு அதன் மீது ஏதோ ஒரு வடிவில் கட்டாயம் பாசம் வரும். தனிச்சொத்தின் மீதான இந்த ஈடுபாடே அனைத்துத் தீமைகளுக்கும் மூலவேராகும். ஒவ்வொரு தனித்த செயல்பாடுகளுக்கும், சமூக அநீதிக்கும் மூலகாரணமாகும். ஆகவே, ஆன்மாவை மறுப்பதற்கும் சிறந்த தத்துவார்த்த அடிப்படையை நமக்கு அளிக்கிறது.

தனிநபர் இல்லாதபொழுது தனிநபர்ச் சொத்துரிமை எவ்வாறு இருக்கமுடியும்? எனவே தனிநபர்ச் சொத்துரிமையை - சாதாரண சொத்துகளை மட்டுமல்ல; குடும்பம், வீடு போன்றவற்றையும் - என்றென்றைக்கும் யார் ஒருவர் கைவிடுகிறாரோ அவரே உண்மையான பௌத்தராக இருப்பார். உலக மதங்களின் வரலாற்றில் - கிறித்தவம், இஸ்லாம் போன்றவற்றில் - சொத்துரிமை மறுப்பு மற்றும் அவற்றைக் கைவிட வலியுறுத்தும் கோட்பாடுகளை ஆங்காங்கே நாம் காணலாம். ஆனால், பௌத்தம் இப்பிரச்சினையைத் தீவிரமாக அணுகியது.'[11]

தனிச்சொத்துரிமையைப் புத்தர் கண்டித்ததற்கு இதற்கும் மேலாகக் குறிப்பிடுவதற்கு ஏதுமில்லை. மனிதனின் விடுதலைக்கு, எல்லாவற்றிற்கும் மேலாக வர்க்கச் சுரண்டலிலிருந்து விடுதலை பெற உற்பத்திச் சக்திகளின் தனியுடைமையை ஒழிப்பதுதான் அடிப்படையான முன் நிபந்தனை. எனவே, சமுதாயத்தின் வர்க்கக்

கட்டமைப்பைத் தூக்கியெறிவது ஒன்றே சரியான வழி என்ற அம்சத்துடன் ஒப்பிடுகையில் இது ஒன்றும் பெரிதல்ல. இவ்வாறு கூறுவதால், பௌத்தம் விடுதலையுடன் எவ்வகையிலும் நெருங்கி வரவில்லை என்பது அர்த்தமல்ல. விடுதலை என்பது இயற்கையின் மீது அதன் ஆழமான உள்ளார்ந்த விதிகளின் அடிப்படையில் பெரும் செல்வாக்கு செலுத்துவதாகும். புத்தர் காலத்தில் இத்தகைய புரிதல் ஏற்படவில்லை. எல்லா இடங்களிலும், எல்லாவற்றிலும் அவர் கண்ட துன்பங்களிலிருந்து சில ஆறுதலளிக்கும் தீர்வையே வரலாற்று ரீதியாக அவரால் முன் வைக்க முடிந்தது. இதற்கு, 'உள்ளத்தில் உருவாகும் போதைகளை' அடக்குவதும், அதன் மூலம் 'மனதில் அமைதிகாண வேண்டியதும்' அவசியம் என்று மட்டுமே அவரால் கூறமுடிந்தது. தனிச்சொத்துரிமையை ஒழிக்கவேண்டும், ஆசை, பற்று, அன்பு போன்ற வற்றைத் துறக்க வேண்டும் என அவர் குறிப்பிட்டார். ஏனெனில், இவை உள்ளத்தில் போதைகளை உருவாக்குகின்றன. தனிநபர்களின் எதார்த்த மற்ற அணுகுமுறையின் மீது உருவான தனிச்சொத்துரிமையைக் கொண்டிருப்பதன் முட்டாள்தனத்தை உணர்த்த அந்த போதனை உதவுகிறது; தனிச்சொத்துரிமையை நிராகரிக்க உதவுகிறது என அவர் கருதினார்.

புத்தர் புரிந்துகொண்டிருந்த வகையிலான தனிச்சொத்துரிமையைச் சங்கத்துக்குள் அல்லது துறவிகளின் சமூகத்தில் தவிர்க்க முடியும். இந்தத் துறவிகள் உலகைத் துறந்தவர்களாவர். உலகை உள்ளது உள்ளபடியே விட்டுச் செல்லக்கூடியவர்கள் என்பது இதற்கு அர்த்த மாகும். இரக்கமற்ற வரலாற்றின் விதிகளில் தலையிடுவது ஞானிகளின் சக்திக்கு அப்பாற்பட்டதாகும். புத்தரின் காலகட்டத்தில் இது தனிச் சொத்துரிமையாளர்கள், கொடுங்கோலர்கள், பேரரசர்கள், வியாபாரி களின் கைகளில் குவிந்திருந்தது. 'முன்னேற்றத்தின் இயக்கவியல்' என நாம் அழைத்ததற்கு இது ஓர் உதாரணமாகும்.

தனிச்சொத்துரிமையை ஒழிப்பது என்ற புத்தரின் கோரிக்கை சமுதாயத்தில் தனிப்பட்ட சில பகுதிகளில் மட்டும் உள்ளவற்றை ஒழிப்பதாகும். இது வரலாற்று ரீதியாகப் பக்குவமடையாத நிலை தனிச்சொத்துடைமையை சமுதாயத்திலிருந்து அறவே ஒழிக்கக் கூடிய நிலைமை அங்கு இல்லை. துறவிகளின் சகோதரத்துவம் குறித்து புத்தர் வழங்கிய அறிவுரை பின்வருமாறு:

'தீவு வாழ்க்கையை மேற்கொண்டுள்ள நீங்கள் ஒருவருக் கொருவர் சகோதரர்களாக, அகதிகளைப் போல வாழ வேண்டும். மற்றவர்களை நீங்கள் அகதிகளாக எடுத்துக் கொள்ளாதீர்கள். தீவுகளில் வாழ்வதற்குரிய வழிமுறைகளுக்கு உட்பட்டு வாழவேண்டும்.

அகதிகளாக வாழும் உங்களது வழிமுறையைக் கொண்டு மற்றவர்களை நீங்கள் அகதிகளாக எடுத்துக் கொண்டு விடக்கூடாது.

ஆனால், ஒரு தீவில் வாழக்கூடிய சகோதரரை, ஓர் அகதியைப் போல வாழக்கூடியவரை, மற்றவர்களை அகதியாக எடுத்துக் கொள்ளாமல் எவ்வாறு இருக்கமுடியும்? தீவுக்குரிய வழிமுறைகளுடன், அகதிக்குரிய வழிமுறைகளில் வாழும் ஒருவர் மற்றவர்களை அகதிகளாக எடுத்துக்கொள்ளாமல் வாழ்வது எவ்வாறு?

இங்குள்ள ஒரு சகோதரர் உடலால் உணர்ச்சிகளால், சிந்தனைகளால், கருத்துகளால் தொடர்ந்து அகதியாக வாழ்வதில் ஆர்வ முடையவராகவும், சுயத்துடனும், கவனத்துடனும் இருந்தால் மட்டுமே அவரால் இவ்வுலகில் பொதுவாக உள்ள ஆசைகளையும், வெறுப்பையும் மீறி இருக்க முடியும். அவரைப் பொருத்தவரையில் ஓர் அகதியாக ஒரு தீவில் வாழக்கூடிய சகோதரர்; தீவு மற்றும் அகதியின் வழிமுறைகளுக்கு உட்பட்டு வாழும் ஒருவருக்கு வேறொருவர் அகதி அல்லர்.[12]

புத்தரை நமது அர்த்தத்தில் ஒரு புரட்சியாளராகக் காட்டுவது பழைமையானதாக இருக்கும். அதே சமயம், அவரது சமூகவியல் - குறிப்பாக, அவரது இயக்கவியல் பார்வையின் அடிப்படையில் வந்த வற்றைப் பொருத்தவரை - அவரது நிரந்தர சுழற்சியுடன் சம்பந்தப்பட்ட அணுகுமுறை ஒவ்வொன்றிலும் உள்ள உண்மையான புரட்சிகர அம்சங்களைக் காணத் தவறுவதும் பிழையானதாகும்.

மேலே குறிப்பிடப்பட்ட மத போதனையின் இறுதி வடிவமானது, துன்மார்க்கம், ஆக்கிரமிப்பு, போர் போன்றவற்றிலிருந்து செல்வம் வருகிறது என்ற பிரச்சினை குறித்த விவாதத்தின் முடிவில் வருகிறது. இந்த வசனத்தை மேலோட்டமாகப் படிப்பவர்களுக்குக் கடந்த காலத்துப் பொற்காலம் குறித்த கனவுகளும், செல்வம் பெருகியதைத் தொடர்ந்து அதனால் மனிதன் வீழ்ச்சியுற்ற நிலையும், மேலும் செல்வத்துக்கான பேராசையும் இருப்பதாக ஒரு தேவதைக் கதை போன்ற மனநிலை வரக்கூடும். ஆனால், அது அந்த உரையாடலை அல்லது புத்தர் தமது சொந்த வழியில் வலியுறுத்தி வந்த முக்கிய அம்சத்தைத் தவறுதலாகப் புரிந்து கொள்வதாகிவிடும்.

நமது புரிதலுக்கேற்ற சமூக - வரலாற்றுப் பகுப்பாய்வுக்கான கருவிகள் இல்லாத நிலையில் செல்வத்தின் தோற்றுவாய் பற்றிய வரலாற்றுச் சிறப்புமிக்க பிரச்சினையைப் புரிந்துகொள்ளவும், விளக்கவும் புத்தர் முயற்சிசெய்வதால், அது துன்மார்க்கத்திலிருந்தும், ஆக்கிரமிப்பு மற்றும் போரிலிருந்தும் தோற்றுவிக்கப்படுவதாகக்

கருதினார். எத்தகைய தேவாம்ச சக்தியைப் பற்றியும் புத்தர் குறிப்பிடவில்லை. ரிக்வேதத்திலுள்ள புருஷ சுக்தம், பிரமாணங்கள், உபநிடதங்கள் எல்லாவற்றிற்கும் மேலாக தர்மசாத்திரங்கள் போன்றவற்றிலுள்ள எத்தகைய தேவாம்ச சக்தி குறித்தும் குறிப்பிடப்படவில்லை. பிரபஞ்சத்திலுள்ள அனைத்தையும் போல செல்வமும், அதன் காரணமாக ஆக்கிரமிப்பும், போரும் பொருள்களின் தோற்றம் சார்ந்த கொள்கையுடன் தொடர்புடையவை என்பதே அவரது புரிதலில் புரட்சிகரமானதாகும். இவையனைத்தும் உறுதியான நிலைமைகளிலுள்ள ஒட்டு மொத்த விளைவினால் ஏற்படுகின்றன. எனவே இவையும் இறுதியில் மறைந்துவிடும்.

இந்த அணுகுமுறையிலிருந்து நோக்கினால் புத்தர் தனியுடைமையை நிராகரிப்பது என்பது ஆன்மாவையும், தனிப்பட்ட சொத்துடைமையையும் நிராகரிப்பது என்ற முடிவின் விளைவு மட்டுமே. இவை திருத்தப்பட வேண்டியவை என ஸ்ட்செர்யாட்ஸ்கி குறிப்பிடுகிறார். இன்னமும் புத்தரின் சிந்தனைகளில் இவையிரண்டையும் நிராகரிக்கும் போக்கு உள்ளது. ஆன்மா என்பது உண்மையானதன்று. ஏனெனில், அது ஒரு நீரோட்டம் போன்றது - வரும், போகும். அதே போலத்தான் செல்வத்தின் அதிகாரமும், தனிச்சொத்துரிமையும், ஆன்மாவும், தனிநபரும், தனியுடைமையும்கூட பிரபஞ்ச நீரோட்டம் என்ற கோட்பாட்டு அடிப்படையில் பொருள்களின் தோற்றம் சார்ந்த கொள்கையுடன் தொடர்புடையவை ஆகும். இத்தகைய முக்கியத்துவம் வாய்ந்த கருத்தை வெளிப்படுத்த புத்தர் வழிதெரியாமல் இருந்தார் என்பதை நம்மால் புரிந்துகொள்ள முடிகிறது. அவர் உண்மையில் பழங்கால வழிமுறைகளில் இதனை வெளிப்படுத்தினார். புத்தரின் போதனைகளாகக் குறிப்பிடப்படுபவை பின்வருமாறு:

சகோதரர்களே, ஆதரவற்றவர்களுக்குத் தேவைப்படுகின்ற பொருட்கள் அளிக்கப்படாததால் வறுமை அதிகரிக்கிறது. மேலும் திருடு, வன்முறை, கொலை, பொய், தீயவை கூறல், முதுமை, ஏமாற்றுதல், தவறான அபிப்பிராயம், முறை தவறிய பாலுறவு, பேராசை, தீய வழியிலான காமம் போன்றவையும் அதிகரிக்கின்றன.

சகோதரர்களே, மனிதர்களுக்கிடையிலான கெட்ட எண்ணம், விரோதம், ஒரு தாய்க்கு அவளது குழந்தையின் மீது; ஒரு குழந்தைக்கு அதன் தாயின் மீது; ஒரு தந்தைக்கு அவரது குழந்தையின் மீது; ஒரு குழந்தைக்கு அதன் தந்தை மீது; சகோதரருக்கு சகோதரர் மீது; சகோதரிக்கு சகோதரி மீது கொலை செய்ய வேண்டுமென்ற வெறி போன்ற பரஸ்பர விரோதங்களே விதிகளாகிவிடும். ஒரு விளையாட்டு வீரன் விளையாட்டைப் பற்றித் தான் காண்பதை எவ்வாறு கருதுகிறானோ, அதே போல அவர்களும் கருதுவர்.

சகோதரர்களே, இத்தகைய மனிதர்களுக்கிடையில் ஏழு நாட்கள் கத்திச் சண்டை ஏற்படும். அவர்கள் அப்பொழுது முரட்டு மிருகங் களைப் போல நடந்துகொள்வார்கள். கூர்மையான கத்தியைக் கையில் தயாராக வைத்துக்கொண்டு - 'இது ஒரு முரட்டு மிருகம், இது ஒரு முரட்டு மிருகம்' - எனக் கத்திக் கொண்டு ஒருவரையொருவர் கத்தியால் வெட்டிச் சாய்ப்பார்கள்.

பிறகு அவர்களில் சிலருக்குத் தோன்றும்: நாம் ஒருவரையும் கொல்லக்கூடாது. நம்மையும் ஒருவரும் கொல்லக்கூடாது! தற்பொழுது நாம் தீய வழிகளில் சென்றதால்தான் நமது உற்றார் உறவினர்களுக்கு இடையில் பெரும் சேதம் ஏற்பட்டுள்ளது. அதைத் தொடர்ந்து சகோதர்களே, அவர்களுக்கு இவ்வாறு தோன்றும்: இனி நாம் நல்லதையே செய்ய முற்படுவோம். நம்மால் எத்தகைய நல்லதைச் செய்ய முடியும்? உயிர்க்கொலையை முதலில் நிறுத்துவோம். நாம் செய்யவிருக்கும் செயல்களில் இதுவே சிறந்த செயலாக இருக்கும். மற்றவர்களும் கொலைச் செயலை நிறுத்துவார்கள். இந்தச் சிறந்த வழியைத் தொடருவார்கள்.

சகோதரர்களே, அச்சமயத்தில் பெரும் புகழ்பெற்ற மெத்தையா (மைத்ரேயன்) என்ற பெயர் கொண்ட ஒருவர் உலகில் எழுச்சி பெறுவார். முழுமையான விழிப்பும், அறிவும், நற்பண்புகளும் கொண்ட, மகிழ்ச்சி யான, உலக ஞானம் கொண்ட, வாழ்க்கையை வழிநடத்தக் கூடிய, தவிர்க்க முடியாத வழிகாட்டியாக, கடவுள்களுக்கும், மனிதர்களுக்கும் குருவாக, என்னைக்காட்டிலும் புகழ்மிக்க ஒருவராக புத்தர் தோன்றுவார். அவர் தன்னை முழுமையாக அறிந்தவராக, நேருக்கு நேர் எதிர்கொள் பவராக, இந்தப் பிரபஞ்சத்தில் அதன் ஆவிகளின் உலகுடன் அவற்றின் பிராமங்கள், மாராக்கள் மற்றும் அவற்றுக்குக் கட்டுப் படாத பிராமணர்கள், இளவரசர்கள், மக்கள் ஆகியோரை நான் தற்பொழுது காண்பதைக்காட்டிலும் அவர் முழுமையாக அறிவார். தோற்றத்தில் அழகு, அதன் முன்னேற்றத்தில் அழகு, நுகர்வில் அழகு போன்றதாக உள்ள உண்மையை, தற்பொழுது நான் சொல்வதைக் காட்டிலும், முழுமையும், தூய்மையும் கொண்ட ஓர் உயர்ந்த வாழ்வை அவர் அறியச் செய்வார். நான் தற்பொழுது கொண்டிருக்கிற நூற்றுக் கணக்கான சகோதரர்கள் கொண்ட கூட்டத்தை விட அதிகமாக- அதாவது, ஆயிரக்கணக்கான சகோதரர்கள் கொண்ட கூட்டம் இருக்கும்.'[13]

இச்சமூகத்தில் எல்லாவகையான தீமைகளும் உள்ளடங்கி இருந்த போதிலும், இத்தீமையான சமூகத்தைத் தூக்கியெறியும் புரட்சிகரக் கட்சியை உருவாக்கக்கூடிய ஒரு தலைவர் வருவார் என புத்தர்

போதிக்கவில்லை என்பது இவற்றிலிருந்து உறுதியாகத் தெரிகிறது. சமூகத்தைப் புரட்சிகரமாக மாற்றி அமைப்பதைப் பற்றி புத்தர் ஒருபோதும் யோசிக்கவில்லை. அது மட்டுமல்லாமல், சமூகத் தீமைகள் தோன்றுவதும், தவிர்க்கவியலாமல் அவை மறைவதும், அவர் புரிந்து கொண்டுள்ள முழுச் செயல்பாடும், பொற்காலத்திலிருந்து வீழ்ந்து விட்ட மனிதன், எதிர்காலத்தில் வரவிருக்கும் இறைத் தூதரின் இறுதித் தீர்வுக்காகக் காத்திருக்கும் மாயையான கற்பனையாக எடுத்துக் கொள்ள வியலாது. இத்தகைய கூறுகள் புத்தரின் சிந்தனையில் இல்லவேயில்லை என்பதல்ல. பொருள்களின் தோற்றம் சார்ந்த கொள்கையுடன் தொடர் புடைய அவரது சிந்தனை பிரபஞ்ச நீரோட்டம் குறித்த பார்வையின் தவிர்க்கவியலாத விளைவாகும். அதனடிப்படையில் சமூகத்தைப் புரிந்துகொள்ள முயன்ற புத்தர், பேராசையும், ஆக்கிரமிப்புத் தன்மையும் மேலும் பல தீமைகளும் சமூகத்தில் புரையோடிப் போயுள்ளன என அவர் கருதினார். அவை தோன்றுவதைப் போல, மறைவதும் தவிர்க்கவியலாதது எனக் கருதுவது குறிப்பிடத்தக்கது. பிரபஞ்சத்திலுள்ள எல்லாவற்றையும் போலவே, பிரபஞ்ச நீரோட்டம் அனைத்திலும் சமூகத் தீமைகள் உள்ளடங்கி இருக்கவேண்டும் என்பது அவரது பொதுவான கொள்கை நிலையாகும். மேலும், குறிப்பிட்ட நிலைமைகளில் அது வர வேண்டும் என்பதைத் தவிர வேறொன்றும் அல்ல. அது தவிர்க்க வியலாமல் மறைந்தாக வேண்டும் என்பதைத் தவிர வேறு மார்க்க மில்லை.

அவர் அறிந்த வகையில் இதன் தோற்றமானது செல்வத்துடனும் அல்லது தனியுடமையுடனும் தொடர்புடையதாகும். ஆனால், இதன் வீழ்ச்சியானது கற்றறிந்த பெரும் ஞானி ஒருவரின் தலைமையின்கீழ் அறநெறி அடிப்படையில் மட்டுமே சாத்தியமானது என அவர் கருதினார் - இந்த இரண்டாவது அம்சம் தவிர்க்கவியாத வரலாற்று எல்லைகளுக்கு உட்பட்டதாகும். ஆனால், சமூக அமைப்பில் ஆதியந்தம் இல்லாதது ஏதுமில்லை என்ற அவரது அடிப்படைக் கொள்கை நிலை; ஒவ்வொன்றுக்கும் உறுதியான முடிவும் உள்ளது என்ற நிலை துவக்கக்கால புத்த மதத்தின் இயக்கவியலில் குறிப்பிடத் தக்க ஒரு சாதனையாகும்.

இவை தனிச் சொத்துடைமையின் மீது அமைந்துள்ள சமூகம் பற்றி மார்கன் குறிப்பிட்டதை நமக்கு நினைவூட்டுகின்றன. ஏங்கெல்ஸ் இதனை, ‘குடும்பம், தனிச்சொத்து, அரசு ஆகியவற்றின் தோற்றம்’ என்ற தனது நூலின் இறுதியில் குறிப்பிடுகிறார்.

‘கேவலம் சொத்து தேடும் வாழ்க்கை மனித குலத்தின் இறுதியான தலைவிதி அல்ல. நாகரிகம் தொடங்கியதிலிருந்து கழிந்திருக்கிற காலம்

இருக்கிறதே, அது சென்ற காலத்திலிருந்து மனிதன் வாழ்ந்திருந்த காலத்தில் ஒரு சிறு பகுதியே ஆகும். பின்னால் வரப்போகும் யுகங்களின் ஒரு சிறு பகுதியே ஆகும். சமுதாயத்தின் மறைவு என்பது சொத்தையே குறிக்கோளாகவும் இலக்காகவும் கொண்டிருக்கும் ஒரு வாழ்க்கையின் முடிவுதான். அப்படிப்பட்ட ஒரு வாழ்க்கை தன்னுள்ளேயே சுய நாசத்துக்குரிய அம்சங்களைக் கொண்டிருக்கிறது.'[14]

சொத்துடைமைச் சமூகம் பற்றி புத்தரும் இதையேதான் வேறு வார்த்தைகளில் குறிப்பிட்டிருக்க வேண்டும் எனக் கருதுவதால் எவ்வித பலனும் இல்லை. உண்மை என்னவெனில், அத்தகைய வேறு வகைப்பட்ட நவீன வார்த்தைகள் அப்போது அவரிடத்தில் இல்லை. அவரிடம் பொருள்களின் தோற்றம் சார்ந்த கொள்கையுடன் தொடர் புடைய (பிரதீத்ய சமுத்பாதம்) இயக்கவியல் அணுகுமுறை தான் (இதன் முக்கியத்துவத்தைக் குறைத்து மதிப்பிட்டுவிட முடியாது.) இருந்தது. இத்தகைய பார்வைதான் அவர் தனது சொந்த வழியில், 'சாதாரண சொத்து மனித குலத்தின் இறுதி இலட்சியமாக இருக்கமுடியாது; ஒரு குறிப்பிட்ட நிலைமையில் அது தோன்றுவதும், எதிர்காலத்தில் அது உதிர்வதும் தவிர்க்கவியலாதது' எனக் குறிப்பிடுவதற்கு இட்டுச் சென்றது.

துவக்கக்கால பௌத்த நூல்களிலுள்ள மற்றொரு உரையாடலில் புத்தரின் சமூகவியல் குறித்த இயக்கவியல் பார்வை மேலும் குறிப்பிடத் தக்க அளவில் விளக்கப்பட்டுள்ளது. இந்த உரையாடலின் முக்கிய அம்சம் - அரசவம்சத்தின் தோற்றுவாயைப் பற்றி மட்டுமல்ல; நான்கு வருணச் சாதிகள் அடிப்படையில் இந்திய சமூகத்தின் தோற்றுவாய் பற்றிய பரந்துபட்ட பிரச்சினை குறித்தும் விளக்குவதாகும். பல்வேறு குறிப்பான நிலைமைகள் காரணமாக அத்தகைய சமூகம் உருவானதாக புத்தர் விளக்க முற்படுகிறார். அவை, அதே பொருள்களின் தோற்றம் சார்ந்த கொள்கையுடன் தொடர்புள்ளவற்றின் தவிர்க்கவியலாத விளைவாக உருவானதாகக் குறிப்பிடுகிறார். அதேபோல இத்தகைய சமுதாயத்துக்கு ஒரு முடிவும் உண்டு. சாதிய சமூகத்தின் தோற்றம் குறித்த புத்தருடைய அணுகுமுறையின் முக்கியத்துவத்தை, சமகால சமூகவியல் அர்த்தத்தில் நாம் பரிசீலிக்க முற்பட்டால், இந்த உரை யாடலின் முக்கியத்துவம் முழுமையாக விடுபட்டுப் போகும். இந்தச் சமூக அமைப்பை மாற்றும் வழிமுறைகளில் புத்தரின் அணுகுமுறை இதைக் காட்டிலும் பலவீனமானதாக உள்ளது. சங்கங்களின் மூலமாக சாதியத்தின் கெட்டித்தன்மை உடையும் என அவர் குறிப்பிட்டார். இருப்பினும், துவக்கக்கால பௌத்த சமூகவியலின் அடிப்படை முக்கியத்துவம் இந்த எல்லா அம்சங்களிலும் இல்லை. பிரபஞ்சத்திலுள்ள

மற்ற எல்லாவற்றையும் போலவே, சாதியச் சமூகமும் குறிப்பிட்ட சமூக நிலைமைகளில் உருவானது. அதேபோல அதன் முடிவும் அமைகிறது என்ற பார்வையிலேயே இதன் முக்கியத்துவம் உள்ளடங்கி உள்ளது.

சாதியச் சமூகம் குறித்த தனது பார்வையைப் புத்தர் விளக்கியதைக் காண்பதற்கு முன், புத்தரால் மறுக்கப்பட்ட மற்றொரு பார்வையை நினைவில் கொள்வது சரியாக இருக்கும். ரிக்வேதத்திலுள்ள புருஷ சுக்தம், பிரமாணங்கள், உபநிடதங்கள் காலத்திலிருந்து சாதியச் சமூகம் ஒரு தெய்வீக நிலையிலிருந்து உருவானது எனப் புனிதமான ஒன்றாகக் கூறப்பட்டு வந்தது. புனிதப் படைப்பாக இருப்பதால் இதன் அடிப்படைக் கட்டமைப்பை மாற்ற முயல்வதும் சாத்தியமில்லாதது; சாதிய சமூகம் மாற்றத்துக்கு அப்பாற்பட்டது; அதன் தோற்றுவாய் புனிதமானதாக இருப்பதால் அதனுடைய இருப்பும் அதேபோல ஆதியந்தமற்றது என்றே பிரமாணங்களிலும், உபநிடதங்களிலும் இறுதியாக தர்ம சாத்திரத்திலும் மாற்றவியலாத அடிப்படையாக உள்ள சாதியச் சமூகத்தின் உருவாக்கம் குறித்து பேசப்பட்டன. அவற்றில் மேற்கோள் காட்டப்பட்டிருப்பவை சிக்கலானவையாகும். சட்டவிதிகள் மூலமாக பிராமணியப் பார்வையில் சாதியச் சமூகத்துக்குப் புனிதத் தன்மையை அளித்த மனு - வின் சில வாக்கியங்களை இங்குக் குறிப்பிடுவது நமது விவாதத்துக்குப் போதுமானதாக இருக்கும். மனு குறிப்பிடுவதாவது: 'பிரபஞ்சத்தைப் பாதுகாப்பதற்காக அவன் (கடவுள்) தனது வாயிலிருந்தும், கரங்களிலிருந்தும், தொடையிலிருந்தும், பாதத்திலிருந்தும் பிறந்தவர்களுக்குத் தனித்தனிக் கடமைகளையும், தொழில்களையும் வகுத்தளித்தான். வேதம் ஓதுதல், ஓதுவித்தல், தங்களுக்காகவும், மற்றவர்களுக்காகவும் வேள்வி புரிதல், தான மளித்தல், பெறுதல் போன்றவை பிராமணர்களின் கடமைகள் என அவன் (கடவுள்) வகுத்தளித்தான். மக்களைக் காத்தல், தானம் செய்தல், வேள்வி புரிதல், வேதம் பயிலுதல், எத்தகைய மகிழ்ச்சியான உணர்ச்சி களுக்கும் ஆட்படாதிருத்தல் போன்றவற்றை சத்திரியர்களின் கடமை களாக அவன் (கடவுள்) வகுத்தளித்தான். கால்நடைப் பராமரிப்பு, தானமளித்தல், வேள்வி புரிதல், வேதம் பயிலுதல், வணிகம், வட்டித் தொழில், பயிர்த் தொழில் போன்றவற்றை வைசியர்கள் மேற்கொள்ள வேண்டும். மேற்கண்ட மற்ற மூன்று சாதியினருக்கும் மனங்கோணாமல் பணிபுரியும் ஒரே தொழில் சூத்திரனுடையது எனக் கடவுள் வகுத்தளித்தான்.'15

இது பிற்காலத்தில் மனுவினால் விதிமுறையாக உருவாக்கப்பட்ட போதிலும், இது முன்பே உருவான ஒன்றாகும். புத்தர் இதனை நன்கு உணர்ந்திருந்தார். பிரம்மாவின் வாயிலிருந்து பிறந்தவர்கள் பிரம்மாவின்

சந்ததிகள், பிரம்மாவினால் படைக்கப்பட்டவர்கள், பிரம்மனின் வாரிசுகளான பிராமணர்கள் மட்டுமே பிரம்மனின் உண்மையான குழந்தைகளாவர் எனக் கூறி வாசுதேவன் பிராமணர்களின் மேலாண்மையை நிலைநாட்டுகிறார். ஆனால், இத்தகைய அபத்தமான வார்த்தைகளைக் கேள்வியுற்று புத்தர் புன்னகைத்தார். 'வாசுதேவா, பிராமணர்களின் கடந்த காலத்தை மறந்துவிட்டு அவ்வாறு கூறுகிறாயா? பிராமணர்களின் மனைவியரும் கருத்தரிக்கின்றனர். அவர்களும் குழந்தைகளைப் பெற்றுப் பராமரிக்கிறார்கள். இவ்வாறு கருப்பையிலிருந்து பிறக்கக் கூடிய பிராமணர்கள், பிரம்மனின் வாயிலிருந்து பிறப்பதாகவும், அவரது சந்ததி, அவரது படைப்பு, அவரது வாரிசுகளான பிராமணர்கள் மட்டுமே பிரம்மாவின் உண்மையான குழந்தைகள் எனக் கூறுவது எவ்வாறு சரியாக இருக்கும் என வினவுகிறார்.'[16]

இந்தப் பின்னணியில் பிராமணர்கள் தங்களை சமூகத்தில் உயர்வானவர்களாக நிரூபிக்க முயல்வது புத்தரைப் பொருத்தவரை வெறும் மாயையாகும். உண்மை என்னவெனில், சாதி ரீதியாகப் பிளவுபட்ட சமூகம் இன்னமும் உள்ளது. 'இந்த நான்கு வருணங்களில் வாசுதேவனும், மேலானவர்களும், பிராமணர்களும், வர்த்தகர்களும், உழைக்கும் மக்களும் அடங்குவர்.'[17] இதற்கு உரிய விளக்கம் தேவைப்படுகிறது. இது குறித்து வேறோர் இடத்தில் நான் விரிவாகக் குறிப்பிட்டு உள்ளேன்.[18] இதனை இங்கு மீண்டும் ஒருமுறை குறிப்பிட வேண்டியதில்லை. ஆனால், இதிலுள்ள அடிப்படையான மதச் சார்பற்ற பார்வையை மீண்டும் வலியுறுத்த வேண்டிய அவசியம் உள்ளது. இங்கு ஒட்டுமொத்த விவாதத்திலும் இயக்கவியல் புரிதல் சிறப்பாக இழையோடி வருகிறது.

தூய இயல்பின் அடிப்படையில் அல்லது பௌத்தத்தின் வழியில் குறிப்பிட்டால், பொருள்களின் தோற்றம் சார்ந்த கொள்கையுடன் தொடர்புடைய பிரபஞ்சத்தின் தோற்றத்துக்குக் காரணமான விதியைப் பொருத்த வரையில், ஒற்றைச் சமூகமாக இருந்த நிலையிலிருந்துதான் சமூக வர்க்கங்கள் உருவாயின என்பதை இந்த விவாதத்தின் மூலம் நமக்குப் புரிய வைக்க புத்தர் முயற்சி செய்கிறார். இருப்பினும் அதே பௌத்த அணுகுமுறையில் அதே விதியின் மற்றொரு பக்கமும் உள்ளது. உருவாகிவரும் எதுவும் இறுதியில் மறைந்து போகும். ஒரு காலத்தில் விலகிய திரை எதிர்காலத்தில் மீண்டும் உருவாகும். இத்தகைய நிலைமைகளின் நிலையற்ற தன்மையினால் ஒரு குறிப்பிட்ட சூழ்நிலையில் சாதியச் சமூகம் உருப்பெறுகிறது எனில் இறுதியில் இது உதிரவும் செய்யும். சாதியச் சமூகம் எவ்வாறு உதிரும் என்பதைச் சரியாக விளக்கும் அளவுக்கு இயலாத நிலையில் புத்தரின் வரலாற்று

எல்லைகள் இருப்பினும், அவ்வாறு குறிப்பிட்டதே - பிரபஞ்ச நீரோட்டத்தில் இது தவிர்க்கவியலாமல் வீழும் என்பது - துவக்கக்கால பௌத்த சமூகவியலில் புரட்சிகரமான ஒன்றாகும்.

இதனைச் செயல்படுத்துவதற்கு அவர் கண்டறிந்த ஒரே வழி சங்கத்தில் பணியாற்றுவதே. அவர் காலத்திய வர்க்க சமுதாயத்தின் பொதுவான கட்டமைப்புக்குள் அவர் தோற்றுவித்த வர்க்கமற்ற சமூகப் பகுதிகள் அவை. இதற்குள் சாதிகள் கிடை யாது. இது, அவர் கற்பனை செய்த விடுதலைக்கு உதவுகின்ற சாதிய எதார்த்தத்தை மாற்றுகின்ற வழிமுறையாகும். இது ஒரு மாயை என்பதில் எவ்வித சந்தேகமும் இல்லை. வரலாற்று ரீதியாக இதற்குத் தவிர்க்கவியலாத ஓர் எல்லையும் உண்டு. சாதிய சமூகம் எவ்வாறு உருப்பெற்றது என்பதை விரிவாக விளக்கிவிட்டு, பிட்சுகளுக்கிடையிலான சகோதரத்துவத்தின் மூலமாக மட்டும் அது எவ்வாறு வீழ்ச்சியுறும் என்பதனை புத்தர் பின்வருமாறு விளக்குகிறார்:

‘வாசுதேவா, ஒரு சத்திரியன், ஒரு பிராமணன், ஒரு வைசியன், ஒரு சூத்திரன் யாராக இருப்பினும், சிந்தனையிலும், சொல்லிலும் சுயக்கட்டுப்பாட்டுடன் ‘அறிவின் சிறகுகள்’ என்றழைக்கப்பட்ட ஏழு கோட்பாடுகளை அமுல்படுத்துவதன் மூலமாக, தற்போதைய வாழ்க்கையின் தீமைகளை முழுமையாக முடிவுக்குக் கொண்டுவர முடியும்.’

‘வாசுதேவா, இந்த நான்கு வருணங்களிலுள்ள எவரொருவரும் ஒரு பிக்குவாக, தன்னிடமுள்ள போதையை அழித்து, தன்னிடமிருந்த சொத்து மீதான ஆசையை ஒழித்து, தனது சொந்த விடுதலையை அடைகிறாரோ அவரே மறுபிறப்பு என்னும் வேலியை முழுமையாக அழித்து ஒழிக்கிறார். யாரொருவர் தனது அறிவின் மூலமாக முழுமையான விடுதலையை அடைகிறாரோ, அவரே அந்த வகையில் அவர்களுக்குள் உயர்ந்தவராவார்.’[19]

இவ்வாறுதான் சாதியச் சமூகம் உதிரும் என்ற பார்வையை புத்தர் கொண்டிருந்தார். சமூக மாற்றத்திற்கான இயக்கவியல் முழு வடிவம் பெறுவதற்கு உரிய பக்குவமடையாத வரலாற்று நிலைமைகளின் கீழுள்ள சமூகத்தின் இயக்கவியல் புரிதல் இந்த அளவிற்குத் தான் இருந்தது. இருப்பினும், நாம் ஏற்கெனவே குறிப்பிட்டவாறு சாதியச் சமூகத்தின் வீழ்ச்சியைப் பற்றி குறிப்பிட்டதில் அல்ல, சாதியம் குறித்த அவரது பொதுவான கருத்திலேயே புத்தரது சமூகவியலின் உண்மை யான முக்கியத்துவம் உள்ளடங்கி உள்ளது. பிரபஞ்சத்திலுள்ள மற்ற எல்லாவற்றையும் போலவே, சாதியமும் வீழும் காலகட்டத்திலானதே

தவிர வேறொன்றும் அல்ல என்பதே அவரது சமூகவியல் கருத்தாகும். சாதியத்தின் ஆதரவாளர்கள் குறிப்பிடுவதைப் போல அது தெய்வீகத் தன்மையிலிருந்து உருவான, ஆதியந்தமில்லாத ஒன்றல்ல எனக் கூறியதன் மூலம் துவக்கக்கால பௌத்தம் சாதியச் சமூகத்தின் இருப்புக்கான நியாயங்களைக் கண்டனம் செய்தது.

4. பௌத்தம் ஓர் அரசு மதமானது

தனிச்சொத்துடைமைதான் அனைத்துத் தீமைகளுக்கும், துன்பங்களுக்கும் தோற்றுவாய் எனக் கூறி புத்தர் அதனை வன்மையாகக் கண்டனம் செய்ததால் அவரது மறைவுக்குப் பிறகு இருந்த தனிச் சொத்துடைமை புத்தரின் மீதும், அவரது போதனைகள் மீதும் பழி வாங்கும் செயலில் ஈடுபட்டது. வரலாற்று ரீதியாகக் குறிப்பிட்டால், அசோகர் காலகட்டத்திலிருந்து பௌத்தம் அரசர்கள், நிலப்பிரபுக்கள், வசதியான வர்த்தகர்கள் மற்றும் பிற பணக்காரர்களின் நிதி மற்றும் அரசியல் ஆதரவுடன் செழிப்புறத் துவங்கியது. இதனால் அது வெளிப் படையாக, வாசிப்பவர்களின் சுருதிக்கேற்பத் தலையை அசைக்க வேண்டியிருந்தது. மகாயானம் என்ற புதிய பெயரைப் பெற்றவுடன் பௌத்தத்தில் மிகப்பெரும் மாறுதல்கள் மேற்கொள்ளப்பட்டன. 'மகாயான சூத்திரங்கள்' எனப் பொதுவாக அழைக்கப்படுகின்ற புதிய 'சுவடிகளில்' பௌத்தம் முறையாக அளிக்கப்பட்டுள்ளதாகக் கூறப்பட்டது. இவற்றைப் புத்தரே எழுதியதாகவும், அப்போது இவற்றைப் போதிப்பதற்குரிய பக்குவமடையாத காலகட்டம் என்பதால் அவர் இவற்றை நாகர்களிடம் அளித்ததாகவும், பல நூற்றாண்டுகளுக்குப் பிறகு நாகார்ஜுனர் இவற்றைக் கண்டறிந்த தாகவும் கூறப்பட்டது. இந்த மாற்றத்தை ஸ்ட்செர்பாட்ஸ்கி பின்வருமாறு விளக்குகிறார்:

கடவுள் இல்லையென்று கூறிய, ஆத்மாவை மறுத்த ஒரு தத்துவம் கடைசியில் அதனைத் தோற்றுவித்தவரின் நினைவே இறுதி மோட்சத் திற்கும் வழிவகுக்கும் எனக் கூறியது. அதுவே ஒரு மாபெரும் கடவுள் அதற்குத் தேவையான பரிவாரங்களான மடங்கள், துறவிகள் விழாக்கள், பூசாரிகள் ஆகியோரோடு அனைவருக்கும் மோட்சம் என்ற கொள்கையுடன் மாற்றியமைத்தது. புத்தர், போதிசத்துவர் ஆகியோருடைய தெய்வீகக் கருணையினால் மோட்சம் சாத்தியமே எனக் கூறியது. பழைமைக்கும், புதுமைக்கும் இடையே இவ்வாறு ஒரு பிளவு ஏற்பட்டதை மத வரலாற்றில் நாம் கண்டதில்லை. அதுவும் ஒரே ஸ்தாபகரின் வழிவந்ததாகக் கூறிக்கொள்ளும் அமைப்பில் இப்படிப்பட்ட நிலை ஆச்சரியமானதே.'[20]

பௌத்தத்தில் தொடர்ந்து ஏற்பட்டு வந்த வளர்ச்சிப் போக்குகளின் முழு வரலாற்றையும் இங்கு நாம் விவாதத்துக்கு எடுத்துக் கொள்ளப் போவதில்லை. ஆனால், இதன் முக்கிய அம்சங்கள் குறித்து சில கருத்துகளுக்கு வரவேண்டியது நமது நோக்கத்துக்கு அவசியமாகும்.

மகாயானம் என்றழைக்கப்பட்ட புதிய பௌத்தத்தில் புத்தருக்கே முதல் பாதிப்பு ஏற்பட்டது. அவரது வரலாற்று நினைவுகள் புதிய மாயாவாதத்தால், பௌத்தர்கள் மற்றும் போதி சத்துவர்களின் கொள்கையினால் துடைத்தெறியப்பட்டன. இரண்டாவது பாதிப்பு புத்தரின் நாத்திகத்துக்கு ஏற்பட்டது. அதனை முறையாக நிராகரிக்கவில்லை எனினும் சிறுதெய்வங்கள், பிசாசுகளுக்கு மேலாக உயர்ந்த கடவுள் என்ற மத நம்பிக்கை முன்வைக்கப்பட்டது. புத்தர் அதிருப்தி தெரிவித்த இயக்க மறுப்பியலுக்கு மூன்றாவது பாதிப்பு ஏற்பட்டது. அது உணர்ச்சிகரமான இயக்க மறுப்பியலாக மாற்றியமைக்கப்பட்டது. உலகை மறுக்கும் கருத்துமுதல் வாதமாக ஒரு வடிவத்தை மேற்கொண்டதானது. அதன் புதிய பௌத்தத்தின் இயல்பாகியது. இயக்கவியல் அணுகுமுறைக்கு ஏற்பட்டு வந்த எதிர்ப்பு - இந்த எதிர்ப்பு நாகார்ஜுனரின் சூனியவாதம் என்ற தத்துவத்துக்கு இட்டுச் சென்றது - அதன் மற்றொரு இயல்பாகியது.

துவக்கக்கால பௌத்தத்தில், சில குறிப்பிட்ட வரலாற்று நிலைமைகளினால் அரசவம்சம் குறித்த இயக்கவியல் விளக்கப்படுகிறது. அரச வம்சத்துக்கு ஒரு குறிப்பிட்ட தோற்றம் இருப்பதைப் போல, குறிப்பிட்ட ஒரு முடிவும் உண்டு என்கிறது துவக்ககால பௌத்தம்.

மத நம்பிக்கைகளுக்கு அரசர்களின் ஆதரவு அதிகரித்து வந்த புதிய நிலையில் அரசர்கள் பற்றிய துவக்ககால பௌத்தர்களின் இத்தகைய அணுகுமுறையைத் தொடருவது சாத்தியமில்லை என்பது புரிந்து கொள்ளக்கூடியதே. அரச பரம்பரை பற்றிய அணுகுமுறை மாற்றப்பட வேண்டியதாகிறது. அது புதிய பௌத்தர்களின் ஆதரவாளர்களுக்கு ஏற்ப மாற்றப்பட்டது. எனவே, மகாயானச் சுவடிகளில் அரசர், கடவுளின் மகனாகப் பார்க்கப்பட்டார். அரச வம்சத்துக்குக் கடவுளின் அங்கீகாரம் வழங்கப்பட்டது. சுவர்ண பிரபா சோஸ்த்மா சூத்திரத்தில் பிரம்மன் இவ்வாறு கூறுகிறார்:

‘மனிதனாகப் பிறந்த அரசன் எவ்வாறு கடவுளாக இருக்க முடியும்? அரசன் கடவுளின் மகன் என ஏன் அழைக்கப்பட்டான்? இந்த அழியும் உலகில் அரசன் பிறந்திருக்கும்பொழுது, கடவுள் மனிதனை ஆளுகிறார் என எவ்வாறு கூறமுடியும்? இந்த அழியும் உலகில்

பிறந்துள்ள அரசர்களின் தோற்றம் பற்றி நான் உங்களுக்கு ஒன்று கூறுகிறேன்; என்ன காரணத்திற்காக அரசன் உலகை ஆளுகிறான் எனவும் கூறுகிறேன். பெருங்கடவுளின் உத்தரவின் பேரிலேயே ஓர் அரசன் தன் தாயின் கருவில் நுழைகிறான். முதலில் அவன் கடவுளிடம் ஆணை பெறுகிறான். அதன் பிறகே அவன் ஒரு கருவறையைக் கண்டு பிடிக்கிறான். 'அழியும் இந்த உலகில் அவன் பிறந்து அழிந்தாலென்ன?' கடவுளிடமிருந்து உருவாவதால் அவன் கடவுளின் மகன் என அழைக்கப் படுகிறான். மனிதனை ஆளுபவன் அனைத்துக் கடவுள்களின் மகனாக உருவாக்கப்படுகிறான். அநீதியைத் தடுத்து நிறுத்த, தீயகாரியங்களைத் தடுக்க, அனைவருக்கும் நல்வாழ்வை உருவாக்கி சொர்க்கத்துக்கு வழிகாட்ட முப்பத்துமூன்று பெருங்கடவுள்கள் அரசனின் விதியைத் தீர்மானிக்கின்றனர். மனிதனோ, கடவுளோ, நியாயவானோ அல்லது சர்வாதிகாரியோ அல்லது ஒதுக்கப்பட்டவனோ, தீய செயல்களை எவனொருவன் தடுத்து நிறுத்துகிறானோ அவனே சரியான அரசனாவான். அத்தகைய அரசனே இந்த நலன்களைப் பெறுபவர்களுக்குத் தந்தையாகவும், தாயாகவும் விளங்குகிறான். வினைப்பயனின் பலனைக் காட்டுவதற்காக அவன் கடவுளால் நியமனம் செய்யப்படுகின்றான்.'[21]

இங்கு மேற்கோள் காட்டப்பட்டுள்ள மகாயானச் சுவடிகள் புத்தருக்குப் பிறகு பல நூற்றாண்டுகள் கழித்து 'இவ்வுலகிற்கு வந்ததாக' மகாயானர்கள் குறிப்பிடுகின்றனர். இதில் கூறப்பட்டுள்ள அரச பரம்பரைக்கான தெய்வீகத் தோற்றமும், தெய்வீக அங்கீகாரமும், பௌத்தத்துக்கு ஆதரவளிப்பவர்களுக்கு அளிக்கப்பட்ட சித்தாந்த உதவியாக எடுத்துக்கொள்ளக்கூடாது. இது பிற்கால பௌத்தத்தில் ஏற்பட்ட தீவிரமான சித்தாந்த பின்னடைவுக்கான அறிகுறியாகும். இந்தப் பின்னடைவு அதில் வளர்ந்துவந்த ஒட்டுண்ணித் தனத்தால் ஏற்பட்ட விளைவாகும். நமது தற்போதைய விவாதத்துக்கு உட்பட்டு இந்தப் பின்னடைவின் ஓர் அம்சத்தை - அதாவது, பௌத்தத்தின் அடிப்படையான இயக்கவியல் பார்வையில் ஏற்பட்ட பின்னடைவை மட்டும் நாம் கவனத்தில் கொள்வோம்.

புத்தரின் பிரபஞ்ச நீரோட்டம் என்ற கண்ணோட்டத்துக்குப் பதிலாக பௌத்த தத்துவத்தில் ஆன்மா கோட்பாடு புகுத்தப்பட்டது இத்தகைய போக்கின் ஒரு வெளிப்பாடாகும். இந்த ஒரு விவகாரம்தான் பௌத்தர்களுக்கிடையில் பிளவுக்கு இட்டுச் சென்றது எனக் கூறப் பட்டது. 'ஆன்மா இருப்பதற்கான வாய்ப்பு குறித்த நீண்ட விவாதத்தைப் பற்றிப் பல்வேறுபட்ட அணுகுமுறைகளைக் கதாவத்து வெளிப்படுத்தத் துவங்கியது. ஆரிய சமிதி மற்றும் வாட்சி புத்ரி போன்ற சிந்தனைகளில் பலவீனமான நிலையில் இருப்பினும், தனி நபரிடையே உள்ள

கூறுகளின் ஒற்றுமையை ஏற்றுக்கொண்டதன் அடிப்படையில் அவர்கள் ஆன்மா என்ற கோட்பாட்டை ஏற்க மறுக்கின்றனர்.'²²

பெரும்பாலும் இந்தப் புதிய முரண்பாடு வரிவடிவம் சார்ந்தது என்பது புரிந்துகொள்ளக்கூடியது. போட்டியாளர்கள் மட்டுமன்றி மற்றவர்களும் புத்தரின் வார்த்தைகளைத் தமது வழியில் திரிக்க முயன்றனர். புத்தரின் சில வார்த்தைகளை உண்மையென்றும், சிலவற்றை இல்லையென்றும் தமது வசதிக்கேற்ப திரித்துக்கூறும் போக்கு அதிகரித்தது. தேரவாதிகள் எனப் பொதுவாக அழைக்கப் பட்டு வந்த பழங்கால அல்லது பழைமைவாத பௌத்தர்கள் மகாயானச் சுவடிகளை அழித்ததற்காக அவர்கள் மீது குற்றம் சுமத்தினர். சுவடி களின் உண்மைத் தன்மைக்குப் பொருந்தாத வகையில் தேரவாதிகள் தான் பாரபட்சம் காட்டுவதாக குற்றம் சுமத்தினர்.'²³ இருப்பினும் சுவடிகளுக்கு அப்பால் மகாயானர்கள் அணுகுமுறையின்படி ஒரு வகையில் நிரந்தர ஆன்மா என்பது அவர்களது தர்க்கத்தில் உள்ளடங்கி இருந்தது. உதாரணமாக, ஆன்மாவை ஒப்புக்கொள்ளாமல் நினைவுகள் என்ற உண்மையை விளக்க முடியாது என அவர்கள் வாதிட்டனர். பிற்காலத்தில், குறிப்பாக நியாய - வைசேசிகர்களால் இது மேலும் வளர்க்கப்பட்டது.

ஆன்மா என ஒன்று இல்லையெனில், பிரக்ஞையற்ற கணங்களை எவ்வாறு நம்மால் நினைவுகூர இயலும்? அல்லது வெகுகாலத்துக்கு முன்பு நடைபெற்ற நிகழ்வுகளை எவ்வாறு நம்மால் அடையாளம் காண இயலும்? எதுவுமே நிரந்தரம் இல்லையெனில், ஓர் உணர்வு பொருளைக் காண்கிறது; மற்றொன்று அதனை நினைவில் கொள்கிறது என்பது அர்த்தமாகிறது. இது எவ்வாறு சாத்தியம்? இந்த விவகாரத்தில், தேவதத்தரின் உணர்வில் நிகழ்த்தப்பட்ட செயல்பாடுகள், யக்னதத்தாவின் உணர்வால் நினைவுகூரப்படும். ஆன்மா எதுவும் இல்லையெனில், நினைவில் வரக்கூடியது யாருக்குச் சொந்தமானது?²⁴

மேலும், அறியும் காரணிக்கான சான்று குறித்து வாட்சிபுத்திரர் கூறியதாவது:

'ஓர் ஆன்மா என்பது கட்டாயம் இருக்கவேண்டும். ஏனெனில் எங்கு ஒரு செயல்பாடு நிகழ்ந்தாலும் அது காரணத்தைச் சார்ந்திருக்கிறது. ஒவ்வொரு செயலுக்கும் ஒரு காரணம் உண்டு. உதாரணமாக, 'தேவதத்தன் நடக்கிறார்' என்பதில், நடப்பது என்ற செயல்பாடு தேவதத்தன் என்ற காரணியைச் சார்ந்திருக்கிறது. இத்தகைய செயல்பாடு போலத்தான் உணர்வும் உள்ளது. மேலும், அறிதலுக்கான காரணியும் இங்கு அவசியம் இருக்கவேண்டும்.'²⁵

ஆனால், வாட்சிபுத்திரியர், நிரந்தர ஆன்மக் கோட்பாட்டை அதன் முழு அர்த்தத்தில் ஏற்றுக்கொள்ளத் தயங்குகிறார். 'நமது அபிப்பிராயத்தின்படி சுயம் என்பதற்கு ஒரு தனிநபர் கூறுகளில் ஒன்றாகவோ அல்லது கூறுகளுக்கு அப்பாற்பட்டதாகவோ இருக்க வேண்டும் என்பதல்ல'[26] என்கிறார் அவர். மேலும், பௌத்தத் தத்துவத்தில் ஆன்மாவைத் தயக்கத்துடன்தான் நுழைத்தனர்; உண்மையில் அது பெரும் வெற்றியைப் பெறவில்லை.

மற்றவர்களிடமிருந்து - அதாவது, பௌத்த போட்டியாளரிடமிருந்து நாம் இவற்றைக் கேள்வியுறுகிறோம். அவர்கள் வாட்சி புத்திரியர்களையே பெரிதும் நையாண்டி செய்தனர்.

வாட்சிபுத்திரியர்களுக்குப் பிறகு, துவக்கக்கால விஞ்ஞான வாதிகள், 'சிந்தனை ஓட்டம் என்ற கொள்கையிலிருந்து, குறிப்பிடத் தக்க ஆன்மா என்ற கொள்கைக்கு மறைமுகமாக வருவது'[27] என ஸ்ட்செர்பாட்ஸ்கி குறிப்பிட்டதைப் போல துணிச்சலான ஒரு முன் முயற்சியை மேற்கொண்டனர். இது ஆலய விஞ்ஞானம் மற்றும் தாதகத்த - கர்ப்பம் என்ற அவர்களது கண்ணோட்டங்களில் வெளிப் படுத்தப்பட்டது. ஆலய விஞ்ஞானம் என்பது பெரிதும் தத்துவார்த்த ரீதியிலானது. தாதகத்த - கர்ப்பம் என்பது வெளிப்படையாக மாயதர்க்க - இயக்க மறுப்பியல் (Mythologico - Metaphysical) சார்ந்தது.

ஆலய விஞ்ஞானம் என்ற கருதுகோளுக்கு ஒரு வகையில் 'அனைத்தையும் இருத்தும் மனது' என்று பொருளாகும். அது மனம் பற்றியது. கருத்து விதைகள் அல்லது எதிர்கால எண்ணங்கள் மற்றும் கடந்த கால செயல்பாட்டின் சுவடுகளைத் தேக்கி வைக்கக்கூடிய கிடங்கு, களஞ்சியம் மனம் என்பது இங்கு அர்த்தமாகும்.'[28] வள்ளி பௌசின் கருத்தின்படி ஆலய விஞ்ஞானம் என்பது ஒரு வகையான ஆன்மாவைப் போன்றதாகும். ஹீனயானத்தைக் கடைபிடித்து வருபவர்களை இந்தப் புதிய விஞ்ஞானம் வலுவாக எதிர்த்தது என்பதை திபெத்தியர்களிடமிருந்து நம்மால் அறியமுடிகிறது. இது உயர்ந்த எண்ணங்களை உடைய, உண்மையான அறிதலை ஏற்படுத்தக்கூடிய விதைகளைச் சேமித்து வைத்திருக்கும் இடமாகும். இது சிந்தனைகளில் செயல்படக்கூடிய, சிந்தனை செய்யும் ஒரு ஸ்தூலமான பொருளாகும்.'[29]

புத்த சரிதத்தின் புகழ்பெற்ற கவிஞரான அசுவகோஷ் இந்தக் கருதுகோளைச் சிறப்பாக வலியுறுத்தியுள்ளார். மேலும் அவர், 'அபிதர்மம் என்ற நூலை எட்டுத் தொகுதிகளாகத் தொகுத்தவரான' கத்யாயனி பத்ராவினால் தனது அபிதர்ம நூலுக்கான ஒரு பெரும் விமர்சன நூலைத் தொகுப்பதற்கு (மகாவிபாஷை) உதவுவதற்காகக் காபூலுக்கு அழைக்கப்பட்டார். அதாவது, அரசர் கனிஷ்கரின்

ஆதரவுடன் நடைபெற்ற குழுவின் ஒரு பெரும் இயக்க மறுப்பியல் செயல்பாட்டுக்கு உதவுவதற்காக அழைக்கப்பட்டார்.

ஆலய விஞ்ஞானம் என்ற கோட்பாடு அசங்கரின் விஞ்ஞான வாதத்திலும் முக்கிய இடம் பெற்றது. அவரது தத்துவத்தில் இது இருந்தது. அக, புற உலகமானது ஆன்மாவிலிருந்துதான் தோன்றுகிறது எனக் குறிப்பிட்ட உபநிடதத்தைப் போலத்தான் இது உள்ளது என அவர் கூறுகிறார்'[30]

தாதகத்த - கர்ப்பம் என்ற கருதுகோளானது மிகவும் சிறப்பான ஒன்றாகும். இதன்மூலம் அனைத்துத் தனிநபர்களிடமும் உள்ள ஆன்மாவில் உள்ளடங்கியுள்ள ஆதியந்தமில்லாத ஆன்மா என்ற பழைய உபநிடதக் கருதுகோளைப் புரிந்துகொள்வதற்கு, தாதகத்தா என்ற கருத்து மகாயான பௌத்தத்திற்கு மாற்றப்பட்டதை முதலில் நாம் கவனத்தில் கொள்ளவேண்டும். துவக்கக்கால பௌத்தத்தில் தாதகத்தா என்பது வரலாற்று நாயகரான புத்தரின் பண்புகளைக் குறிக்கக் கூடியதாக இருந்தது. உலகப் பற்றுகளைக் கடந்தவர் என்பது இதற்கு அர்த்தமாகும். அல்லது மேலும் எளிமையாக்க் குறிப்பிட்டால், பேரறிவு பெற்றவர் என்பதாகும். மகாயானர்களால் உருவாக்கப்பட்ட மாயக் கதைகளில் தாதகத்தா என்பதற்கு ஒரு புதிய முக்கியத்துவம் அளிக்கப்பட்டது. பௌத்தர்களும், போதி சத்துவர்களும் ஓர் அவதாரமாக, இயக்க மறுப்பியல் வகைப்பட்ட ஒன்றாகக் காட்டப் பட்டனர். இந்த பௌத்தர்களுக்கும், எதிர்கால பௌத்தர்களுக்கும் சொந்த வரலாறுகள் உண்டு. ஆனால், தாதகத்தா என்பது ஆதியந்த மில்லாத ஆளுமையைக் குறிக்கக் கூடியதாகும். சதர்ம - பண்டரிகா என்ற மகாயானச் சுவடி ஒன்று ஆதியந்தமில்லாத ஆளுமையிலான இறையியலைச் சார்ந்திருந்தது. இதிலுள்ள உபநிடத ஆன்மா, தாதகத்தா என்ற கருதுகோளைப் போல இருந்தது. ஆனால் இதன் சாரத்தைக்கூட புரிந்துகொள்வது வாசகர்களுக்குக் கடினமானதாக இருந்தது. துவக்கக்கால பௌத்தத்தில் இல்லாத, உபநிடதக் கருது கோளான நிரந்தர ஆன்மா அல்லது ஆன்மாவின் இன்றியமையாத இயல்புகளை பௌத்தத்தில் நுழைக்க மகாயானச் 'சுவடிகள்' முயற்சி செய்தன என்பது முக்கியமான அம்சமாகும்.

எளிய மக்கள் இதனைப் புரிந்துகொள்வது மிகவும் கடினமானதாக இருந்தது. எனவே, வெகுஜனங்களின் நுகர்வுக்காக, அடிப்படையில் அதே அணுகுமுறையுடன் மிகவும் எளிய மொழிபெயர்ப்பு தேவையென உணரப்பட்டது. இதற்காக மகாயான பௌத்தர்கள் தாதகத்தாவை, அமிதாப் கடவுளுடனும், சுகவதி தெய்வத்துடனும் அல்லது வைரோகனா கடவுளுடனும் அடையாளப்படுத்தினர். இதன் மூலம் பௌத்தத்திலுள்ள

ஆன்மா என்ற கொள்கையை மக்கள் நம்பத் துவங்கினர். இது இறுதியில் இயக்கவியல் பார்வை அடிப்படையில் அமைந்த மூல பௌத்தத்திலுள்ள அனாத்மவாதம் அல்லது ஆன்மாவற்ற கொள்கையிலிருந்து விடுபட்ட பின்னடைவைக் குறிப்பதாக அமைந்தது.

உருவ வழிபாடு என்று வந்தபொழுது அக்கொள்கை முழுமையாக எதிர்மறையாகிப் போனது. 'ஆன்மாவற்ற' கொள்கை இறுதியில் இறையியல் அர்த்தத்தில் புத்தக் கடவுள் என்பதாக மாற்றப்பட்டது. புத்த அமிதாபா என்ற இறையியல் கருதுகோளாக ஆன பொழுது இந்த வழிபாடு ஒரு புதிய மதத்திற்கு வழிகோலியது.'[31] என ஸ்ட்செர்பாட்ஸ்கி குறிப்பிடுகிறார்.

இவையே மகாயான பௌத்தத்தில் ஏற்பட்ட சித்தாந்தப் பின்னடைவுகளின் சில அம்சங்களாகும். பிரபஞ்ச நீரோட்டம் என்ற கண்ணோட்டத்துக்குப் பதிலாக, இது தெய்வீக அனுமதியையும், அதன் மூலம் தவிர்க்கவியலாத அரச வம்சத்தையும் நியாயப்படுத்தியது. ஆன்மா என்ற கருதுகோள் முதலில் வாட்சிபுத்திரியர்களால் ஒரு வகையில் பொதுவாகவும், பிறகு துவக்கக்கால விஞ்ஞானவாதிகளால் ஆலய விஞ்ஞானம் என்ற மேலும் ஒழுங்கமைக்கப்பட்ட வடிவிலும் பார்க்கப்பட்டது. இறுதியில் தாதகத்த - கர்ப்பம் என்ற இயக்க மறுப்பு - மாயதர்க்கமாக ஆனது. அதே சமயம் இது புத்தரின் நாத்திகத்தை முழுமையாக நிராகரித்து உருவ வழிபாட்டைப் போதித்தது.

5. இறுதிக் குறிப்புகள்

மகாயான பௌத்தம் உண்மையில் புத்தரின் புரட்சிகரமான போதனைகளை - குறிப்பாக, அவரது சமூகவியல் மற்றும் இயக்கவியல் பார்வையை - எவ்வாறு நடைமுறையில் ஒதுக்கித் தள்ளியது, அதிகார பூர்வ சித்தாந்தத்தில் புத்தரே நிராகரித்த பல்வேறு முக்கியக் காரணிகள் புதிய இறையியலாக எவ்வாறு முன்வைக்கப்பட்டது என்பது குறித்து தற்போது நமக்கு சில அபிப்பிராயங்கள் கிடைத்துள்ளன. உள்ளார்ந்த சித்தாந்த மாறுதல்களோடு, நடைமுறையில் இந்து மதத்திலிருந்து பிரித்துப் பார்க்கவியலாதபடி பௌத்த வழிபாடுகளில் வெளிப்புற மாறுதல்களும் ஏற்பட்டன. இது பற்றி சில கருத்துகளுக்கு வரவேண்டுமெனில், நவீன வரலாற்று ஆசிரியர்கள்-குறிப்பாக, பாலா கால கட்டத்தைச் சேர்ந்தவர்கள் பெரிதும் சார்ந்துள்ள தாரநாதரின் ஆய்வுகளை நாம் வாசிக்கலாம்.

இந்தியாவில் பௌத்தத்தின் சரிவுக்கும், வீழ்ச்சிக்கும் அடிப்படையான காரணிகள் பற்றிய தெளிவான அடையாளங்களை அவர் தமது சொந்த வழியில் நமக்கு அளிக்கிறார். தாரகத்தா மிகவும்

தெளிவாக விளக்கியவாறு[32] பௌத்தம் அதன் இறுதிக் கட்டத்தில், புத்தரே தமது சொந்த கருத்துகளைப் போதிப்பதற்காக நிராகரித்த நம்பிக்கைகள், மரபுகளிடம் முழுமையாகச் சரணடைந்தது. துன்பங்களுக்கான காரணங்களையும், துன்பங்களிலிருந்து விடுபடுவதற்கான மார்க்கத்தையும் கொண்ட நம்பிக்கையைப் புத்தர் கொண்டிருந்தார் என்பது நம் அனைவருக்கும் தெரிந்ததே. இது மதத்தைப் பிரதிநிதித்துவப்படுத்தியதாகக் கூறுவது கடினம். இது பெரிதும் மதச் சாயலைக்கொண்டிருந்த போதிலும், போதனை முறை முழுமையாக மனிதர்களைச் சார்ந்திருந்தது. மனிதன் தனது சொந்த முயற்சியினால் அறநெறி மற்றும் அறிவார்ந்த செயல்பாட்டின் மூலம் நிர்வாணத்தை அடைகிறான். நாமறிந்த வரை அப்போது பௌத்தத்தில் வழிபாடு பெரிதாக இல்லை. குடும்பமும், சொத்தும் இல்லாதவர்கள் மாதம் இருமுறைகூடி, தங்களது பாவங்களுக்காகப் பாவமன்னிப்பு கோரினர். எளிமை, தியானம் மற்றும் தத்துவார்த்த விவாதங்களில் ஈடுபட்டனர்' என ஸ்ட்செர்பாட்ஸ்கி குறிப்பிட்டார். கடவுளை அல்லது சிறு தெய்வங்களை வணங்குவதாலும் அவற்றுக்கு வேள்வி புரிவதாலும் அல்லது மாயச் சடங்குகள் மூலம் அவற்றின் மீது செல்வாக்கு செலுத்துவதாலும் எவ்விதப் பயனுமில்லை என்பதை உணர்ந்திருந்ததால் புத்தர் இவ்வாறு போதித்தார். புத்தரைப் பொருத்தவரை இத்தகைய நம்பிக்கைகளும், வழிபாட்டு முறைகளும் தீர்த்திகர்கள் அல்லது வெளியாட்களின் குணங்களாகும். மாறாக, பௌத்தம் தனது இறுதிக் கட்டத்தில் - தாரநாதர் மீது நாம் நம்பிக்கை கொண்டால் இத்தகைய எல்லாவித நம்பிக்கைகளையும் ஏற்றுக்கொண்டு, நடைமுறையில் இந்துமதம் என்றழைக்கப்படுவதற்கும் அதற்கும் எவ்வித வேறுபாடும் இல்லை என்றானது. எல்லாவிதக் கடவுள்களையும், தாய் தெய்வங்களையும் விரிவாக வணங்குவதைப் போல - அடிக்கடி புதிய பெயர்களில் உருவாக்கப்பட்டு புத்தரால் நிராகரிக்கப்பட்ட அனைத்து வகையான சடங்குமுறைகளும் மேற்கொள்ளப்பட்டன.

உதாரணமாக, இந்தியாவில் நிறுவப்பட்ட இறுதியான பெரும் பௌத்த மையமான விக்கிரம சில விஹாரத்தில் பாலி ஆச்சாரியர் மற்றும் ஹோம ஆச்சாரியர் போன்ற முறைகளும் ஏற்படுத்தப்பட்டன! தாரநாதர் மேலும் கூறுவதாவது: அரசர் தர்மபாலரை பல ஆண்டுகளுக்கு ஹோமம் நடத்த புத்த ஞான பீடம் அறிவுறுத்தியது. இக்கால கட்டத்தில் தனது ராஜவசம்சம் வெகுகாலம் நீடித்திருப்பதற்காக அரசர் ஒன்பது இலட்சத்து இரண்டாயிரம் வெள்ளி நாணயங்களைச் செலவழித்துள்ளார்! பௌத்தம் அதனை ஆதரிப்பவர்களிடம் புதிய வடிவத்தைப் பெற்ற பொழுது, இந்த மத நம்பிக்கைகளை உருவாக்கிய மனிதரின் நினைவுகளும், அவரது அடிப்படையான மானுட

போதனைகளும் முழுமையாக பௌத்தத்தில் மறைந்துபோயின. சுருக்கமாகக் குறிப்பிட்டால், இந்த சித்தாந்தம் முழுமையாக எதிர் மறையாகிப் போனது. முற்றிலும் வேறுபட்ட நம்பிக்கைகளாக நிலை பெற்றுவிட்டதை எவ்வகையிலும் நியாயப்படுத்த இயலாது. இறுதியாக வந்த பாலா போன்ற இதன்ன ஆதரிக்கும் சிலரினால் மட்டுமே இதன் முன்னேற்றம் சாத்தியமானது. இத்தகைய ஆதரவளிக்கும் முறை திரும்பப் பெறப்பட்ட போது அல்லது சிதைந்த பொழுது பௌத்தம் சுக்குநூறாகிப் போனது.

இந்த மத நம்பிக்கையின் இறுதிக் கட்டத்தை தாரநாதரால் முழுமையாக உணரமுடியாமல் இருந்திருக்கலாம். எனவே, அவர் புரிந்துகொண்டிருந்த வரையில் விக்கிரமசிலாவும், ஓடந்தபுரியும் அழிந்ததானது இந்தியாவில் பௌத்தத்தின் வீழ்ச்சியைக் காட்டியது. இந்த இரு மடங்களும் வீழ்ச்சியுற்றதைத் தொடர்ந்து அவற்றிலிருந்த பௌத்த ஆச்சாரியர்கள் இங்குமங்கும் ஓட்டம் பிடித்தனர். காஷ்மீர், நேபாளம் மற்றும் பல நாடுகளில் அடைக்கலம் புகுந்தனர். பரந்த ஒரு நாட்டில் பெரும் செல்வாக்குடன் விளங்கிய இந்த மத நம்பிக்கை, உள்ளார்ந்த ரீதியில் எவ்விதப் பலவீனமும் இன்றி பீகாரில் எங்கோ இரண்டு மையங்களில் ஏற்பட்ட வீழ்ச்சியைத் தொடர்ந்து எவ்வாறு முழு அழிவுக்குள்ளானது என்பது குறித்து தாரநாதர் எத்தகைய கேள்வியும் எழுப்பவில்லை.

இவ்வாறு வீழ்ச்சியுற்றுவந்த பௌத்தம் அது பிறந்த நாட்டிலேயே முடிவுக்கு வந்தது. ஆனால், பௌத்தம் பற்றிய கதைகள் இன்னும் முற்றுப் பெறவில்லை. சில அண்டை நாடுகளில் - குறிப்பாக திபெத், மங்கோலியா போன்றவற்றில் - ஏற்பட்ட மன்னராட்சிகள் புதிய பௌத்தத்தைப் பொருத்தமான ஒரு சித்தாந்தமாகக் கண்டன. துன்பப்படும் மக்களுக்கு ஆறுதலளிக்கிற வழிமுறையாக அல்லாமல் அவர்களை ஆச்சரியமூட்டியும், அச்சுறுத்தியும் தம்மோடு இருத்தி வைப்பதற்கான வழிமுறையாகக் கண்டனர். திபெத்திய மன்னர்கள் பழைய மதத்தை - பான் என்றழைக்கப்பட்ட மதம் - ஒடுக்கி, மகாயான பௌத்தத்தை நாட்டின் அரசு மதமாக நிறுவுவதில் பேரார்வம் காட்டி வந்தனர் என திபெத்திய வரலாற்று ஆய்வாளர்கள் குறிப்பிடுகின்றனர். இது வேறொரு கதையாக இருப்பினும், இவற்றோடு நாம் ஒரேயோர் அம்சத்தை மட்டும் இணைத்துக்கொள்ள வேண்டியுள்ளது. தங்கள் அரசியல் நலனுக்கு இது பொருந்தி வராது எனத் திபெத்திய மன்னர்கள் கருதியிருப்பார்களெனில், திபெத்திய மதச் சீர்திருத்தத்தில் இத்தகைய ஆர்வத்தைக் காட்டியிருக்க மாட்டார்கள்.

இது, அரசியல் செயல்பாடு எனப்படுகிற மதத்தின் மற்றோர் அம்சத்தை இங்குக் கொண்டு வருகிறது. இதைப் பற்றி நாம் அடுத்த உரையில் மேலும் விரிவாகக் காணலாம்.

அடிக்குறிப்புகள்

1. எம்.விண்டர்நிட்ஸ்.ii.8.
2. T.W.ரைஸ் DB i.96.
3. TH. ஓல்டன்பர்க் 128-29
4. தேவி பிரசாத் சட்டோபாத்யாயா 459. IP 122
5. ஓல்டன்பர்க் மேற்கோள் OP.Cit.64
6. அதே நூல்.
7. நவீன அறிஞர்களால் ஒப்புக்கொள்ளப்பட்ட ஆரம்பகால பௌத்த அணுகுமுறை.
8. காடன் மேற்கோள் SBE xiii. 84-85
9. அதே
10. அதே xiii.91
11. ஸ்ட்செர்பாட்ஸ்கி FPS. 26
12. T.W. ரைஸ்டேவிட்ஸ் DB iv. 74-75
13. T.W. ரைஸ்டேவிட் DB iv. 69-74.
14. ஏங்கல்ஸ் மேற்கோள் - குடும்பம், தனிச்சொத்து, அரசு ஆகியவற்றின் தோற்றம் 291 - 92.
15. மனு i.87-91.
16. T.W.ரைஸ் டேவிட்ஸ் DB iv.78
17. அதே நூல் iv.79
18. தேவிபிரசாத் சட்டோபாத்யாயா WLWDIP 527
19. T.W. ரைஸ்டேவிட்ஸ் DB iv - 93.
20. ஸ்ட்செர்பாட்ஸ்கி CBN 33.
21. பேரியின் மேற்கோள் 185-86.
22. ஸ்ட்செர்பாட்ஸ்கி STB
23. ஸ்ட்செர்பாட்ஸ்கி CCB 4n & STB 33
24. ஸ்ட்செர்பாட்ஸ்கி STB 625
25. அதே நூல் 62
26. அதே நூல் 34
27. ஸ்ட்செர்பாட்ஸ்கி CBN 53
28. அதே நூல் 52
29. வள்ளி பௌசின் ERE ix. 851 - 52
30. ஆனெசகி ERE ii. 62.
31. ஸ்ட்செர்பாட்ஸ்கி STB-6
32. தாரநாதாவிலிருந்து அளிக்கப்பட்ட முழு விவரங்களை THBIக்கான சட்டோபாத்யாயா, முன்னுரையில் காண்க.

8. மதத்தின் எதிர்காலம்

1. துவக்கக் குறிப்புகள்

நான் விவாதிக்க முயன்ற முக்கிய அம்சங்களின் தொகுப்பை இந்த இறுதி உரையில் குறிப்பிட விரும்புகின்றேன். பிரபஞ்சத்திலுள்ள பொருளாயத மற்றும் ஆன்மிக அம்சங்கள் தோன்றுவதும், மறைவதும் தொடர் நிகழ்வாக அல்லது ஓயாத நீரோட்டத் தொடராக உள்ளது என நாம் விவாதித்தோம். இதுவே ஹெகலிய இயக்கவியல் முறையின் சாரமாகும். ஹெகலின் கருத்துமுதல் வாதத்தையும், அதன் பூடகத் தன்மையையும் நிராகரித்து, மார்க்சியம் தனது மிக முக்கிய உட்கூறுகளில் ஒன்றாக ஏற்றுக்கொண்டதே பொருள்முதல் வாத இயக்கவியல் முறையாகும். இந்த முறையியலைப் பயன்படுத்தி மதத்தை ஆராயும் பொழுது பின்வரும் முக்கிய அம்சங்கள் வெளிப்படுகின்றன.

ஒரு காலத்தில் தவிர்க்கவியலாமல் தோன்றிய மதம் இறுதியில் மறைந்தே தீரவேண்டும். நமது விவாதத்துக்கு வசதியாக நாம் இதனை இரு பகுதிகளாகப் பிரித்துக் கொள்ளலாம். முதலாவதாக, மதத்திற்கு உறுதியான ஒரு துவக்கம் உள்ளது. இரண்டாவதாக, அது உதிர்வதைத் தவிர அதற்கு வேறு எதிர்காலம் இல்லை. முதலாவது அம்சத்தை நாம் இரு கட்டங்களாக விளக்கலாம். நாம் மதம் என்றழைப்பதை மனித குலம் அறியாத காலம் ஒன்று இருந்தது. அது வர்க்கங்களாகப் பிளவு படுவதற்கு முந்திய தொல்குடி சமுதாயமாகும். காட்டுமிராண்டி மனிதர்கள் உலகின் சில பகுதிகளில் இன்னமும் வசித்து வருகின்றனர். வர்த்தகர்களும், தொண்டு நிறுவனங்களும் இல்லாது இருந்த இவர்களிடம் மதம் கிடையாது. மதத்திற்குப் பதிலாக இவர்கள் மாய வித்தைகளைக் கடைபிடித்து வந்தனர். வரலாற்றுக்கு முந்திய சமுதாயத்தை நாம் உற்றுநோக்கும்பொழுது அங்கு மதத்துக்குப் பதிலாக மாயவித்தை இருந்ததை நம்மால் அறியமுடிகிறது. பல்லாயிரம் ஆண்டுகளாக, வர்க்கத்துக்கு முந்திய சமுதாயத்தில் மனிதன் இதே நிலையில்தான் இருந்து வந்தான். உற்பத்திச் சக்திகளின் வளர்ச்சி மிகவும் தாழ்நிலையில் இருந்ததே இதற்குக் காரணமாகும். தமது குறைந்தபட்ச தேவையைப் பூர்த்திசெய்து கொள்ள மட்டுமே அதிகப்பட்சமாக உழைக்க வேண்டியிருந்தது. உபரி எதுவும் இல்லாததால் சமுதாயத்தின் ஒரு பகுதி மக்கள், மற்றொரு பிரிவினரின் உழைப்பைக் கொண்டு வாழ்வது சாத்தியமில்லாமல் இருந்தது. இத்தகைய எளிமையான உற்பத்தித் திறனைச் சார்ந்து வாழவேண்டிய, ஆதரவற்ற

கட்டத்தில் மனிதன் தனது உண்மையான தொழில்நுட்பத்துக்கு மாறாக, மாயையான ஒன்றின் தேவையை உணர்ந்தான். அதுவே மாயவித்தை ஆகும்.

இயற்கையை எதிர்த்த தனது போராட்டத்தில் மனிதன் நிராதர வான நிலையில் நின்றுவிடவில்லை. அவன் தனது உற்பத்திக் கருவி களை மேம்படுத்தத் தொடங்கினான். நிதானமாக, மிகவும் நிதானமாக, பல்லாயிரம் ஆண்டுகளுக்குப் பிறகு, புதிய கற்காலப் புரட்சி என்ற கட்டத்துக்குள் மனிதன் காலடி எடுத்து வைத்தான். இக்கட்டத்தி லிருந்து மனிதகுலம் பிரம்மாண்டமாக வளர்ச்சி பெறத் தொடங்கியது. உற்பத்திச் சாதனங்களின் வளர்ச்சி காரணமாக மனிதன் தனது அடிப்படைத் தேவைகளுக்குக் கூடுதலாக ஒரு கட்டத்தில் உற்பத்தி செய்யும் திறனைப் பெற்றான். அதாவது உபரியாக உற்பத்தி செய்யத் தொடங்கினான். இது நடைபெற்ற பொழுது மனிதன் நாகரிகத்தின் வாசற்படியை எட்டினான். ஆனால் இன்னும் முழுமையான நாகரிகத்துக்கு வரவில்லை. நாகரிகத்தை நோக்கி முன்னேற மேலும் ஒரு புரட்சி அவசியமாக இருந்தது. இதைத்தான் கோர்டன் சைல்டு 'நகர்ப்புறப் புரட்சி' என்றழைத்தார். சமூக உபரியானது நேரடி உற்பத்தியாளர்களிடமிருந்து - முக்கியமாக விவசாயிகள் - சில குறிப்பிட்ட மையங்களுக்கு, நாம் ஏற்கெனவே பார்த்தது போல ஆரம்ப நிலையிலுள்ள நகரங்களுக்குக் கொண்டு செல்ல வேண்டியது இந்தப் புரட்சிக்கான, மிகவும் அத்தியாவசியமான முன் நிபந்தனையாக இருந்தது. இந்த மையங்களில் சமூக உபரி குவிக்கப்படாமல் பல்வேறு கலைகளிலும், கைத் தொழில்களிலும் ஈடுபடக்கூடிய முழு நேர நிபுணர்கள் அங்கு இருப்பது சாத்தியமில்லை. அவர்கள் முழுநேர ஊழியர்கள் என்ற வகையில் தமது சொந்த உற்பத்திக் கருவிகளைக் கொண்டு நீண்ட காலத்துக்கு உற்பத்தியாளர்களாக இருக்க முடியாது. முழுநேர நிபுணர்கள் இல்லாமல் நகர்ப்புறப் புரட்சி சாத்தியமில்லை. ஆகவே, சமூக உபரியை ஆரம்ப நிலையிலுள்ள நகர மையங்களுக்குக் கொண்டு செல்ல சில கருவிகள் தேவைப்பட்டன. இதற்குத் தேவையான எல்லாவிதமான கருவிகளையும் பரிசீலித்த நாம், மிகவும் சாத்தியமான, சாத்வீகமான 'மதம் என்ற ஒரு சித்தாந்தக் கருவி' உருவானதைக் கண்டறிந்தோம். வெற்றிடத்திலிருந்து இது உருவாகவில்லை. மாயத் தன்மையுடன் விளங்கிய புராதன மாயவித்தையிலிருந்து திறம்பட உருவாக்கப்பட்ட ஒன்றாகும். இது பல்வேறு தாய் தெய்வங்களும், கடவுள்களும் உருவாக வழிவகுத்தது. தெய்வ பக்திக்காக மட்டு மல்லாமல் பல்வேறு இயற்கை இடர்ப்பாடுகளிலிருந்து நேரடி உற்பத்தியாளர்களின் பாதுகாப்பை உத்தரவாதப்படுத்தவும் அவர்கள் சமூக உபரியைத் தெய்வங்களுக்காக அளிக்க முன்வந்தனர். இத்தகைய

தாய் தெய்வங்களும், கடவுள்களும் நேரடி உற்பத்தியாளர்களுக்குத் தேவையான பொருட்களை அளித்ததாக அவர்கள் கருதினர். அது மட்டுமல்லாமல், அவர்களுக்காகச் செயல்பட, அவர்களது விவகாரங்களைக் கவனிக்க இகலோக அல்லது பூவுலகப் பிரதிநிதிகள் அவர்களுக்குத் தேவைப்பட்டனர். எனவே அவர்களிடமிருந்து மதகுருமார் வர்க்கம் என்ற சமூகப் பிரிவு தோன்றியது. அவர்கள் மட்டுமே வாழ்வின் ரகசியங்களை அறிந்திருந்தனர். இவ்வாறுதான் மதம் உருவாக்கப்பட்டது அல்லது செயல்பாட்டுக்கு வந்தது.

அதே சமயத்தில் இது வர்க்க சமுதாயத்தின் துவக்கமாகவும் இருந்தது. நகர மையங்களில் குவிக்கப்பட்டிருந்த சமூக உபரி, உண்மையான தொழிலாளர்களிடையிலும் (விவசாயிகள், முழுநேர நிபுணர்களான கைவினைஞர்கள்) உழைப்பில் ஈடுபடாமலிருந்த வர்க்கங்களான மதகுருமார்கள் மற்றும் வணிகர்களிடையிலும் சமமாகப் பகிர்ந்தளிக்கப்படவில்லை. இதன் உறுப்பினர்கள் உற்பத்தியை நிர்வகித்தவர்கள் என்பதால் அது முழுமையாக ஒட்டுண்ணித்தனத்துடனும் இல்லை. ஆனால், இந்த உற்பத்தியை நிர்வகித்தவர்கள் விரைவில் உற்பத்திக் கருவிகளின் உடைமையாளர்களாக மாறினர். ஆகவே, சமுதாயம் உடைமை வர்க்கம் என்றும், உழைக்கும் வர்க்கம் என்றும் பிளவுபட்டது.

இதற்கான தொல்லியல் சான்றுகள் ஐயாயிரம் ஆண்டுகளுக்கு முன்பே கோர்டன் சைல்டு நகர்ப்புறப் புரட்சியின் 'துவக்க மையங்கள்' என்று குறிப்பிட்ட எகிப்து, மெசபடோமியா, சிந்துச்சமவெளிப் பிரதேசங்களில் இருந்ததை நாம் அறிவோம். அதைத் தொடர்ந்து, சமுதாயத்தின் அடிப்படை வர்க்கக் கட்டமைப்பில் எத்தகைய மாற்றத்தையும் ஏற்படுத்தாமல் நடைமுறையில் உலகம் முழுவதும் நாகரிகம் பரவத் தொடங்கியது. அதனுடன் சித்தாந்த ஆயுதமான மதமும் பரவியது. இருப்பினும் பொதுக் கட்டமைப்புக்குள் வர்க்க சமுதாயம் மற்றும் மதச் சூழ்நிலைமைகளில் பல்வேறு மாற்றங்கள் நிகழ்ந்தன. இக்காலகட்டம் முழுமையிலும் மதம் - நேரடி உற்பத்தியாளர்களிடமிருந்து உபரி உற்பத்தியைப் பெறுகிற தமது அடிப்படையான செயல்பாட்டை விட்டுக்கொடுக்காமல் - துன்பங்களிலிருந்து விடுபட அல்லது ஆறுதலளிக்கிற சமாதானப்படுத்தும் காரியங்களை மேற்கொண்டு வந்தது.

இத்தகைய அம்சங்களை மனதில் கொண்டு, மதத்தின் எதிர் காலம் என்ற தற்போதைய உரையின் தலைப்பு குறித்து நாம் குறிப்பாக விவாதிப்போம்.

2. வர்க்க சமுதாயமும், அதன் எதிர்காலமும்

மதத்தின் உருவாக்கமானது வரலாற்று ரீதியாகவும், அவசிய மாகவும் வர்க்க சமுதாயத்தின் உருவாக்கத்துடன் தொடர்புடையது. மதத்தின் எதிர்காலம் பற்றிய பிரச்சினைக்குச் செல்வதற்கு முன் வர்க்க சமுதாயத்தின் எதிர்காலம் குறித்து தர்க்கரீதியாக சில கருத்துகளைக் குறிப்பிடுவது அவசியமாகும். சுமார் ஐயாயிரம் ஆண்டு நாகரிகக் காலகட்டம் முழுமையிலும், நவீன முதலாளித்துவ வடிவத்தைப் பெறும் வரையில் வர்க்க சமுதாயம் பல்வேறு மாற்றங்களைச் சந்தித்து வந்துள்ளது. அதேபோல இந்த ஐயாயிரம் ஆண்டுகளில் உற்பத்திக் கருவிகளும் பெரும் வளர்ச்சியைப் பெற்று முதலாளித்துவத்தின் கீழ் பண்புரீதியான புதிய வடிவத்தைப் பெற்றுள்ளன. இது வர்க்க சமுதாயத்தின் இருப்புக்கே அடிப்படையில் எதிரானதாக வளர்ந் துள்ளது. இதுதான் இன்றைய நெருக்கடியாகும். தவிர்க்கவியலாத இரண்டு வழிமுறைகளை மனிதன் எதிர்கொள்ள வேண்டியுள்ளது. ஒன்று, சமுதாயத்தின் வர்க்கக் கட்டமைப்பை ஒழிக்க வேண்டும்; அல்லது உற்பத்திக் கருவிகளின் வளர்ச்சியைத் தடுத்து நிறுத்த வேண்டும். இதனைத் தொடர்ந்து வளர அனுமதித்தால், உள்ளூர் மற்றும் உலகளாவிய போர் போன்ற அழிவுக்காக மட்டும் வளர அனுமதித்ததாக இருக்கும். ஏகாதிபத்திய நாடுகள் இந்த இரண்டாவது போர் மாற்றையே முன்வைக்கின்றன. பாரன் மற்றும் ஸ்வீசி ஆகியோர் எழுதிய 'ஏகபோக மூலதனம்' என்ற நூலில் இதன் உண்மையான ஆபத்து குறித்து சுருக்கமாக, அதே சமயம் அர்த்தமுள்ள பல்வேறு அம்சங்களைக் குறிப்பிட்டுள்ளனர்.

ஏகாதிபத்தியம் தனது 'சமூகவியல் துறையை வளர்த்து இத்தகைய எல்லாவிதமான இழிவுகளையும் மூடி மறைத்தது. ஆனால், மக்களின் நேரடி அனுபவங்களின் முன்னால் இது அம்பலமாகிப் போனது. இது பற்றி பாரன் மற்றும் ஸ்வீசி ஆகியோர் குறிப்பிடுவதாவது: 'வேலையற்ற மனிதர்களும், வேலையற்ற எந்திரங்களும் ஒருங்கிணைந்து வறுமையில் வாடினர். வெளிநாடுகளில் பட்டினிச்சாவுக்கு உள்ளாயினர். செல்வ வளர்ச்சிக்கேற்ப வறுமையும் கூடவே வளர்ச்சியடைந்து வந்தது. ஏராளமான செல்வ வளங்கள் மோசமான வழிகளில் வீணடிக்கப் பட்டன. அமெரிக்கா உலகப் பிற்போக்கின் சின்னமானது. இதனால் நாம் பல்வேறு போர்களைச் சந்திக்க நேர்ந்தது. மேலும் பெரும் போரைச் சந்திக்க வேண்டியுள்ளது. சமூக விஞ்ஞானங்களிலிருந்து இந்த ஞானம் நமக்குக் கிடைக்கவில்லை. மாறாக, தவிர்க்கவியலாத உண்மைகளிலிருந்து நமக்குக் கிடைக்கின்றன."[1]

நூலாசிரியர்கள் விளக்கிய முக்கிய அம்சம் வெகு எளிமையானது. ஏகபோக மூலதனத்துக்கு ஒரே நோக்கம் மேலோங்கி இருந்தது. உற்பத்திச் சாதனங்களின் உடைமையாளர்களுக்குப் பெரும் லாபம் கிடைத்தது. அழிவுகரமான ஆயுதங்களை உற்பத்தி செய்வதன் மூலம் பெரு லாபம் அடைவது ஒன்றே அதன் நோக்கமாக இருந்தது. ஜெ.டி.பர்னால் இதனைப் பின்வருமாறு தொகுத்துக் கூறுகிறார். சமீப ஆண்டுகளில் அதிக லாபம் அளிக்கக்கூடியவை என்ற அதே அடிப் படையிலேயே விஞ்ஞானமும், தொழில்நுட்பமும் ராணுவத் தேவைக்குப் பயன்படுத்தப்படுகின்றன. அதில் ஏராளமான லாபம் கொட்டுகிறது. கேள்வி முறை எதுவுமின்றி பொது மக்களின் பணம் செலவழிக்கப் படுகிறது. இதன் விளைவாக சந்தையில் பொருள்கள் குவிவதில்லை. போர்களில் செலவழிக்கப்படுகிறது. அவ்வாறு இயலாததெனில் சில ஆண்டுகளுக்குப் பிறகு குப்பையென அழிக்கப்படுகிறது. போர்ப் பதற்றத்தைத் தொடரவும், ராணுவ செலவினத்தை நியாயப்படுத்தவும் அவர்கள் எல்லா விதமான பிரசார வழிமுறைகளையும் கையாளு கின்றனர். இதன் விளைவாக அறிவியல் ராணுவமயமாக்கப்படுகிறது.'[2]

மனிதன் கண்டறிந்த பிரம்மாண்டமான தொழில்நுட்பம் வர்க்க சமுதாயக் கட்டமைப்பைப் பாதுகாப்பதற்காக எவ்வாறு முறை கேடாகப் பயன்படுத்தப்படுகிறது என்பதைப் பற்றி இவை நமக்குச் சில அபிப்பிராயங்களை அளிக்கின்றன. இயற்கையின் மீது மனிதன் கொண்டிருந்த செல்வாக்கும், அறிவும் அவனது இருப்புக்கே ஆபத்தாக ஆயின. இதன் விளைவாக, தொழில்நுட்ப முன்னேற்றத் தையே தடுக்க வேண்டுமென அறிவாளிகளில் ஒரு பிரிவினர் கூறி வந்தனர். பொருளாயத அதிகாரமும், வளமும் மனிதனின் ஆன்மீக வளர்ச்சியைக் குறைத்து மதிப்பிட்டு விட்டதே இதற்குக் காரணம் என அவர்கள் வழக்கம் போலப் பேசிக் கொண்டனர். அறிவாளிகளில் மற்றுமொரு பிரிவினர் வரலாற்றையும், அதன் வளர்ச்சி விதிகளையும் ஊன்றிக் கவனித்து, நெருக்கடியான உண்மைக் காரணத்தைக் கண்டறிய முயன்றனர். இயற்கையின் மீதான எஜமானத்தனத்தினால் அல்ல, வர்க்க சமுதாயக் கட்டமைப்பினாலேயே அந்த நெருக்கடி உள்ளது என அவர்கள் வலியுறுத்தினர். சுமார் நூறு ஆண்டுகளுக்கு முன்பு மார்கன் குறிப்பிட்டது (நாம் ஏற்கெனவே இதனை மேற்கோள் காட்டியுள்ளோம்) இன்றும் பொருத்தமாக உள்ளது.

'கேவலம் சொத்து தேடும் வாழ்க்கை மனித குலத்தின் இறுதியான தலைவிதி அல்ல. முன்னேற்றம்தான் எதிர்காலத்தின் விதியெனில், கடந்த காலத்திலும் அவ்வாறுதான் இருந்திருக்க வேண்டும்... சமுதாயத்தின் மறைவு என்பது சொத்தையே குறிக்கோளாகவும்,

இலக்காகவும் கொண்டிருக்கும் ஒரு வாழ்க்கையின் முடிவு முனையாகத் தெரிகிறது. ஏனெனில், அப்படிப்பட்ட ஒரு வாழ்க்கை தன்னுள்ளேயே சுய நாசத்துக்குரிய அம்சங்களைக் கொண்டிருக்கிறது. முக்கியமாக, பழங்கால சமுதாயத்தை அடிப்படையாகக் கொண்டே மார்கன் இவ்வாறு கூறியுள்ளார். ஆனால், அப்போதைய தொழில்நுட்ப வளர்ச்சிக்கேற்ப மனிதர்களுக்கு விடுதலையை அளித்த மிகச்சிறந்த பார்வையைக் கொண்ட மார்க்ஸ், ஏங்கல்சின் எழுத்துகள் இன்று நம்மிடையே உள்ளன. இப்பார்வையைக் கொண்டு தற்காலத்தைப் புரிந்து கொள்ளவும், எதிர்காலத்தைக் கணிக்கவும் நம்மால் இயலும். ஏங்கல்சின், 'கற்பனாவாத சோசலிசமும் விஞ்ஞான சோசலிசமும்' என்ற நூலிலிருந்து பின்வரும் மேற்கோளைக் குறிப்பிடலாம்.[3]

'செயல் வன்மை வாய்ந்த சமூக சக்திகள், நாம் அவற்றைப் புரிந்து கொள்ளாமலும், கணக்கில் எடுத்துக் கொள்ளாமலும் இருக்கும் வரை இயற்கைச் சக்திகளைப் போலவே கண்மூடித் தனமாகவும், பலாத்கார மாகவும், நாசகரமாகவும் செயல்படுகின்றன. ஆனால் நாம் அவற்றைப் புரிந்துகொண்டதும், அவற்றின் செயலையும், திசைவழியையும், பலன்களையும் மனத்தால் பற்றிக் கொண்டதும் பிறகு அவற்றை மேலும் மேலும் நமது சித்தத்துக்குக் கீழ்ப்படியச் செய்து அவற்றைக் கொண்டு நமது நோக்கங்களை ஈடேற்றிக் கொள்வதும் முற்றிலும் நம்மையே பொருத்ததாகும். முக்கியமாக இது, பேராற்றல் கொண்ட இன்றைய உற்பத்திச் சக்திகளுக்கு மிகவும் பொருந்துவதாகும். செயலுக்கான இந்தச் சமூகச் சாதனங்களின் தன்மையையும், இயல்பையும் புரிந்துகொள்ள நாம் பிடிவாதமாய் மறுக்கும் வரையில் இந்தச் சக்திகள் நம்மை மீறி, நமக்கு எதிராகச் செயல்பட்டுக் கொண்டு தான் இருக்கும். நம்மீது ஆதிக்கம் புரிந்து நம்மை ஆட்டிப் படைத்துக் கொண்டுதான் இருக்கும். முதலாளித்துவப் பொருளுற்பத்தி முறையின் பண்பும் அதன் பாதுகாவலர்களுடைய மணப்பாங்கும் இவ்வாறு புரிந்து கொள்வதை மறுக்கின்றன. ஆனால் அவற்றின் தன்மை புரிந்து கொள்ளப்பட்டதும், ஆட்டிப் படைக்கும் பூதங்களாய் அவை ஆதிக்க புரியாமல், உழைக்கும் மக்களுக்கு மனமுவந்து பணிபுரியும் அவர்களின் பணியாட்களாய் அவற்றை மாற்றிவிடலாம். இது, புயலின் போது இடியிலுள்ள மின்விசையின் அழிவு சக்திக்கும், தந்தியிலும் வோல்ட்டா மின் வில்லிலும் பணிந்து செயல்படும் மின்விசைக்குமுள்ளது போன்ற தாகும்; நாசம் விளைவிக்கும் பெரு நெருப்புக்கும், மனிதனுக்குச் சேவைபுரியும் நெருப்புக்கும் உள்ளது போன்றதொரு வேறுபாடு ஆகும்.'

அதைத் தொடர்ந்து உழைக்கும் ஆண்களும், பெண்களும் இயற்கைச் சக்திகளின் அறிவைப் பயன்படுத்த முன்வருவதும், அதன்

மூலம் அவர்கள் இயற்கையின் மீது ஆதிக்கம் புரிவதும் எவ்வாறு? இதற்கு ஆரம்பகால கற்பனாவாத சோசலிசமாக இருந்த கனவை, விஞ்ஞான பூர்வமாக மாற்றியமைப்பது ஒன்றே சரியான வழி என மார்க்சும், ஏங்கல்சும் கண்டறிந்தனர். ஏங்கெல்ஸ் தொடர்ந்து கூறுவதாவது:

'இன்றைய உற்பத்திச் சக்திகளின் மெய்யான தன்மை முடிவாய் இவ்விதம் புரிந்துகொள்ளப்பட்டதும், பொருளுற்பத்தியின் சமூக அளவிலான அராஜகமானது ஒழிந்து, அதனிடத்தில் சமுதாயத்தின் தேவைகளுக்கும், ஒவ்வொரு தனிமனிதனின் தேவைகளுக்கும் ஏற்ப வரையறுக்கப்பட்ட திட்டத்தின் அடிப்படையில் பொருளுற்பத்தியின் சமூக அளவிலான ஒழுங்கியக்கும் கோலோச்சும் உற்பத்திப் பொருள் முதலில் உற்பத்தியாளரையும், பிறகு சுவீகரிப்பாளரையும் அடிமைப்படுத்தும் படியான முதலாளித்துவப் பொருளுற்பத்தி முறை மறைந்து அதனிடத்தில் நவீன உற்பத்திச் சாதனங்களது தன்மையின் அடிப்படையில் உற்பத்திப் பொருட்கள், சுவீகரித்துக்கொள்ளப்படும் முறை அப்பொழுது உதித்தெழும். அதாவது, ஒரு புறத்தில் பொருளுற்பத்தியின் பராமரிப்புக்கும், விரிவாக்கத்துக்குமான சாதனங்களால் நேரடியான சமூக சுவீகரிப்பையும், மறுபுறத்தில் பிழைப்புக்கும், சுகபோகங்களுக்குமான சாதனங்களாய் நேரடியாகத் தனிமனித சுவீகரிப்பையும் அடிப்படையாய்க் கொண்ட சுவீகரிப்பு முறை உதித்தெழும். முதலாளித்துவப் பொருளுற்பத்தி முறை மக்கள் தொகையில் மிகப் பெரும் பாலானோரை மேலும் மேலும் முழுமையாய்ப் பாட்டாளி வர்க்கத் தோராய் மாற்றும் அதே பொழுதில், தானே அழியாதிருக்க வேண்டுமாயின் இந்த மாற்றத்தைச் செய்து முடிக்கும் படியான கட்டாயத்துக்கு உள்ளாகும் ஒரு சக்தியையும் அது தோற்றுவிக்கிறது. ஏற்கெனவே சமூகமயமாகிவிட்ட பிரம்மாண்டப் பொருளுற்பத்திச் சாதனங்கள் மேலும் மேலும் அரசின் சொத்தாய் மாற்றப்படும்படி அது நிர்ப்பந்தம் செய்யும் அதே போதில், இந்த மாற்றத்தைச் செய்து முடிப்பதற்குரிய வழியையும் அது சுட்டிக் காட்டுகிறது. பாட்டாளி வர்க்கம் அரசியல் அதிகாரத்தைக் கைப்பற்றிக் கொண்டு உற்பத்திச் சாதனங்களை அரசின் சொத்தாய் மாற்றுகிறது.

உறுதியான சமூகச் சக்திகளைப் புரிந்துகொண்டு அதனடிப்படையிலான சமூகத் தலையீடு மனிதனின் முன்னால் ஒரு புதிய விடுதலைக்கு வித்திடுகிறது. இதைப் பற்றிய ஏங்கல்சின் ஆதர்சமூட்டும் விளக்கத்தைக் காண்போம்.

'உற்பத்திச் சாதனங்களைச் சமுதாயம் கைப்பற்றிக் கொண்டதும், பரிவர்த்தனைப் பண்ட உற்பத்திக்கு முடிவு கட்டப்பட்டு வருகிறது. இதனுடன் கூடவே உற்பத்தியாளரை உற்பத்திப் பொருள் அடக்கி ஆளுமை செலுத்துவதும் ஒழிந்து விடுகிறது. சமூகப் பொருளுற் பத்தியில் அராஜகம் அகற்றப்பட்டு முறைப்படியான, திட்டவட்ட மான ஒழுங்கமைப்பு உண்டாக்கப்படுகிறது. தனிமனிதனின் வாழ்வுப் போராட்டம் மறைகிறது. இதன்பின் முதன்முதலாய் மனிதன் ஒருவகை அர்த்தத்தில் விலங்கின உலகிலிருந்து முடிவாய்த் துண்டித்துக் கொண்டு, விலங்கின வாழ்நிலைமைகளிலிருந்து வெளிப்பட்டு, மெய்யான மனிதவாழ் நிலைமைகளினுள் பிரவேசிக்கிறான். மனிதனது சுற்றுச் சார்பாய் அமைந்து இதுகாறும் மனிதனை ஆட்சிபுரிந்து வந்த வாழ்நிலைமைகளது முழு அரங்கும் இப்பொழுது மனிதனுடைய ஆதிக்கத்துக்கும் கட்டுப்பாட்டுக்கும் உட்பட்டு விடுகிறது. முதன் முதலாய் மனிதன் இயற்கையின் மெய்யான, உணர்வு பூர்வமான அதிபதி ஆகிறான். ஏனெனில், இப்பொழுது அவன் தனது சமூக ஒழுங்கமைப்பை ஆட்சிபுரியும் எஜமானன் ஆகிவிடுகிறான். அவனுடைய சமூகச் செயல்பாடுகளின் விதிகள், இதுகாறும் இயற்கை விதிகளாய் அவனுக்கு அன்னியமாய் இருந்து ஆதிக்கம் செலுத்தி அவனை ஆட்டிப் படைத்த இந்த விதிகள் இனி அவனால் பூரணமாக உணரப்பட்டுப் பயன்படுத்திக் கொள்ளப்படும். ஆகவே, மனிதன் இவற்றின் மீது ஆளுமை செலுத்து கிறவன் ஆகிவிடுவான். இயற்கையாலும், வரலாற்றாலும் அவனுக்கு விதிக்கப்பட்ட இன்றியமையா அவசியமாய் இதுகாறும் அவனை எதிர்நோக்கிய மனித சமூக ஒழுங்கமைப்பு இப்பொழுது அவனுடைய சுதந்தரமான சொந்தச் செயலின் விளைவாகி விடுகிறது. இதுவரை வரலாற்றை ஆட்சிபுரிந்த வெளிப்புறத்தே அமைந்த புறநிலைச் சக்திகள் நேரடியாய் மனிதனது கட்டுப்பாட்டின் கீழ் வருகின்றன. அது முதல்தான் மனிதன் மேலும் மேலும் உணர்வுபூர்வமாய் தனது வரலாற்றைத் தானே படைப்பவனாவான். அது முதல்தான் அவனால் இயக்கிவிடப்படும் சமூகக் காரணங்கள் பிரதானமாகவும், மேலும் மேலும் கூடுதலான அளவிலும் அவன் விரும்பிய பலன்களை அளித்திட முற்படும். அவசியத்தின் ஆட்சியிலிருந்து, சுதந்தரத்தின் ஆட்சிக்கு மனிதன் வளர்ந்து உயர்வதை இது குறிப்பதாகும்.'

இவ்வாறுதான் வர்க்கமற்ற சமுதாயம் அல்லது மார்க்சியத்திலுள்ள புரிதலின்படியான கம்யூனிசம் உருவாகும். மனிதர்கள் உணர்வு பூர்வமாக தமது சொந்த வரலாற்றை உருவாக்கிக் கொள்ளும் நிலைமைகள் அங்கே மட்டுமே சாத்தியம். இது மனிதகுலம் தமது அத்தியாவசியத் தேவையிலிருந்து, விடுதலையை நோக்கி முன்னேறிச் செல்வதற்கான காலகட்டமாகும்.

3. மதத்தின் எதிர்காலம்

வர்க்க சமுதாயத்தின் எதிர்காலத்தைப் பற்றி இவ்வாறு சுருக்கமான அபிப்பிராயத்தைப் பெற்றுள்ள நாம் தற்பொழுது நமது முக்கியப் பிரச்சினையான மதத்தின் எதிர்காலம் பற்றிப் பார்ப்போம்:

கம்யூனிசம் குறித்த அடிப்படையான கருத்தைப் போல, சமுதாயத்தின் செல்வாக்கு மிக்க வர்க்கம் வெகுஜனங்களைத் தமது கட்டுப்பாட்டில் வைத்திருப்பதற்குத் தேவையாக மதம் உள்ளது என்ற வகையில் அதற்கான எதிர்ப்பை மார்க்ஸ், ஏங்கல்ஸ் காலத்துக்கு வெகுகாலம் முன்பே காணலாம். ஓர் உதாரணத்திலிருந்து நாம் இதனைத் துவங்கலாம். ஏனெனில் இது, நாத்திகர்களாகவோ, பொருள் முதல் வாதிகளாகவோ அல்லாமல், மிகவும் அர்ப்பணிப்புமிக்க மதப்பிடிப்புள்ள மக்களின் கருத்துகளையும், அணுகுமுறைகளையும் வெளிப்படுத்துகிறது. ஐரோப்பிய வரலாற்று நூல்களில் அவை திக்கர்கள் (Diggers) எனக் குறிப்பிடப்பட்டுள்ளன. ‘1649, ஏப்ரலில் சுமார் இருபது ஏழை மக்கள் செயிண்ட் ஜார்ஜ் மலைப் பகுதியில் ஒன்று கூடி பொது நிலத்தில் சாகுபடி செய்யத் தொடங்கினர். மன்னருக்கும், பெரும் நிலவுடைமையாளர்களுக்கும் எதிராக நடைபெற்ற ஆங்கிலேய உள்நாட்டுப் போரில் அவர்கள் ஈடுபட்டனர். முதலாம் சார்லஸ் தூக்கிலிடப்பட்டதைத் தொடர்ந்து மிகவும் ஏழ்மை நிலையிலுள்ள மக்களின் சாகுபடிக்காக நிலம் அளிக்கப்பட்டது. இதுபோல ஏராள மான திக்கர்கள் ஏற்பட்டதைத் தொடர்ந்து அவர்களது இயக்கம் மிகக் கொடூரமாக ஒடுக்கப்பட்ட பொழுது பக்தி சிரத்தை கொண்ட கிறித்தவரான ஜெரால்டு வின்ஸ்டன்லி, ‘மிகவும் உணர்ச்சிபூர்வமாக அமைப்பு ரீதியான மதத்தின் மீது குற்றம் சாட்டத் துவங்கினார். மேலும் வின்ஸ்டன்லி, ‘ஏழ்மை என்பது கடவுளின் செயல் எனக்கூறி ஏழை மக்களை அறியாமையில் வைத்திருந்ததே அமைப்பு ரீதியான மதத்தின் செயல்பாடு என்று கசப்பான அனுபவங்களிலிருந்து கூறினார்.’ அவர் கூறியதாவது:

‘ஆன்மிக மற்றும் சொர்க்க புரிக்கானது என நீங்கள் அழைக்கக் கூடிய இந்தத் தெய்வீகக் கோட்பாடானது திருட்டுத்தனமானதும், கொள்ளைக்காரத்தனமானதும் ஆகும். இது வாசற்படி வழியாக வராமல் புழக்கடை வழியாக நுழைந்து மனிதனின் அமைதியான திராட்சைத் தோட்டத்தைச் சீரழிக்கிறது. இந்தத் தெய்வீகமான ஆன்மிகக் கோட்பாடு ஒரு மோசடி. மனிதர்கள் இப்பூமியில் வாழும் பொழுது என்ன செய்யவேண்டும் என்பதைக் கூறுவதற்குப் பதிலாக இறந்த பின்பு மகிழ்ச்சியான சொர்க்கம் அல்லது அச்சமூட்டக்கூடிய நரகம் கிடைக்கும் என்ற கற்பனைக்குள் அவர்களைத் தள்ளுகிறது. இது

ஆபாசமான ஒரு கற்பனையாகும்; மழைத்துளி இல்லாத மேகமாகும். இறப்புக்குப் பிறகு மகிழ்ச்சியும், வளமுமிக்க சொர்க்கம் கிடைக்கும். அதன் பிறகு அவர்கள் எளிதில் இம்மண்ணின் வாரிசுகளாக இருக்கலாம். ஏமாற்றுப் பேர்வழிகளைத் தமது பணியாட்களாக வைத்துக் கொள்ளலாம் என்ற தெய்வீகக் கோட்பாட்டைக் காட்டி மக்களை வசீகரிக்க முடியும் என்பதை உண்மையில் மதகுருமார்கள் உணர்ந் திருந்தனர்.'[4]

வின்ஸ்டன்லி, ஒரு சாதாரண விவசாயி என்ற வகையில் மதத்தைக் கொள்கைரீதியாக விமர்சிப்பதற்கான எத்தகைய தன்மையோ, திறனோ அவரிடம் இல்லை. ஆனால், 'கிறித்தவம் உள்ளிட்ட அனைத்து மதங்களும் ஏமாற்றுப் பேர்வழிகளுக்கே சேவை செய்கின்றன' என்ற 'சுதந்திரச் சிந்தனையாளரிடம்' பொதுவாக மேலோங்கியிருந்த பார்வை அவரிடம் இருந்தது. 'உலக வரலாறு பற்றிய அறிவார்ந்த பரிணாமத் தத்துவத்தை ஹெகல் உருவாக்கிய பிறகு இது போது மானதாக இல்லை.'[5] மேலும் குறிப்பாக ஜெர்மனியில் தத்துவஞானிகள் ஹெகலின் மந்திரத்துக்குப் பெரிதும் கட்டுப்பட்டிருந்த நிலையில், கோபமுற்ற இளம் தத்துவஞானிகள் புதிய இலக்கியத்தைக் கொண்டு வந்தனர் அல்லது தீவிர சிந்தனையாளரிடையே மதத்தைத் தத்துவார்த்த ரீதியாக விமர்சிக்கும் போக்கு இருந்தது. பொதுவாக இளம் ஹெகலியர்கள் என்றழைக்கப்பட்ட இந்தச் சிந்தனையாளர்கள் குழுவினர் மார்க்சியர்களுக்கு நெருக்கமாக இருந்தனர். மார்க்சே அவரது சொந்த புரட்சிகர மனநிலையின் காரணமாக தமது மாணவப் பருவத்திலேயே இந்த இயக்கத்துக்குள் ஈர்க்கப்பட்டு அதன் முன்னணித் தலைவர்களில் ஒருவராக ஆனார். ஆனால் இந்தக் கூட்டணி வெகுகாலம் நீடிக்கவில்லை. மதத்தின் மீதான இளம் ஹெகலியர்களின் விமர்சனமானது ஒரு வகையான அரசியல் கற்பனையாகவே இருந்தது. மதத்தை வேரறுக்கும் திறன் கொண்டதாக அது இல்லை என்பதை அவர் கண்டார். உண்மையில் மதத்தைக் காட்டுமிராண்டித்தனமாகத் தாக்குவது அதனை எதிர்த்துப் போராடுவதற்கான சரியான வழிமுறை அல்ல. 1842-ல் அவர் இளம் ஹெகலியர்கள் குறித்த ரூஜ்-க்குப் பின்வருமாறு எழுதினார்: 'வேறு வழிகளில் அல்லாமல் அரசியல் ரீதியாக மதத்தை விமர்சிக்க வேண்டுமென நான் கேட்டுக் கொண்டேன். ஏனெனில், ஒன்றுமில்லாத மதம், சொர்க்கத்தில் அல்லாமல் பூமியில் வாழ்வதால் அதனைப் பிரதிநிதித்துவப் படுத்தும் கொள்கை மறையும்பொழுது அதுவும் மறைந்து விடும்.'[6]

மார்க்சின் சிந்தனையிலே புதிய திருப்பம் ஏற்பட்டதை இது காட்டுகிறது. மார்க்சும், ஏங்கல்சும் இணைந்து எழுதிய 'ஜெர்மன்

தத்துவஞானம்' என்ற நூலில் இது முழுமையாக ஒருங்கிணைந்த வகையில் விளக்கப்பட்டுள்ளது. வரலாறு பற்றிய பொருள்முதல் வாதக் கருதுகோளை அல்லது மேலும் எளிமையாகக் குறிப்பிட்டால் வரலாற்றியல் பொருள்முதல் வாதக் கண்ணோட்டத்தை அவர்கள் எட்டியபொழுது, இளம் ஹெகலியர்களிடமிருந்து உறுதியாக விலகத் துவங்கினர். மார்க்சியப் பார்வையிலிருந்து மதத்தின் எதிர்காலம் குறித்து ஒரு சுருக்கமான கருத்துக்கு வரலாம். மார்க்ஸ், ஏங்கல்சின் எழுத்துகளிலிருந்து மார்க்சியத்தை நன்கு புரிந்துகொள்வது நன்று என்ற அடிப்படையில் வரலாற்றியல் பொருள்முதல் வாதத்தின் உண்மையான அர்த்தம் குறித்து ஜெர்மன் சித்தாந்தம் என்ற நூலிலிருந்து நாம் பின்வரும் மேற்கோளைச் சுட்டிக்காட்டலாம்:

கருத்துகள், கருதுகோள்கள், உணர்வுகள் போன்றவை தோன்றுவது மனிதனின் பொருளாயதச் செயல்பாட்டையும், பொருளாயத ஈடுபாட்டையும் உண்மையான வாழ்வின் அர்த்தத்தையும் நேரடியாக பின்னிப்பிணைந்துள்ளன. அறிதல், சிந்தித்தல் போன்ற மனிதர்களின் மனநிலை சார்ந்த சிந்தனைகள் அவர்களது பொருளாயத நடவடிக்கையின் நேரடி வெளிப்பாடாக இக்கட்டத்தில் தோன்றுகின்றன. மக்களின் அரசியல், சட்டங்கள், நெறிமுறைகள், மதம், இயக்க மறுப்பியல் போன்றவையும் இதே போன்ற மனோநிலையிலிருந்து தோன்றுவதன் வெளிப்பாடாகும். உண்மையான செயல்பாடுள்ள மனிதர்கள் ஒரு குறிப்பிட்ட வளர்ச்சி நிலையிலுள்ள உற்பத்திச் சக்திகளின் நிலைமைகளுக்கு உட்பட்டிருக்கும் நிலையிலும் அதனுடன் தொடர்புடைய, மேற்கொண்டு நடைபெறவுள்ள வடிவத்திலும் மனிதர்களே அவர்களது கருதுகோள்கள், கருத்துகள் போன்றவற்றைத் தோற்றுவிப்பவர்களாக உள்ளனர். உணர்வு நிலை என்பது உணர்வு பூர்வமான இருப்பைத் தவிர வேறெதுவும் அல்ல. மனிதர்களின் இருப்பே அவர்களது உண்மையான வாழ்க்கை முறையாகும். அனைத்துச் சித்தாந்த மனிதர்களும் அவர்களது சூழ்நிலைமைகளினால் பொருட்கள் கண்பார்வையில் தலைகீழாகத் தெரிவதைப் போல, தமது சித்தாந்தங் களை, உருவாக்கிக் கொள்கின்றனர். அது அவர்களது வரலாற்று ரீதியான வாழ்க்கை நடவடிக்கையிலிருந்து எழுவதாகவே பெரிதும் இங்கு உள்ளது.

சொர்க்கத்திலிருந்து பூமியை நோக்கும் ஜெர்மன் தத்துவ ஞானத்துக்கு நேர்மாறாக நாம் இங்கு பூமியிலிருந்து சொர்க்கத்தை நோக்குகிறோம். அதனால்தான், மனிதர்கள் என்ன கூறுகிறார்கள், அவர்களின் கற்பனை, அவர்களது சிந்தனை வெளிப்பாடு, நினைவுகள் ஆகியவற்றைக் கொண்டு மனிதனைப் பார்ப்பதில்லை. மாறாக, நாம்

உண்மையான செயலூக்கமிக்க மனிதன், தனது நடைமுறை வாழ்க்கையிலிருந்து சித்தாந்த ரீதியான வளர்ச்சியையும், அது மனிதனின் வாழ்க்கை முறையில் ஏற்படுத்தும் மாற்றத்தையும் காண்கிறோம். மனித மூளையில் ஏற்படும் மாற்றங்களும் இதேபோல அவர்களது பொருளாயத வாழ்க்கையைப் பிரதிபலிக்கின்றன. அதை நம்மால் நிரூபிக்க முடியும். நெறிமுறை, மதம், இயக்க மறுப்பியல் மற்றும் இதுபோன்ற மற்ற சித்தாந்தங்கள் அதையொட்டி ஏற்படுகின்ற பல்வேறு வகையான உணர்வுகள் போன்றவை சுதந்தரமாக இயங்குவதில்லை. அவற்றுக்கு வரலாறோ, வளர்ச்சியோ கிடையாது. ஆனால், மனிதன் உற்பத்தி முறைகளை வளர்ப்பதன் மூலமாகவும், பொருட்களின் மீது செயல்படுதல் மூலமாகவும் தனது உண்மையான இருப்பை மாற்றுவதன் மூலம் அவனது எண்ணம், மேலும் அதன் மூலம் ஏற்படும் விளைவுகள் போன்றவையும் மாறுகின்றன. உணர்வுகள் இருப்பைத் தீர்மானிப்பதில்லை; இருப்புதான் உணர்வைத் தீர்மானிக்கின்றது. முதலாவது அணுகுமுறையில் துவக்கப்புள்ளியாக உணர்வு உயிருள்ள ஒரு மனிதனாக எடுத்துக் கொள்ளப்படுகிறது. ஆனால், நடைமுறையோடு ஒத்து வருகின்ற இரண்டாவது பார்வையில் உண்மையில் வாழ்கின்ற மனிதர்களே துவக்கப் புள்ளியாகவும், உணர்வுகள், அவர்களுடைய உணர்வுகளாக மட்டுமே எடுத்துக்கொள்ளப்படுகின்றன.'[7]

இவ்வாறாக, மார்க்சிய அடிப்படையிலான தத்துவார்த்தப் பார்வை, இன்னும் சொல்லப்போனால் சித்தாந்த ரீதியான அனைத்தும் அடிப்படையில் பொருளாயதக் காரணிகளால், அதாவது பொருளுற்பத்தி முறை, அதனால் ஏற்படும் உற்பத்தி உறவுகள் ஆகியவற்றால் நிர்ணயிக்கப்படுகின்றன. இந்த அடிப்படையில் நோக்குகையில், பொருளாயத நிலைமைகளில் ஒரு புரட்சிகரமான மாறுதல் ஏற்படாமல் தத்துவார்த்த சிந்தனையில் புரட்சிகர மாறுதல் ஏற்பட முடியாது. ஜெர்மன் தத்துவஞானம் என்ற நூலில் மார்க்சும், ஏங்கல்சும் ஏற்கெனவே இதனை வலியுறுத்தி உள்ளனர். அவர்கள் குறிப்பிடுவதாவது:

வரலாற்றைப் பற்றிய பொருள்முதல் வாதக் கண்ணோட்டம் வரலாற்றைப் பற்றிய கருத்துமுதல் வாதக் கண்ணோட்டத்தைப் போல ஒவ்வொரு காலகட்டத்துக்கும் ஒவ்வொரு வகையினத்தைத் தேடாமல், வரலாற்றின் உண்மையான ஆதாரத்தின் மீது நிற்கிறது. அது நடைமுறையைக் கருத்திலிருந்து விளக்குவதில்லை. மாறாக, பொருளாயத நடைமுறையிலிருந்து எண்ணங்கள் தோன்றுவதை விளக்குகிறது. இதனடிப்படையிலேயே அனைத்து வகையான உணர்வுகளையும் மனோரீதியான விமர்சனத்தின் மூலமாக அழிக்க முடியாது. இத்தகைய உணர்வுகளை ஏற்படுத்தக்கூடிய உண்மையான சமுதாய நிலைமைகளைத்

தூக்கி எறிவதன்மூலமே அழிக்க முடியும். அதாவது, வியாக்கியானம் அல்ல, புரட்சியே வரலாறு, தத்துவம், மதம் மற்றும் அனைத்து வகையான கொள்கைகளுக்கும் உந்து சக்தியாகும்.'[8]

இதனோடு நாம் இன்னோர் அம்சத்தையும் இணைத்துப் பார்க்க வேண்டும். தத்துவ ஞானிகள் தங்களை உணராமலேயே சில அடிப் படையான மாயைக்கு இட்டுச் செல்லக்கூடிய தன்மை வர்க்க சமுதாயத்துக்கு உள்ளதைப் பற்றி மார்க்சும், ஏங்கல்சும் பலமுறை நமது கவனத்துக்கும் கொண்டு வந்துள்ளனர். எனவே, தத்துவத்தின் உண்மையான விடுதலை என்பது மார்க்சிய அடிப்படையில் வர்க்க சமுதாயத்தை, வர்க்கமில்லா சமுதாயமாக மாற்றுவதை முன் நிபந்தனையாகக் கொள்கிறது.

ஏற்கெனவே, கம்யூனிஸ்ட் கட்சி அறிக்கையில் அவர்கள் குறிப்பிட்டுள்ளதாவது:

'மனிதனது கருத்துகளும், எண்ணங்களும், கண்ணோட்டங்களும் - சுருங்கச் சொன்னால் மனிதனது உணர்வானது - அவனது பொருளாயத வாழ்நிலைமைகளிலும், சமூக உறவுகளிலும், சமூக வாழ்விலும் ஏற்படும் ஒவ்வொரு மாறுதலுடனும் சேர்ந்து மாறிச் செல்வதைப் புரிந்துகொள்ள ஆழ்ந்த ஞானம் வேண்டுமா என்ன?'

'கடந்த கால சமுதாயம் அனைத்தின் வரலாறும் வர்க்கப் பகைமைகளின் இயக்கமாய் இருந்திருக்கிறது. இந்தப் பகைமைகள் வெவ்வேறு சகாப்தங்களில் வெவ்வேறு வடிவங்களைப் பெற்று வந்திருக்கின்றன.

ஆனால் இந்தப் பகைமைகள் ஏற்ற வடிவம் எதுவானாலும், சமுதாயத்தின் ஒரு பகுதி மற்றொரு பகுதியால் சுரண்டப்பட்டு வந்தது என்பது கடந்த சகாப்தங்கள் யாவற்றுக்கும் பொதுவான உண்மை யாகும். எனவே, கடந்த சகாப்தங்களின் சமூக உணர்வு எவ்வளவுதான் பல்வேறு பட்டதாகவும் இருந்திருப்பினும் வர்க்கப் பகைமைகள் அறவே ஒழிந்தாலொழிய முற்றிலும் கரைந்துவிட முடியாத குறிப்பிட்ட சில பொதுவடிவங்கள் அல்லது பொதுவான கருத்துகளின் வட்டத்தினுள்ளேதான் அந்தச் சமூக உணர்வு இயங்கி வந்திருக்கிறது. இதில் வியப்பேதுமில்லை.

கம்யூனிசப் புரட்சியானது மரபார்ந்த சொத்துடைமை உறவுகளி லிருந்து மிகவும் தீவிரமாய்த் துண்டித்துக் கொண்டுவிடும் புரட்சி யாகும். ஆகவே, இந்தப் புரட்சியானது வளர்ச்சியின்போது மரபார்ந்த கருத்துகளிடமிருந்து மிகவும் தீவிரமாய்த் துண்டித்துக் கொள்ளும்படி நேர்வதில் வியப்புக்கு இடமில்லை.'[9]

மார்க்சியப் புரிதலில் சமூகப் புரட்சிக்குத் தத்துவார்த்த ரீதியான அம்சத்தில் கூட பெரும் முக்கியத்துவம் அளிக்கப்பட்டிருப்பதை நம்மால் புரிந்துகொள்ள முடிகிறது. வர்க்கமற்ற சமுதாயத்தை நிறுவாமல் வர்க்கச் சமுதாயக் கட்டமைப்புக்குள்ளிருந்து தோன்றிய பழைய மாயைகளிலிருந்து தத்துவஞானத்தைத் திறம்பட விடுதலை செய்ய முடியாது. எனவே, தத்துவஞானி தத்துவார்த்த ரீதியான விடுதலைக்காகவாவது உலகை மாற்றியமைக்க வேண்டியது அவசியமாகும். அதனால்தான் மார்க்ஸ், இவ்வுலகைப் புரிந்து கொள்வதோடு திருப்திப்பட்டுக் கொள்வதற்கு மேற்கொள்ளப்பட்ட பல்வேறு முயற்சிகளைக் காட்டிலும் அதனை மாற்றுவதைப் பெரிதும் வலியுறுத்தினார்.

ஆனால், இவையனைத்தும் தவறான புரிதலை ஏற்படுத்தாமலிருக்க தத்துவார்த்த விடுதலைக்கும், சமூகப் புரட்சிக்கும் இடையிலான உறவு குறித்த பிரச்னையை இயக்கவியல் பார்வையிலிருந்து அணுக வேண்டியுள்ளது.

இயக்கவியல் பார்வையிலிருந்து நோக்குகையில் மத மற்றும் தத்துவார்த்த உணர்வுநிலை உள்ளிட்ட அனைத்து உணர்வு நிலையும் பொருளாயத வாழ்நிலையைச் சார்ந்திருந்த போதிலும் அத்தகைய பொருளாயத வாழ்நிலையின்மீது மீண்டும் செல்வாக்கு செலுத்துகிறது. வேறு வார்த்தைகளில் குறிப்பிட்டால் உணர்வு நிலைக்குச் செயல்படும் தன்மை உண்டு. இந்த அம்சத்தில் மார்க்சியத்தைத் தோற்றுவித்தவர்கள் அவர்களுக்கு முந்திய பொருள்முதல் வாதிகளிடமிருந்து விலகிச் சென்றனர். முந்திய பொருள்முதல் வாதிகள் சூழ்நிலைமைகள் உணர்வு நிலைக்கு அடிப்படையாக இருப்பதை எந்திரகதியாகப் புரிந்து கொண்டனர். பாயர்பாக் குறித்த மூன்றாவது ஆய்வுரையில் மார்க்ஸ் இதனை மிகச் சரியாகக் குறிப்பிடுகிறார்:

'சூழ்நிலைமைகள், வளர்ப்பு ஆகியவை உற்பத்தி செய்த பொருட்களே மனிதர்கள். எனவே, வேறு சூழ்நிலைமைகளின் மாறுபட்ட வளர்ப்பின் உற்பத்திப் பொருட்களே மாறுபட்ட மனிதர்கள் என்னும் பொருள்முதல் வாதப் போதனை, மனிதர்கள்தாம் சூழ்நிலைமைகளை மாற்றுகிறார்கள் என்பதையும், கல்வி கற்பிக்கிறவனுக்கே கல்வி கற்கவேண்டிய தேவை இருக்கிறது என்பதையும் மறக்கிறது.'[10]

ஆகவே, மார்க்சியப் புரிதலின்படி தத்துவஞானிகள் அல்லது கொள்கைவாதிகள் சமூக மாறுதலின்போது அவர்களது சிந்தனைகள் விடுதலைபெறும் எனக் கருதி வெறுமனே காத்திருக்கக்கூடாது. அதே சமயம் தனித்திறன் பெற்ற கொள்கைவாதிகள் அல்லது தத்துவஞானிகள் என்ற வகையில் அவர்கள் சமூகப் புரட்சிக்குத் தேவையான உதவிகளைச் செய்யவேண்டியது மிகவும் முக்கியத்துவம் வாய்ந்ததாகும்.

இவ்வுலகை மாற்ற வேண்டும் என்பதுதான் மிகவும் முக்கியமான அம்சம் என்பதில் எவ்வித சந்தேகமும் இல்லை. ஆனால், போதுமான புரிதலின்றி இவ்வுலகைச் சரியான திசைவழியில் புரிந்துகொள்ள முடியாது என்பதும் சரியில்லாத புரிதலைக்கொண்டு சமுதாயத்தை மாற்றமுடியாது என்பதும் முக்கியமாகும்.

இத்தகைய அம்சங்களை மனதில்கொண்டு, மார்க்சியத்தில் மதத்தின் சாரம் மற்றும் எதிர்காலம் குறித்து எவ்வாறு புரிந்து கொள்ளப்பட்டது என்ற பிரச்சினைக்கு நாம் வருவோம். ஏங்கல்சின் 'டூரிங்குக்கு மறுப்பு' என்ற நூலின் இறுதி அத்தியாயத்தில் இது மிகச்சிறந்த மற்றும் மிகவும் தெளிவான வகையில் விவரிக்கப்பட்டு உள்ளது. இதன் சாரத்தைக் கூறுவதோடு இந்த உரையை நிறைவு செய்ய விரும்புகிறேன். ஏங்கல்ஸ் கூறுவதாவது:

'எல்லா மதங்களும், மனிதர்களின் அன்றாட வாழ்க்கையைக் கட்டுப்படுத்துகிற சக்திகள் பற்றி மனிதர்களின் மனங்களில் ஏற்படும் கற்பனையின் பிரதிபலிப்பே தவிர வேறு எதுவுமல்ல. இந்தப் பிரதி பலிப்பில் மண்ணுலக சக்திகள் இயற்கையை மீறிய சக்திகளின் வடிவத்தை மேற்கொள்ளுகின்றன. வரலாற்றின் துவக்கத்தில் இயற்கைச் சக்திகளே அவ்வாறு பிரதிபலிக்கப்பட்டன. மேலும், ஏற்பட்ட பரிணாமப் போக்கில் இவை பல்வேறு மக்களிடையே மிகவும் பன்முகப்பட்ட, பல வகையான உருவகத் தோற்றங்களை மேற்கொண்டன.

ஆனால், விரைவிலேயே இயற்கைச் சக்திகளுடன் அக்கம் பக்கமாகச் சமுதாயச் சக்திகளும் செயலூக்கமடையத் தொடங்கு கின்றன. இந்தச் சக்திகள் மனிதனைச் சம அளவில் புறம்பாகவும் முதலில் சமஅளவில் விளக்கமுடியாத வகையிலும் எதிரிடுகின்றன. இயற்கைச் சக்திகளைப் போலவே காணப்படுகின்ற அதே இயற்கை அவசியத்துடன் அவன்மீது ஆதிக்கம் செலுத்துகின்றது. முதலில் இயற்கையின் விந்தையான சக்திகளை மட்டுமே பிரதிபலித்து வந்த கற்பனையான உருவங்கள் இந்தக் கட்டத்தில் சமுதாய இயல்புகளைப் பெற்று வரலாற்றுச் சக்திகளின் பிரதிநிதிகளாகின்றன. பரிணாமத்தின் இன்னும் கூடுதலான ஒரு கட்டத்தில் எண்ணற்ற பல கடவுள்களின் இயற்கையான மற்றும் சமூகத் தன்மைகள் சர்வ வல்லமை கொண்ட ஒரு கடவுளுக்கு மாற்றப்படுகின்றன. அவர் சூக்கும மனிதனின் பிரதிபலிப்பே தவிர வேறு எதுவுமல்ல. ஒற்றைக் கடவுள் கொள்கையின் துவக்கம் இத்தகையதே. இதுவே பிற்கால கிரேக்கர்களின் கொச்சையான தத்துவவியலின் வரலாற்று வழியான கடைசிச் சரக்காகும். இது தனது அவதாரத்தை யூதர்களின் முற்றிலும் தேசியக் கடவுளான ஜெஹோவாவில்

கண்டது. இந்த வசதியான, கைப்பழக்கமான, சர்வப் பொதுவாக மாற்றியமைத்துக் கொள்ளக்கூடிய வடிவில், மனிதர்கள் புறம்பான, இயற்கை மற்றும் சமுதாய சக்திகளின் ஆதிக்கத்தின் கீழ் இருக்கும் வரையில் அவர்கள் மீது ஆதிக்கம் செலுத்தும் இந்தச் சக்திகளுடனான மனிதர்களின் உறவின் நேரடியான - அதாவது, உணர்ச்சிபூர்வமான வடிவில் மதம் தொடர்ந்து நிலவ முடியும். எனினும் நிலவும் முதலாளித்துவ சமுதாயத்தில் மனிதர்கள் தம்மாலேயே உருவாக்கப் பட்ட பொருளாதாய நிலைமைகளால் அவர்களே உண்டாக்கியுள்ள உற்பத்திச் சாதனங்களால் புறம்பான ஒரு சக்தியின் மூலம் போன்று ஆதிக்கம் செலுத்தப்படுகின்றனர். எனவே, மதத்தைத் தோற்றுவிக்கும் பிரதிபலிக்கிற செயல்பாட்டின் உண்மையான அடிப்படை தொடர்ந்து நிலவுகிறது. அதோடு சேர்ந்து அதன் மதப் பிரதிபலிப்பும் நிலவுகிறது. இந்தப் புறம்பான ஆதிக்கத்தின் தற்செயலான தொடர்பு குறித்து முதலாளித்துவ அரசியல் பொருளாதாரம் ஒரு குறிப்பிட்ட அளவு நுண்ணறிவினை வழங்கியிருந்த போதிலும் இதனால் முக்கியமான வித்தியாசம் எதுவும் ஏற்பட்டுவிடவில்லை. முதலாளித்துவப் பொருளாதாரத்தால் பொதுவாக நெருக்கடிகளைத் தடுக்க முடியாது. தனிப்பட்ட முதலாளிகளை நஷ்டம், திரும்பி வராத கடன், வக்கற்ற நிலை ஆகியவற்றிலிருந்து பாதுகாக்கவும் முடியாது. தொழிலாளர் களுக்கு வேலையில்லாத் திண்டாட்டம் மற்றும் வறுமை ஆகியவற்றி லிருந்து பாதுகாப்பளிக்கவும் முடியாது. மனிதன் ஒன்று நினைக்கத் தெய்வம் ஒன்று நினைக்கிறது என்பது இன்னும் மெய்தான். மனித அறிவு எவ்வளவுதான் அறிவு பூர்வமாகவும் மேலும் கூடுதலாகவும், அதிக ஆழமாகவும் சென்றாலும் வெறும் அறிவு மட்டும் சமூக சக்திகளை சமூகத்தின் ஆதிக்கத்தின் கீழ்க் கொண்டு வருவதற்குப் போதுமானதல்ல.

எல்லாவற்றுக்கும் மேல் இங்கு அவசியமாக இருப்பது இந்த அறிவைப் பயன்படுத்தும் சமுதாயச் செயலே. இந்தச் செயல் நிறைவேற்றப்படும் பொழுது மட்டுமே சமுதாயம் எல்லா உற்பத்திச் சாதனங்களின் உடைமையையும் தனதாக்கிக் கொண்டு அவற்றைத் திட்டமிட்ட அடிப்படையில் பயன்படுத்துவதன் மூலம் தன்னையும், தனது உறுப்பினர்கள் எல்லோரையும் விடுவித்துக்கொள்ள முடியும். அங்கு மனிதன் நினைப்பது மட்டுமின்றி செயல்படவும் செய்கிறான். அப்பொழுது மட்டுமே மதத்தில் இன்னும் பிரதிபலித்துக் கொண் டிருக்கும் கடைசி அன்னிய சக்தி மறையும். அதனுடன் மதம் என்னும் பிரதிபலிப்பே மறையும். இதற்குக் காரணம் பிறகு பிரதிபலிப்பதற் கென்று எதுவும் மீதமாக இருக்காது.

தொகுத்துக் கூறினால், சமுதாயத்திலுள்ள வர்க்கக் கட்டமைப்பினாலேயே மதம் உருவாகிறது. இந்த வர்க்க சமுதாயக் காலக் கட்டம் முழுவதும் மதம் தன்னை வளப்படுத்திக் கொண்டது. வர்க்க சமுதாயத்தைத் தூக்கியெறிவதன் மூலமே மதம் உதிரும். எனவே, வர்க்க சமுதாயத்தைப் போலவே மதத்திற்கு எதிர்காலம் இல்லை. ஆனால், கால அடிப்படையில் பார்க்கும்பொழுது உலகத்தில் மனித வாழ்கையின் பொதுவான வரலாற்றில் வர்க்க சமுதாயக் காலகட்டம் ஒரு கண் சிமிட்டும் நேரம்தான். அதைப்போலத்தான் மதத்தின் ஆயுளும்!

அடிக்குறிப்புகள்

1. P.A. பாரன் & P.M. ஸ்வீசி *1-2*

2. ஜெ.டி.பர்னால் iv.*1254*

3. கார்ல் மார்க்ஸ் & பிரடரிக் ஏங்கல்ஸ் SW *(1975 மாஸ்கோ பதிப்பு) 423-26.*

4. ஜார்ஜ் தாம்சனின் மேற்கோள் ER 20.

5. ஏங்கல்ஸ் மதத்தின் தோற்றம் *193.*

6. ரூஜ்-க்கு மார்க்ஸ் கடிதம், நவ *1842.*

7. கார்ல்மார்க்ஸ் & பி.ஏங்கல்ஸ் GI 37-38

8. அதே நூல் *50.*

9. மார்க்ஸ், ஏங்கல்ஸ் SW i.125-26.

10. கார்ல் மார்க்ஸ் TF 111.

நூற்கள் பெயர்ப் பட்டியல்
(Bibliography)

ACI - 'சிந்துசமவெளியின் பழங்கால நகரங்கள்' - பதிப்பு - ஜி.எல்.போஸெல், புதுடெல்லி, 1979.

டி.பி.அகர்வால் - 'இந்தியத் தொல்லியல் துறை', கோபன் ஹேகன், 1982.

B&R. ஆல்சின்ஸ் - 'இந்திய நாகரிகத்தின் பிறப்பு', பென்குயின் 1968

'இந்தியாவிலும், பாகிஸ்தானிலும் நாகரிக எழுச்சி,' புதுடெல்லி 1983.

பி.ஏ.பாரன் மற்றும் ஸ்வீசி - 'ஏகபோக மூலதனம்', நியூயார்க், 1966.

ஜெ.டி.பர்னால் - 'வரலாற்றில் விஞ்ஞானம்',பென்குயின் -1969 பதிப்பு

தேவி பிரசாத் சட்டோபாத்யாயா - 'லோகாயதம்', புதுடெல்லி - 1978 பதிப்பு

'இந்தியத் தத்துவஞானத்தில் நிலைத்திருப் பனவும் அழிந்தனவும்', புதுடெல்லி. 1976 பதிப்பு.

கோர்டன் சைல்டு - 'மனிதன் தன்னைத்தானே உருவாக்கிக் கொள்கிறான்', லண்டன்-1951 பதிப்பு, 'மிகவும் பண்டைய கிழக்கின் மீதான புதிய வெளிச்சம்', நியூயார்க். 1954 பதிப்பு.

'வரலாற்றில் நிகழ்ந்ததென்ன?' 1957 பதிப்பு

நகர்ப்புறப் புரட்சி (தொல்லியல் துறை மறு பதிப்பு)

டபுல்யூ.டி.திபேரி - 'இந்திய மரபு ஆதாரங்கள்', நியூயார்க், 1958.

பி.டன்ஹம் - 'வீரபுருஷர்களும், மதமறுப்பாளர்களும்' - நியூயார்க், 1967.

EIP - 'இந்திய வரலாற்றுக் கட்டுரைகள்' - பதிப்பு - டி.கே.சக்ரவர்த்தி.

டி.பி. அகர்வால், புதுடெல்லி 1979.

பிரெடரிக் ஏங்கெல்ஸ் - 'டூரிங்குக்கு மறுப்பு', மாஸ்கோ - 1947 பதிப்பு

'குடும்பம், தனிச்சொத்து, அரசு ஆகிய வற்றின் தோற்றம்' மாஸ்கோ - 1952 பதிப்பு.

ERE - 'மதம் மற்றும் அறநெறிக் கலைக் களஞ்சியம்'

FIC - 'சிந்துச் சமவெளி நாகரிகத்தின் முன்னோடிகள்' பதிப்பு பி.பி.லால் மற்றும் எஸ்.பி.குப்தா டெல்லி 1984.

எஸ்.பிராய்டு - 'மாயத் தோற்றத்தின் எதிர்காலம்', பெலிகன் பிராய்டு நூலகம், தொகுதி - 12.

ஏ.கோஷ் - 'துவக்கக்கால வரலாற்றில் இந்திய நகரம்', சிம்லா, 1973.

ஜெ.ஈ.ஹாரிசன் - 'பண்டைய கலையும், வழிபாடும்' - லண்டன் - 1935 பதிப்பு

ஏ.பி.கெய்த் - 'கர்ம மீமாம்சை' - லண்டன் - 1921

கந்ததேவன் - 'பத்த தீபிகா'

டி.டி.கோசாம்பி - 'இந்திய வரலாறு குறித்த ஆய்வுக்கான முன்னுரை' பம்பாய் - 1956.

குமாரிலர் - 'ஸ்லோக - வார்த்தைகள்'

ஏ.ஏ.மெக்டொனால் - 'வேத மாயவித்தைகள்', ஸ்ட்ராஸ்பர்க், 1897

ஜெ. மார்ஷல் - 'மொகஞ்சதாரோவும், சிந்துச்சமவெளி நாகரிகமும்' லண்டன், 1931.

காரல் மார்க்ஸ் - பாயர்பாக் குறித்த ஆய்வுரை

ஹெகலின் தத்துவ விமர்சனத்துக்கான பங்களிப்பு

காரல் மார்க்ஸ் & பிரெடரிக் ஏங்கல்ஸ் - 'மதம் குறித்து' (தேர்வு செய்யப்பட்டவை), மாஸ்கோ, 1956

ஜெர்மன் தத்துவஞானம், மாஸ்கோ, 1964 பதிப்பு

தேர்வு நூல்கள், மாஸ்கோ, 1975 பதிப்பு

எஃப்.மாக்ஸ் முல்லர் - தொகுப்பு நூல்கள், தொகுதி 19, லண்டன், 1859

பி.மேக்ரைனு - 'கோர்டன் சைல்டின் கொள்கையும், வழிமுறையும்' எடின்பர்க், 1980

எல்.எச்.மார்கன் - 'பண்டைய சமுதாயம்', கல்கத்தா, 1982 பதிப்பு

எம்.எஸ். - 'ஜைமினியின் மீமாம்சை சூத்திரம்'

ஜெ.நீடாம் - 'பெரும் தைத்ரேயம்', லண்டன், 1979 பதிப்பு

எச்.ஓல்டன்பர்க் - 'புத்தர்: வாழ்க்கை, கோட்பாடு, முறைமை' கல்கத்தா, 1927

எஸ். இராதா கிருஷ்ணன் - இந்தியத் தத்துவஞானம் - தொகுதி I, லண்டன், 1923

எல்.ரெனு - இந்திய மதங்கள் - லண்டன், 1953

ரைஸ் டேவிட்ஸ் - புத்தரின் உரையாடல்கள், லண்டன் தொகுதி I - *1899*, தொகுதி II, *1910*, தொகுதி III, *1921*.

ஹெச்.பி.சாஸ்திரி - ஹரபிரசாத ரச்சனவாலி (வங்காள மொழியில்) கல்கத்தா, *1960*.

SBE - 'கிழக்கிந்தியப் புனித நூல்கள்'

ஆர்.எஸ்.சர்மா - 'பண்டைய இந்தியாவில் பொருளாயதப் பண்பாடும், சமூக உருவாக்கமும்' புதுடெல்லி, *1983*

ஸ்ட்செர்பாட்ஸ்கி - 'பௌத்தத்தின் மையக் கருதுகோள்', லண்டன், *1923*

'பௌத்த நிர்வாணக் கருதுகோள்', மறு பதிப்பு, வாரணாசி

'ஸ்ட்செர்பாட்ஸ்கியின் கூடுதல் ஆய்வுரைகள்', கல்கத்தா, *1969*

'பௌத்தர்களின் ஆன்மா கோட்பாடு', மறு பதிப்பு, வாரணாசி, *1970*

தாஞ்சூர் - 'திபெத்திய மொழிபெயர்ப்பில் இந்திய பௌத்த நூல்கள்' ஏ.சட்டோபாத்தி யாயாவின் அகர வரிசை ஏற்பாடு, கல்கத்தா, *1983*

THBI - தாரனாதரின், 'இந்தியாவில் பௌத்த வரலாறு' ஆங்கில மொழிபெயர்ப்பு - சிம்லா - *1970*

ஜார்ஜ் தாம்சன் - 'மதம் குறித்த கட்டுரை', லண்டன், *1950*

பண்டைய கிரேக்க சமூகம் குறித்த ஆய்வுகள், லண்டன் தொகுதி I, *1949*, தொகுதி II, (முதலாவது தத்துவா சிரியர்கள்) *1955*

ஆர்.ஈ.எம்.வீலர் - 'சிந்துச்சமவெளி நாகரிகம்' - கேம்பிரிட்ஜ், *1979* பதிப்பு

எம்.விண்டர்நிட்ஜ் - 'இந்திய இலக்கிய வரலாறு' - கல்கத்தா, தொகுதி I, *1927*, தொகுதி II, *1933*

எல்.வூலி - 'மனிதகுல வரலாறு' - 'பண்பாடும், விஞ்ஞான வளர்ச்சியும்' (தொகுதி I, பாகம் 2), யுனெஸ்கோ, *1963*.

* * *